F IREDOM

Ubwigenge bw'amafaranga Amateka y'abimukira b'Abanyafurika

OLUMIDE OGUNSANWO

&

ACHANI SAMON BIAOU

FIREDOM: INKURU Z'UBUSHINJACYAHA BW'IMARI

Igitabo cya mbere.

Mugihe ingamba zose zafashwe mugutegura iki gitabo, uwatangaje nta nshingano afite ku makosa cyangwa amakosa yakozwe, cyangwa ibyangiritse biturutse ku gukoresha amakuru akubiye hano.

2023-12-09

Iyandikishe mu kanyamakuru kacu: fireom.substack.com
Twandikire: uraho@myfiredom.com
Sura urubuga rwacu: myfiredom.com

Table of Contents

1: Intangiriro

Olumide Ogunsanwo: Ndashaka gutangira nakira abantu bose baguze iki gitabo. Turashimye kandi twizera ko igitabo kizagufasha murugendo rwawe rwo kwishakisha, iterambere ryumuntu, ubwigenge, nubwisanzure.

Muri iki gice kibimburira iki, tuzasuzuma ingingo eshanu: abo turibo, uko twahuye, impamvu twahisemo kurema iki gitabo hamwe, kuki bidashobora kuba <u>igitekerezo</u> cyiza cyo gukora iki gitabo nicyo dushaka ko abasomyi bava muri ibi igitabo.

Samon, ndashaka gutangira niga byinshi kuri wewe hamwe namateka yawe.

Achani Samon Biaou: Nitwa Samon Biaou. Navukiye muri Bénin, Afurika y'Iburengerazuba kandi ntuye mu bihugu birenga 20 ku isi kandi nasuye abagera ku ijana. Ndavuga indimi 8. Nagize ubuzima butandukanye: Natangiye ndi injeniyeri, nimukira mubujyanama mubuyobozi, none nibanda ku kwihangira imirimo no gushora imari. Inyungu zanjye nyamukuru nukumva imico, kubona ahantu hatandukanye, no gukemura ibibazo.

Olumide Ogunsanwo: Ni izihe ndimi eshatu uvuga cyane?

Achani Samon Biaou: Ndavuga Icyongereza kenshi, nkurikirwa nigifaransa na Yoruba.

Olumide Ogunsanwo: Komera. Ndi Yoruba, kandi sinzi kuvuga Yoruba. Kuki ukora imyitozo Yoruba cyane? Biterwa n'ababyeyi bawe cyangwa umuryango wawe?

Achani Samon Biaou: Mubyukuri, mvuga Yoruba hamwe na mama hamwe nabagize umuryango wanjye. Dore amateka magufi kubasomyi bacu: Yoruba ntabwo ari ubwoko gusa ahubwo ni ururimi ruvugwa muri Afrika yuburengerazuba. Abanya Yoruba barashobora no kuboneka mubindi bihugu, harimo Berezile na Cuba.

Ndashaka gusangira ibyifuzo bibiri kubasomyi bacu. Ubwa mbere, nkunda impundu nziza kuko nakuze hafi yacyo. Ibintu byose byerekanaga umunezero nubusabane bwiza bwabaturanyi mubwana bwanjye muri Bénin. Nkunda gukikizwa n'impundu nziza!

Olumide Ogunsanwo: [Urwenya]

Achani Samon Biaou: Icya kabiri, nkunze gukoresha ururimi, bivuze ko iyo mvuze, mvanga syntax yo mundimi zindi ndwi nzi. Rimwe na rimwe, ntangira gutekereza mu rurimi rumwe nkarangiza mu rundi rurimi. Kubwibyo, niba wunvise uburyo budasanzwe bwo kuvuga interuro, birashoboka ko biterwa no kuvanga icyarabu, igifaransa, icyongereza, na Yoruba.

Olumide Ogunsanwo: Nibyiza! Nshobora kunoza igifaransa cyanjye niba utaye mumagambo amwe yigifaransa. Nuburyo wavuze interuro yambere kubyerekeye gukunda "impundu nziza" bitandukanye nuburyo njye (kavukire wicyongereza kavukire) nabivuga. Nshobora kwiga byinshi muriyi nzira. Ntegereje kuzamura Igifaransa cyanjye.

Achani Samon Biaou: Ugomba kumenyesha ubwoko bw'igifaransa ushaka kwiga: Igifaransa Igifaransa, Igifaransa C'Ivoire, cyangwa Igifaransa cya Bénine? Ni indimi zitandukanye rwose (Urwenya).

Olumide Ogunsanwo: [Smile] Ni izihe nyungu zawe?

Achani Samon Biaou: Inyungu zanjye zose ni ugusobanukirwa byimazeyo uburambe bwabantu, bikubiyemo kumva impamvu abantu bitwara muburyo bumwe nicyo kibatera. Iyi nyungu yo gusobanukirwa imiterere yumuntu niyo itera ishyaka ryanjye ryo gushakisha imico itandukanye binyuze murugendo.

Kubyerekeranye nuburyo inyungu zateye imbere, ndabivuga kuburere bwanjye mumico ya Yoruba, aho abakuru bavuganaga bakoresheje imigani. Ababyeyi banjye cyangwa marume bashoboraga kuganira byose muguhana imigani. Ibi byanyigishije kwita cyane kumagambo abantu bakoresha, ariko no kwita kubimenyetso byabo bitavuze.

Olumide, nyuma yo gusangira bike kuri njye, nshishikajwe no kwiga byinshi kuri wewe. Uri nde?

Olumide Ogunsanwo: Ndi nde? Ibyo birasa nkikibazo cyimbitse cya filozofiya. Nitwa Olumide Ogunsanwo.

Indangagaciro zanjye muri rusange ni umubano, ubuzima, ubwigenge / ubwisanzure, kwiga, gushyira mu bikorwa (gukora shit), gutangaza, no kuba indashyikirwa mu bijyanye n'amafaranga.

Indangagaciro zitera inyungu zanjye zihariye, zirimo ikoranabuhanga, imari yumuntu ku giti cye, iterambere ryumuntu, ibitabo, siyanse, imibare, podcast, amateka, guhuza hamwe no kugura (M&A), amateka yisosiyete, imirire, ingendo, kubyina, na gahunda yo guhemba ingendo.

Igishimishije, dusangiye byibuze inyungu ebyiri zisanzwe: ingendo nubukungu bwumuntu.

Achani Samon Biaou: Yego. Ntabwo nabuze kubura kumva ndumiwe mugihe muganira. Hamwe ninyungu nyinshi, nigute ushobora kubona amasaha ahagije kumunsi kugirango ubakurikirane yose? Wibanda kuri izi ndangagaciro mubihe bitandukanye mubuzima bwawe, cyangwa urabikurikirana icyarimwe?

Olumide Ogunsanwo: Mbaho ubuzima bwanjye bujyanye n'indangagaciro zanjye, zashinze imizi muri njye. Ntabwo ndabikurikirana cyane, banyobora mu gufata ibyemezo kandi bamfasha gushyira imbere igihe cyanjye mugihe mfite amahirwe menshi namahitamo yo guhatanira kuboneka.

Inyungu zanjye akenshi ziruzuzanya, kandi kubera ko mbona zishimishije kandi zishimishije, ndabashyira imbere muburyo butuma mbona umwanya kuri bose.

Achani Samon Biaou: Nigute utezimbere inyungu nshya?

Olumide Ogunsanwo: Ndi munini mubigeragezo, kandi inyungu zanjye nyinshi zavuye mubushakashatsi bwashize. Buri kwezi ngerageza igerngezwa rishya, bamwe bakomera mugihe abandi batabikora. Byongeye kandi, gutura mu migi itandukanye nka Lagos, Chicago, London, Boston, na Miami byangaragarije abantu batandukanye bafite imibereho itandukanye.

Gushyira byose hamwe, nkora ibintu bitatu bitandukanye. Ndi umushoramari, podcaster, numujyanama (numwanditsi tumaze gusohora iki gitabo):

1. Umushoramari: Nshora imari muri Afrika yatangije binyuze mu kigega cya Adamantium [1].

2. Podcaster: Ndi umufatanyabikorwa hamwe nuwashinze podcast ya Afrobility [2]. Niba ukunda iki gitabo, ushobora gukunda podcast. Irimo inkuru nisesengura ryamasosiyete yikoranabuhanga yo muri Afrika.

3. Umujyanama: Ndagira inama yo gutangira. Mfite kandi ubucuruzi bwigenga bwigenga bwamafaranga; Ndagira inama abantu uburyo bwo kwigenga mubukungu (bisa ninsanganyamatsiko yiki gitabo).

Iki gitabo ahanini kigaragaza inyungu zanjye mubukungu bwimari nub-

---

1.   http://adamantiumfund.com

2.   http://afrobility.com

wigenge bwamafaranga, ariko mfite inyungu zinyuranye zishobora kuza mugihe tunyuze mumateka yacu.

Achani Samon Biaou: Utuye he?

Olumide Ogunsanwo: Ndagabanya igihe cyanjye hagati yimijyi itandukanye nkurikije geostrategy yanjye:

Miami 50%, Lagos 20%, New York 5%, London 5%, Indi mijyi 20%

Achani Samon Biaou: Nzababazwa no kutavuga ko umujyanama muriwe akomeza kuza afite ibintu byose byubatswe neza. Nibyiza kuganira nundi mujyanama mugenzi wawe no kumenya imiterere.

Olumide Ogunsanwo: [Smile]. Ibyo ni bike kuri njye. Twahuye dute?

Achani Samon Biaou: Mugenzi wanjye yambwiye ibya Olumide muri Kanama 2022, ambwira ko tuzishimira kuganira. Icyo gihe, ntabwo natekerezaga cyane. Byihuse kugeza Ukwakira 2022, nasuye Miami maze izina rya Olumide ryongera kuza, kuko atuye mumujyi. Hanyuma mugenzi wanjye yavuze ko Olumide yari mu bwigenge bw'amafaranga, ahita anyitaho. Twagiye kwa Olumide, njya mu kiganiro cyigenga cyamafaranga kandi nguma kubwukuri nukuri kwabantu.

Olumide Ogunsanwo: [Smile] Yego, ibyo biraryoshye cyane.

Achani Samon Biaou: Dufite ibintu byinshi duhuriyeho. Uri umunyakuri kandi ufite ukuri. Nubwoko bwanjye bwo gutemberana. Twakoresheje umwanya utagereranywa, tuvuga ibyatubayeho, nkabana babiri bo mumashuri yisumbuye. Twarishimye!

Olumide Ogunsanwo: Yego! Niko byumvaga. Nibimwe mubihe byubuzima iyo uhita uhuza numuntu. Twari dufite inyungu rusange mubwigenge bwamafaranga, kandi twakomeje kugenda twiyongera. Ndetse twasimbutse neza kurupapuro rwerekana ingengo yimari. Byari bishimishije! Urwo rugendo rwabaye intangiriro yo gukorera hamwe kuri uyu mushinga kuko natekerezaga ko ushobora kuba umuntu ushimishije kugirango umenye neza.

Kuki ushaka kwandika iki gitabo?

Achani Samon Biaou: Icyambere, kubika kwibuka ibyo twaganiriye no kwishimira kuvugana ninshuti.

Olumide Ogunsanwo: Muri 2030 na nyuma yaho, nshobora gutekereza kuri iki gitabo kandi nkibuka isano nziza nagize na Samon. Twakoze ikintu kidasanzwe kugirango dusangire amateka yubuzima bwacu, kandi biranejeje kumenya ko inararibonye izahoraho iteka mumapaji yayo. Hariho ikintu cyiza cyo kwandika ubunararibonye iteka hamwe niki gitabo.

Achani Samon Biaou: Icya kabiri, ndabona ari amahirwe kuri twe yo kwiga no gukura mubiganiro byacu.

Olumide Ogunsanwo: Nizera ko nshobora kwiga byinshi muburyo bwawe bwo kwigenga mu bijyanye n'amafaranga kuva wafata indi nzira. Iki gitabo ni amahirwe akomeye kuri twembi kwigira kubyo buri wese yiboneye.

Achani Samon Biaou: Nakunze isano yacu nukuntu twakinguye hagati yacu. Kuba mubidukikije nshobora kureka uburinzi bwanjye, kandi ubushake bwo kubaho kurushanwa ntibukenewe, burakomeye kuri njye. Ubucuti bukomeye nibidukikije aho ntahangayitse, mpangayitse, isoni zo kuba uwo ndiwe nibyo nakoze. Ibyo birakomeye kuruta amafaranga yose.

Impamvu ya gatatu yo kwandika iki gitabo nukugeza kubandi inkuru zacu. Ariko, mfite ibitekerezo bitandukanye kubijyanye nuko ntashaka ko abantu bafata imyanzuro itari yo mubyatubayeho. Gufata ibyemezo byiza biragoye, kandi birashobora kwigana gusa ibyo abandi bakoze utumva amahame shingiro bakoresheje. Ahubwo, nibyiza kwigira kuri ayo mahame ukayashyira mubikorwa muburyo bukora kubibazo byawe kandi ugakora ibitandukanye nibyo twakoze.

Olumide Ogunsanwo: Ndabyemera. Nibikorwa byibitekerezo inyuma yibyemezo, ntabwo ibyemezo ubwabyo.

Natekereje kumahitamo aboneka kuri buri cyiciro cyubuzima bwanjye, niki gihuye na kamere yanjye ninyungu zanjye, kandi nkora indimu nziza kuva mu ndimu nari mfite. Rwose sinakurikije gahunda yundi.

Mugihe usoma inkuru zacu, turagutera inkunga yo gutekereza uburyo ushobora guhitamo ubuzima bwawe aho kwigana ibyo twakoze. Ikintu cyingenzi cyakuwe muri iki gitabo ni ukubaho nkana kandi ufite intego.

Achani Samon Biaou: Izi nizo mpamvu zanjye. Ni izihe mpamvu zawe zo kwandika iki gitabo?

Olumide Ogunsanwo: Impamvu yambere nuko nshaka kwinezeza no kwibonera ikintu gishya. Nubwo nanditse amasaha arenga 100 ya Afrobility podcast, ntabwo nigeze nandika igitabo, bityo bizaba umwanya ushimishije wo kwiga ibitandukanye.

Jye na Samon twaganiriye ku buryo twashyira igitabo hamwe natwe ubwacu. Nasangiye ko ubunyangamugayo aricyo kintu cyingenzi, kuko nkunda kumarana umwanya nabantu nyabo kandi banyemerera kuba njye ubwanjye. Ibinyuranye, niba umuntu agomba guhisha ibice bye, ubuzima ntibunezeza. Icyizere cyanjye nuko mugukora iki gitabo, dushobora kuvuga mubwisanzure, kuruhuka, no kwishimira urugendo.

Indi mpamvu yo kwandika iki gitabo nigice cyumuntu cyo kuvuga inkuru. Inkuru nuburyo abantu batanga ubumenyi kuva ku gisekuru kugera ku kindi.

Muri iki gitabo, Samon azambaza ibibazo bimwe bijyanye nurugendo rwanjye rwo kwigenga mu bijyanye n'amafaranga, nanjye nzabikora kandi mubaze ibibazo bijyanye nurugendo rwe. Iyi miterere yo kuganira igomba kuba ishimishije, kandi ndizera ko abasomyi bashobora gutoragura ibintu bimwebimwe byingenzi mumateka yacu.

Achani Samon Biaou: Kuki tutagomba gukora iki gitabo?

Olumide Ogunsanwo: Impamvu eshatu:

1. Gutinya ikitazwi: Iyo ngerageje ibintu bishya, nkunze guhangayikishwa nuburyo bizakirwa nuburyo nzerekana. Iki gitabo kigiye kujya hanze kugurisha no gufungura kunegura. Nubwo ubu ntahangayikishijwe cyane nuko natangiye podcast n'ikigega cya VC, ubwoba bwo kunegura buracyahishe ahantu hamwe na subconscious.

2. Kuboneka kwinshi kumakuru yimari yumuntu ku giti cye: Hariho amakuru menshi yimari yumuntu ku giti cye aboneka muburyo butandukanye nka blog, podcast, n'ibitabo, ariko ntabwo mpangayikishijwe cyane nuko iki gitabo gifata ubundi buryo. Igitabo cyacu cyibanze ku nkuru zacu bwite nubunararibonye kandi byita kubatari munsi ndetse nabandi bo hanze. Mugihe dusangiye urugendo rwamafaranga nkabimukira bo muri Afrika, amahame yubwigenge bwamafaranga arakoreshwa kwisi yose, tutitaye kumoko cyangwa amateka.

3. Urwego rwo kumenyekanisha no kwiherera: Imiterere yigitabo ikubiyemo gusangira ingendo zacu zubukungu, zishobora gutera impungenge kubyerekeye ubuzima bwite nibisobanuro bisangiwe. Nubwo bimeze bityo ariko, tuzaharanira gukora igitabo gikora kandi kijyanye nabasomyi dutanga amahame ningamba zisanzwe hafi yingirakamaro. Tuzashyiramo kandi amakuru yihariye igihe cyose bibaye ngombwa gufasha abasomyi kumva ishyirwa mubikorwa ryingamba no gutekereza kubucuruzi.

Izi ni zimwe muri reservations ninjiyemo, ariko ngiye gukomeza. Nukuri muriki gihe ndumva mfite ubwoba buke ko nzi ko ngomba gukomeza gutera imbere.

Achani Samon Biaou: Nanjye narashwanyaguritse. Ku ruhande rumwe, ndashaka ko dukora igitabo gifatika gishoboka kubantu. Kurundi ruhande, birashobora gutuma umuntu yibanda cyane kubintu bifite agaciro nibindi bibazo byihariye.

Olumide Ogunsanwo: Turashaka ko abasomyi bava muri iki gitabo?

Achani Samon Biaou: Ndashaka ko abasomyi bumva ko bashobora kuvuga amateka yabo. Amateka yabo ni ngombwa kuyasangiza kandi arashobora gutera abandi intege.

Olumide Ogunsanwo: Filozofiya yanjye kuri ibyo iroroshye: "Bikore!" nk'icyivugo cya Nike. Urashobora rimwe na rimwe kumva ko abarinzi b'irembo bakubuza gukora ibyo ushaka, cyangwa ko utujuje ibisabwa cyangwa witeguye gukora ikintu. Ariko inyinshi murizo nzitizi ziri mumitwe yacu. Ikigaragara ni uko abantu bafite imbaraga zidasanzwe kandi dushobora gukora icyo ushaka cyose. Ugomba kugira ubutwari bwo kubikora. Ibintu byinshi byoroshye kuruta uko bigaragara, cyane cyane nyuma yo kwakira gutsindwa nkingaruka zisanzwe zo kugerageza ibintu bishya. Gutezimbere ihumure hamwe nubushakashatsi bwongeye kandi kunanirwa ni imitsi ushobora kubaka.

Ushobora kuba usoma iki gitabo ukibwira uti: "Samon na Olumide bamaranye amezi arindwi bategura, bafite umubwiriza, n'umwanditsi. Bagombaga kubona amasezerano y'uburenganzira." Mubyukuri, nahuye na Samon, mfata icyemezo cyo guswera nkunda uyu musore kandi tugomba kwandika igitabo kivuga ku bwigenge bwamafaranga. Twazanye gahunda kandi byihuse cyane dutangira gukora kandi ibicuruzwa byarangiye nibyo ufite mumaboko yawe.

Inzitizi nini zituma tugera ku ntego zacu akenshi ni ubwoba bwacu no gushidikanya. Dushiraho iyerekwa ryibintu byose bishobora kugenda nabi kandi ntituzigera dutera intambwe yambere. Bakeneye "Gusa ubikore" injyana ya Nike.

Abantu ntabwo ari imashini nziza yo gutangira, ariko turi imashini nziza zo kurangiza. Umaze gutangira umurimo, birashoboka cyane ko urangiza. Emera gukura no gushakisha. Witoze imitekerereze nubushakashatsi kugirango ibintu bishoboke.

Nshimishijwe nuko njye na Samon twahurije hamwe kwandika iki gitabo, kandi nizera ko gitera abasomyi guhindura impinduka nziza mubuzima bwabo no guhanga ibintu. Yaba ibicuruzwa, igitabo, podcast, akanyamakuru, cyangwa ikindi kintu cyose, kora ikintu ushaka, ntabwo aricyo societe ivuga ko ugomba. Hano hari umuntu ushaka kumva inkuru yawe. Abantu nabo barihariye kandi baratandukanye. Umuntu wese afite inkuru yihariye. Mubisanzwe hariho umuntu ushima ibyo wanyuzemo byose. Iyo yari ijambo ryanjye rito kandi wibuke: "Bikore"!

Achani Samon Biaou: Iyi ni imwe mu mpamvu zituma nkunda kuvugana na Olumide. Ndangije kubona ibintu byinshi byiza. Byinshi mubyo wavuze biranyumva. Ubuzima bwanjye bwuzuyemo ibintu byinshi nashakaga gukora. Mfite ~ 10 ingingo nashakaga gutangaza ariko nakomeje kwibaza niba hari uzabishaka.

Rimwe na rimwe mbona ingingo zisa naho zidashimishije, kandi ngira ngo kuki uyu muntu yananiwe kwandika ibi. Noneho ndabona ibitekerezo aho abantu bamwe basanga ingingo zitera imbaraga. Uratahura ko isi idasaze, kandi birashoboka ko wasaze utekereza ko hariho uburinganire bwisi. Isi iratandukanye cyane. Igicuruzwa gishimishije kumuntu umwe ntigishobora gushimisha undi.

Olumide Ogunsanwo: Ikosore. Niba uri umunyamahanga, bake, cyangwa abimukira, ushobora kuba warakuze wumva ko ukeneye uruhushya rwababyeyi, abarimu, cyangwa abayobozi kugirango bakore ibintu. Igihe kirenze, iyi myumvire iba yarashinze imizi muri subconscious, kandi ukomeza gushakisha abarinzi ndetse no mubice bidahari. Ariko ntukeneye abarinzi b'irembo. Ushobora kubikora. Interineti yuzuyemo imbaraga zikomeye, kandi icyo ukeneye ni akantu gato k'ibyifuzo byo kurya no kumva ko ingaruka mbi zishobora kuba nke.

Fata iki gitabo. Ni ubuhe buryo bubi cyane? Birashoboka ko ntamuntu ubisoma, ariko nibyiza kuko ntabwo twabyanditse kugirango tubone amafaranga. Nari gukomeza kugira ibihe bitangaje gufata amajwi no guhinduranya inkuru hamwe na Samon.

Abantu benshi basuzugura ingaruka mbi, ariko nibyiza kubyumva neza no kubigereranya kugirango ubashe kubicunga aho kubitekereza gusa. Tangira kugerageza hanyuma ukore ibyo uzi ko ushaka gukora ariko utinya gutangira. Ntukeneye uruhushya rw'umuntu uwo ari we wese. Uri umwihariko muburyo bwawe kandi ugomba gukora ibyo ushaka mubuzima. Komeza kandi ubikore!

Achani Samon Biaou: Olumide, burigihe iyo uvuze, ndumva uvugana nubugingo bwanjye. Ndashaka kongeramo ibitekerezo bibiri kubyo wavuze.

Icya mbere, nemera rwose ko inzitizi nyinshi duhura nazo ari mumutwe. Dushiraho inzitizi kuri twe ubwacu zitabaho.

Icya kabiri, mugihe arukuri ko inzitizi nyinshi ziri mumitwe yacu, rimwe na rimwe hariho abarinzi b'irembo bagerageza kutubuza kugera kuntego zacu. Igihe cyose nashoboye guca mu irembo, ntabwo byatewe nuko nibanze ku barinzi b'irembo. Ahubwo, ni ukubera ko ntari nzi ko bahari, cyangwa narababonye ndatekereza nti: "Fata, ndabikora ibi uko byagenda kose."

Niba ushaka gukora ikintu, jya imbere ubikore. Uzamenya ibice bishobora kugorana uko ugenda. Kimwe mu bintu nkunda muri Amerika nuko abantu benshi hano bafite ubushake bwo gufata ibyago bakagerageza ibintu bishya. Ibinyuranye, mubindi bihugu bimwe nabayemo, hashobora kubaho kumva ko umuntu ahora akureba kandi akagucira urubanza.

Igihe nari umunyeshuri wa kaminuza, nakundaga guhangayikishwa cyane no kuba nemerewe gukora ibintu bimwe na bimwe cyangwa niba binyuranyije n'amategeko cyangwa nkabona bidasanzwe. Ariko ubu menye ko izo mpungenge zampagaritse. Inama nagira umuntu wese ushaka kugerageza ikintu gishya nukwirengagiza abarinzi b'irembo naba nayayayers, hanyuma ukajya kubishaka!

Olumide Ogunsanwo: Inzira yiterambere ryumuntu no gukuramo uburambe bwambere ni ngombwa cyane. Bumwe mu buryo bwiza bwo kwagura inzira zawe nukwiyereka ibitekerezo bishya, imico nubunarariribonye. Niba udahangayikishijwe no gushaka ubumenyi bushya, birashobora kugorana gukura no kwiteza imbere.

Achani Samon Biaou: Nizera ko ibice bibiri bibana muri buri wese muri twe. Gusaba uruhushya bitandukanye no gukora ibintu muburyo butaziguye.

Ndashaka gusangira ubunarariribonye nagize i Miami na Olumide kugirango ntange urugero. Umunsi umwe, yadusabye kuruhuka no kwicara hafi y'amazi, kuko atuye hafi y'amazi. Twakoze urugendo rurerure tunyura mu kayira kegereye imbere yinyubako ye kugeza tubonye aho twicara tunezezwa no kureba. Mugihe twaganiraga, abantu batunyuze iruhande, maze ntangira kumva ntuje, nibaza niba turi munzira cyangwa niba byemerewe kwicara aho.

Narebye Olumide kugira ngo mpumurize, ariko yasaga nkaho atabyibagiwe byose, gusa aruhutse kandi yishimira akanya atitaye ku isi. Ubwa mbere, natangiye kumushidikanya n'imyitwarire ye ituje, ntekereza "ninde wicaye kumuhanda gutya?" Ntabwo norohewe muminota mike yambere.

Ariko, sinatinze kubona ko ari njye wateje ikibazo cya monologue yimbere. Olumide yari afite igitekerezo cyiza cyo kwishimira gusa umwanya atitaye kubyo abandi batekereza cyangwa amategeko adukikije. Byatumye nibaza imitekerereze yanjye bwite ninshuro nareka ibitekerezo byanjye nibitekerezo byanjye bikagabanya kwishimira ubuzima.

Olumide Ogunsanwo: Haha! Ibyo birasekeje. Nari nduhutse.

Achani Samon Biaou: Nabonye ko rimwe na rimwe nifata kuko mfite ibibujijwe n'ibitekerezo bimwe na bimwe bikwiye kandi byemewe. Nubwo ari byiza kubitekerezaho, gusunika imipaka nibyo bitera ubwihindurize bwabantu.

Ibyo ni bimwe mubintu nkunda Amerika. Irashishikariza abantu gutekereza, kugerageza ibintu bishya, no gusunika imipaka. Ninde ubizi, umuntu ashobora gukora ikintu kidasanzwe, kandi havutse ubucuruzi cyangwa igitekerezo gishya.

Kuba utarinze kubuzwa ni ikintu gikomeye, kandi kugera kubwigenge bwamafaranga birashobora kuba igikoresho cyingirakamaro kugirango ugereyo. Ntabwo aricyo gikoresho cyonyine, kandi bamwe bakavuga ko atari nigikoresho nyamukuru. Ariko kugira ubwigenge bwamafaranga birashobora kuguha umudendezo wo gukora ibyawe mubuzima no gushakisha uburyo bushya.

Olumide Ogunsanwo: Nuburyo bwo kubaho. Tegura ubuzima bugukorera. Ntugomba gukurikira inzira gakondo. Urashobora guhitamo inzira iyariyo yose, ariko bisaba intego, intego na gahunda. Ntabwo ukanguka gusa mubuzima ushaka. Niba ukurikiza uko ibintu bimeze, uzarangiza ufite ubuzima bumeze, bushobora kuba atari bwo ushaka.

Achani Samon Biaou: Wabivuze neza cyane kuruta uko nabishobora. Iki gitabo kireba umuntu wese ufite amatsiko yo gukurikirana ikintu gitandukanye mubuzima kuruta icyo "bagomba" gukora. Icyizere cyacu nuko abasomyi bazakuraho meta ubushishozi muri iki gitabo: ko hari izindi nzira tugomba kunyuramo zirenze uko ibintu bimeze.

Igitabo kigerageza kuguha kumva ibintu bishya bishoboka. Ntugomba gukurikira inzira isanzwe. Nizere ko abasomyi bumva ko iyi nkuru mubyukuri idafite bike cyane bijyanye namafaranga.

Olumide Ogunsanwo: Igitabo rwose <u>ntabwo</u> kivuga amafaranga. Ubwigenge bwamafaranga bivuze kugira amikoro ahagije yo kumara ubuzima bwawe bwose, ariko iki gitabo kirenze ibyo.

Achani Samon Biaou: Ubwigenge bwamafaranga bwatubereye ikintu kinini. Iki gitabo kizaganira ku buryo twatangiye muriyi nzira nuburyo byaduhaye imbaraga zo gukurikirana inzozi zacu.

Olumide Ogunsanwo: Umurongo w'igitabo cyacu ni "Amateka y'ubwigenge bw'amafaranga y'abimukira b'Abanyafurika." Igitabo cyubatswe uko ibihe byagiye bisimburana, iyo dusubije amaso inyuma tugatekereza ku byemezo twafashe byatumye twigenga mu bijyanye n'amafaranga mu myaka ya za mirongo itatu.

Usibye gusangira inkuru zacu bwite, tunaganira ku mahame y'ingenzi yari ingenzi mu ngendo zacu. Aya mahame akubiyemo ingamba nini n'ibikorwa byihariye abasomyi bashobora gufata kugirango bigere ku bwigenge bw'amafaranga. Twizera ko gukurikiza aya mahame mubuzima bwawe ari ngombwa kugirango ugere ku ntsinzi y'igihe kirekire.

Gufasha abasomyi kwitoza no kwinjiza aya mahame mubuzima bwabo, dushyiramo kandi ibyifuzo byibitabo bihuza na buri hame. Icyizere cyacu nuko mugusangira inkuru n'amahame yacu, dushobora gushishikariza no guha imbaraga abandi kugenzura ejo hazaza habo.

Achani Samon Biaou: Olumide, urashaka ko abasomyi bakura iki gitabo?

Olumide Ogunsanwo: Intego yanjye kuri iki gitabo ni ugushishikariza abasomyi kubaho ubuzima bwabo bwiza, bakoroherwa no kuba ubwabo, kandi ntibumve ko bagomba guhuza n'ibiteganijwe na sosiyete. Nizere ko abasomyi bazafata ibyingirakamaro mubitabo bakirengagiza ibitabareba.

Ikirenze byose, ndashaka gushishikariza abasomyi gushaka inzira zubuntu. Ibi ntibisobanura ubwisanzure bwamafaranga gusa, nubwo iyo ari ingingo yingenzi muri iki gitabo. Bisobanura kandi ubwisanzure mu mibereho, ubwisanzure bwigihe, nubwisanzure bwa geografiya. Ndashaka ko abasomyi bumva bafite imbaraga zo gufata ibyago no guhitamo bizabafasha kwidegembya mubice byose byubuzima bwabo.

Achani Samon Biaou: Utekereza ko ubwisanzure bwamafaranga burihe mubindi bwisanzure?

Olumide Ogunsanwo: Ibintu bibiri byingenzi byubuzima birashoboka ko umudendezo ujyanye nubusabane nubuzima. Abantu bamwe bashobora kuvuga ko ubuzima bwiza aribyingenzi cyane kuko bigoye kugera kubintu byose bitabaye ibyo, mugihe abandi bashobora kuvuga ko umubano ukomeye nimiryango ninshuti arirwo rufunguzo rwubuzima bwuzuye.

Nyuma yibi byombi, ubwisanzure bwamafaranga bushobora kuba icya gatatu cyangwa icya kane cyingenzi. Nubwo ari ngombwa, ntabwo ifite uburemere nkubusabane nubuzima. Niba umuntu yavuga ko ubwisanzure bwamafaranga aricyo kintu cyingenzi, nabagira inama yo kubanza gusuzuma ubuzima bwabo nubusabane bwabo.

Achani Samon Biaou: Ndabona ubwisanzure bwamafaranga bushoboza ubundi bwisanzure. Kurugero, akazi gahangayikishije kazagira ingaruka kubuzima bwawe. Ariko niba uri mu mwanya wo guhitamo ibyo ukora cyangwa udakora na gato, noneho ubwisanzure bwamafaranga burashobora gufasha ubuzima bwawe.

Olumide Ogunsanwo: Ubwisanzure bwamafaranga bugufasha kwibanda kubintu byingenzi mubuzima, nkumubano wawe (waba uri kumwe numukunzi wurukundo, umuryango, cyangwa inshuti) nubuzima bwawe. Iyo ufite umudendezo wamafaranga, urashobora kandi gukurikirana inzozi zawe zo kwihangira imirimo kandi ukamarana umwanya munini nkuko ushaka guhuza ibitekerezo bitandukanye. Niba kandi uha agaciro uburambe nibyadushimishije, ubwigenge bwamafaranga buraguha guhinduka kugirango umarane igihe kinini nkuko ubishaka.

Mu byingenzi, ubwigenge bwamafaranga nubushobozi bushyigikira ibintu bibiri binini (umubano & ubuzima) kandi nibindi byose ushobora kuba ushimishwa kuko gukora cyangwa kwishimira ibyo bintu akenshi bisaba amafaranga.

Samon, inshuti yanjye, murumuna wanjye. Niki dushaka ko abasomyi bakuramo iki gitabo?

Achani Samon Biaou: Tekereza iki gitabo kukuyobora mubuzima bwawe uko wishakiye kandi ugere kubyo ushoboye byose. Muri societe yiki gihe, hariho ingero zitabarika zitsinzi nicyitegererezo hirya no hino. Nkumujyanama wubucuruzi, Nabaye mubyumba byinshi aho nasanze ibyinshi muribi byitegererezo ari abantu basanzwe, abantu basanzwe. Bashobora kuba bakomeye mubintu bimwe na bimwe, ariko kandi ni umurimo-utera imbere mubindi bice. Nizera ko abantu benshi bashobora kumva bafite imbaraga zo kubona ibisubizo byabo no gushushanya inzira zabo zo gutsinda.

Olumide Ogunsanwo: Rwose! Gushakisha icyitegererezo ntabwo bishobora kuba inzira nziza yo kwegera ibintu. Umuntu wese afite indanga-gaciro, imbaraga, nibyo akunda. Aho gushakisha umuntu wokwigana nyuma, ni ngombwa kumenya ibyawe bwite nibyo wifuza mubuzima. Mugihe ushobora gushobora kwigira kubandi, urugendo rwo kuvumbura ukuri kwawe burigihe rutangirira imbere.

Icyitegererezo cyerekana ingaruka mbi zo kwibanda cyane kubuzima bwabandi. Umuntu wenyine ugomba kureba niwowe wenyine.

Achani Samon Biaou: Birababaje cyane. Isi igenda mu nzira ibangikanye. Inzira ya mbere nuko abantu babwirwa kuba bo ubwabo. Ariko ntushobora kuba uhagije nkuko uri uyu munsi. Umuntu wese agomba guhora ahindagurika.

Olumide Ogunsanwo: Wow. Ibitekerezo byawe ni bibi [Smile].

Achani Samon Biaou: Inzira ya kabiri nuko dusabwa kwigana ubuzima bwintangarugero. Kubwamahirwe, ubu buryo burashobora kugabanya ubushobozi bwacu bwo gutekereza ubwacu kuko twibanda cyane kubigana abandi aho guteza imbere ibitekerezo byacu byihariye.

Izi nzira zombi ("urahagije" na "wandukure icyitegererezo") akenshi zongerwa nimbuga nkoranyambaga, bigatuma abantu bumva ko bagomba guhitamo hagati yabo. Ariko igikunze kwirengagizwa ni akamaro ko gukomeza kwiteza imbere no gukura, mugihe nanone wigira kubunararibonye bwabandi utabanje kubigana.

Olumide Ogunsanwo: Urebye, FIREDOM irashobora kugaragara nkigitabo cyigenga cyamafaranga. Ariko mubyukuri, nibyinshi kwiteza imbere kugirango ugere kubwisanzure bwo kubaho ubuzima wifuza.

Achani Samon Biaou: Ni ngombwa kumenya ko inkuru zacu zidatunganye kandi ko hari aho tuzaba indashyikirwa nabandi aho twashoboraga gukora neza.

Ntabwo mbona ko ntangaje, ariko ndizera ko buri wese afite ubushobozi bwo kugera kuntego ze. Kwishyiriraho intego no gufata ingamba zikenewe zo kubigeraho ni ngombwa. Ntugomba kuba indashyikirwa kugirango ubigereho, ariko ugomba kuba witeguye gushyira mubikorwa.

Olumide Ogunsanwo: FIREDOM = FI (Ubwigenge bwamafaranga) + RE (Ikiruhuko hakiri kare) + Ubwisanzure. Kuki ushaka umudendezo n'ubwigenge? Urashaka ubwigenge kugirango ubashe kubaho ubuzima bwawe bwite. Icyizere cyo kubaho, ukurikije igihugu urimo, kiri hagati ya 50 na 80. Igihe dufite kuri iyi si ni gito, none kuki utakoresha neza ubuzima bwawe bwuzuye kandi bushimishije?

Iyi nkuru ivuga neza neza - kubaho ubuzima wifuza, gukora ingaruka, kwinezeza, no gukora itandukaniro. Amafaranga ntabwo aricyo kintu cyonyine cyingenzi, ariko ni ngombwa kuko agushoboza gukora ibintu binini kandi byiza. Hatabayeho ihungabana ryamafaranga, amafaranga azahora atera impungenge mubuzima bwawe.

Twishimiye kubagezaho inkuru zacu muri iki gitabo. Numurimo wurukundo, kandi twizera ko bizagutera imbaraga kandi bigutera imbaraga zo guhindura ubuzima bwawe. Murakaza neza murugendo natwe!

2: Inkuru zo mu bwana n'amahame yo Kwizera & Kwigira

Olumide Ogunsanwo: Buri gice cyigitabo kivuga ibyiciro byubuzima kandi kizagaragaramo inkuru zacu bwite gikurikirwa nubushakashatsi bwimbitse bwamahame yigenga yubukungu.

Ubushakashatsi bwacu butangirana nubunarariribonye mu bwana, bugira uruhare runini muri kamere yacu, kwiyumvamo, kwihesha agaciro, kandi ibyo twizera ko bishoboka ko dushobora kubigeraho mubuzima.

Achani Samon Biaou: Nkunda ko duhereye ku nkuru zo mu bwana. Basomyi bababyeyi barashobora gusanga izi nkuru zifasha abana babo.

Olumide Ogunsanwo: Gutohoza ingaruka zubwana nabyo ni ingirakamaro kuri buriwese gusobanukirwa icyabazanye mubihe byabo ndetse nuburyo ibyo byababayeho kare bishobora kuba bikibareba muri iki gihe. Gusobanukirwa no kwemera ibyahise nintambwe yingenzi yo gutangira urugendo urwo arirwo rwose, ntabwo ari ubwigenge bwamafaranga gusa.

Tuzavuga kandi ku mahame yo kwiyizera no kwigira. Aya ni amahame remezo munzira yo kwigenga kumafaranga. Nuwuhe mwanya mwiza wo gutangirira igitabo kuruta gucengera mumitekerereze ya muntu?

2A: Amateka ya Olumide yo mu bwana

Achani Samon Biaou: Olumide, reka duhere ku bwana bwawe. Mbwira ibyo wibutse kera.

Olumide Ogunsanwo: Navutse hagati ya mirongo inani rwagati i Lagos, Nijeriya, Afurika y'Iburengerazuba. Navukiye mu muryango uringaniye hamwe nabandi bane tuvukana. Mfite bakuru banjye babiri na barumuna banjye babiri. Ndi hagati.

Data yari rwiyemezamirimo. Yari afite amazu menshi yo gukodesha, yakoraga ubucuruzi bwo gucapa impapuro, ubucuruzi bw'inguzanyo y'amafaranga, ndetse n'ubucuruzi bwinshi. Nanone yari umunyapolitiki kandi rimwe na rimwe yiyamamarizaga umwanya. Yakoze ibintu byinshi bitandukanye kandi yatojwe nkumunyamakuru akiri muto.

Mama yari umukozi wo mu rugo. Ariko igishimishije, igihe nari mfite imyaka 14 cyangwa 15, yasubiye mwishuri yiga amategeko none ubu ni umunyamategeko wa leta ya Lagos. Inkuru yukuntu yabaye umunyamategeko irashimishije. Yigaga amasomo ya nijoro igihe nigaga mu mashuri yisumbuye, kandi sinashoboraga kumva neza impamvu yagiye muri ibyo bibazo byose. Namubajije ibyerekeye, ambwira ko yavuye mu kazi ke muri banki kugira ngo atureze atekereza uko byari kugenda iyo atava ku kazi. Yavuze ko yabonye abanyamategeko kuri TV maze atekereza ko aricyo kintu yakora. Na we arabikora!

Achani Samon Biaou: Nibihe byakubayeho bwa mbere mubukungu cyangwa umudendezo?

Olumide Ogunsanwo: Data yari umutunzi wumuryango. Yari afite amafaranga yinjiza mu muryango kandi mama yari nyir'urugo. Data yari ashinzwe imari, kandi yahaye mama amafaranga yo gukora ibintu bitandukanye hirya no hino mu rugo, bivuze ko mama yasabaga data amafaranga kubintu bitandukanye.

Nabonye ko byagize ingaruka zidasanzwe mubucuti. Ndibuka ko narebye imikoranire nkibwira ko atari byiza kandi nkeneye kumenya neza ko ntigeze meze mubihe ngomba kujya kumuntu kumafaranga buri gihe. Irema umubano udasanzwe dinamike sinkeka ko aribyiza.

Yateye imbuto yo gusobanukirwa uburyo bitoroshye kubaza umuntu amafaranga buri gihe. Nari nzi neza ko ari ibintu ntigeze nshaka kubamo.

Achani Samon Biaou: Ndagerageza kwiyumvisha niba nari nzi iyo dinamike nkumwana, kuko nkumwana ujya gusaba abantu amafaranga. Urasaba abantu kubintu byose.

Olumide Ogunsanwo: Natekerezaga ko ari ibintu byiza cyane mu mibanire kuko ishyira umufasha umwe mu ntege nke. Biratandukanye rwose no kwigenga mubukungu. Ni umwe-umwe. Nibura akazi kawe gashingiye niba shobuja agukunda, niba raporo zawe nkawe, nibindi. Ibihe byababyeyi banjye byari bitandukanye kuko byari biterwa numuntu umwe kumafaranga.

Igihe nabonaga imbaraga mumibanire y'ababyeyi banjye, nahise menya ko ngomba kwirinda ibyo mubuzima bwanjye bwite. Iyo yari intangiriro nini yo gutekereza kumafaranga nicyo iguha mubuzima.

Achani Samon Biaou: Ndabona. Nyuma yigihe kingana iki nyuma yo gutera intambwe yambere iganisha ku bwigenge bwamafaranga? Ndashobora kwiyumvisha ko witegereje iyi dinamike ukabona ko udashaka kuba muri uyu mwanya mugihe kizaza. Ariko ntabwo byanze bikunze washoboye gukurikiza icyemezo cyawe. Ni ryari wigeze wumva ko wigenga?

Olumide Ogunsanwo: Aperture yanjye yari mike, uburyo natekerezaga kubwigenge kwari ukubona amafaranga menshi ashoboka. Natekereje ko ninkora neza mwishuri, nyuma nzabona akazi gahembwa neza. Ntibyari mu buryo butaziguye. Byari bijyanye no kwibanda kubanyeshuri.

Ntabwo navuga ko turi abakene cyangwa abakire. Birashoboka ko twari hagati yo kwinjiza amafaranga menshi ukurikije amahame ya Nigeriya. Kurugero, iyo mbajije papa cyangwa mama ikintu, ntabwo bahita bavuga yego. Bavuga oya cyangwa bakabaza impamvu nabikeneye. Ibi byanteye ibihe aho natangiye gutekereza gato kubijyanye nubukungu bwamafaranga.

Kimwe na Samon, Ndi Yoruba (umwe mu moko manini muri Nijeriya). Nkiri umwana, rimwe na rimwe najyanwaga mu birori bya Yoruba (iminsi y'amavuko, ubukwe, gushyingura) mpa amafaranga igihe nabyinaga. Niba wibuka igice cya mbere cyiki gitabo, kimwe mubyifuzo byanjye nyamukuru nukubyina. Nakundaga kubyina kandi nabonaga amafaranga (make). Nzi ko bisa nkibitangaje, ariko niko byari bimeze. Nari mfite ayo mafaranga ntangira gutekereza kubyo nshobora kubikora.

Ndibuka ko nabajije mama ibijyanye no gufungura konti muri banki. Mama yanjyanye kuri banki anshira kuri konte ya banki ifite igitabo gito cy'umuhondo. Nabitsa amafaranga nabonye mu kubyina ibirori. Nize kubyerekeye inyungu. Nubwo yari amafaranga make, yatangaga agaciro.

Achani Samon Biaou: Wari ufite imyaka ingahe?

Olumide Ogunsanwo: Icyampa nkibuka imyaka yanjye. Reka tuvuge ahantu hagati ya 7 na 11.

Nari mfite igitabo gito narebaga ngasoma amafaranga yabikijwe hamwe ninyungu zegeranyaga buhoro muri yo. Rimwe na rimwe, mama yangaga kunjyana muri banki kugira ngo mbike amafaranga kuko yari afite ipfunwe ry'amafaranga make nashakaga kubitsa.

Aha hashobora kuba ariho inyungu zanjye mumari yumuntu yaturutse. Cyangwa birashoboka ko mfite inyungu kavukire gusa mubukungu nubukungu. Icyo nzi cyo ni uko natangiye gushishikazwa no kumenya neza ko nzagira amafaranga mu gihe kizaza.

Achani Samon Biaou: Ibibazo bibiri:

1. Nigute wize ibijyanye nigitekerezo cya banki kandi wamenye ute ko ikoreshwa kubana?

2. Ni ubuhe burambe bwawe mu gukuramo no gukoresha amafaranga? Wari ukeneye ababyeyi bawe kujya muri banki?

Olumide Ogunsanwo: Birashoboka ko yari konti yo kubitsa kuko nashoboraga kujya kuri banki gusa na mama. Ababwira banki bandika muri passbook igihe cyose natanze kubitsa cyangwa kubikuza. Nashimishijwe n'igitekerezo cyo gushyira amafaranga kuri konte kandi nkagira inyungu.

Nkamwe nawe, natsinze amasomo, bivuze ko nshobora kwikuramo byinshi. Ndibuka ko umwarimu w'ibinyabuzima yambajije impamvu nishyira hejuru kandi nkizera cyane. Ntiyakunze imyifatire yanjye. Natangiye kumva ko, kubera ko nakoraga neza amasomo, nashoboraga kwikuramo byinshi. Gukora ibyo nshaka bisa nkibibi, ariko mubyukuri bifite aho bihuriye nibitekerezo byigenga kuko utangiye gutekereza hanze yisanduku kandi kure yumuryango rusange. Nari umutekamutwe, ariko muburyo bwiza. Ntabwo nigeze nkora ikintu cyasaze cyane.

Achani Samon Biaou: Birashimishije. Urashobora kutunyuza muburambe bwishuri ryibanze nayisumbuye? Nigute wumvikanye n'inshuti zawe? Ni iki inshuti zawe zakuvuzeho?

Olumide Ogunsanwo: Nagiye mu mashuri abanza mu ishuri ry'abana rya Grace kuva kuri zeru kugeza kuri bitanu cyangwa bitandatu. Ntabwo nibuka byinshi kuri ibyo. Hanyuma nimukiye mu ishuri ribanza rya Corona kuva mfite imyaka 5 cyangwa 6 kugeza 10. Ndibuka gukina siporo nyinshi. Buri munsi, ababyeyi banjye banjyanaga ku ishuri no ku ishuri. Usibye ibyo, nta masomo akomeye yo muri kiriya gihe afite akamaro.

Kuva mfite imyaka 10 kugeza 13, nagiye mu mashuri yisumbuye (nanone azwi ku izina ryisumbuye) muri King's College (KC), ryari ishuri ry'abahungu bose.

Achani Samon Biaou: Tubwire gato kuri KC, umusomyi agomba kumenya iki kuri yo?

Olumide Ogunsanwo: Kubireba, data yagiye muri KC muri 60 na 70 mugihe yari rimwe mumashuri meza muri Nijeriya. Ubu ni leta iyobowe na shitani. Ibyumba by'ishuri byubatswe mbere kubantu 20, ariko nari mfite abantu 80 kugeza 100 mubyiciro byanjye kuburyo ibyabaye byari: abahungu uko ijisho ribibona, bamwe bari babi, bamwe bari umwanda, bashonje, urabyita. Byari nkiburengerazuba.

Nubwo ibyo bibazo remezo, KC yari ifite abana bafite ubwenge. Kuri Corona Elementary, ubusanzwe nari uwambere cyangwa uwakabiri mwishuri ryanjye mbere yo kwimukira muri KC. Ariko, muri KC, ubusanzwe naje kumwanya wa gatatu cyangwa kane.

Ndibuka uyu musore ubusanzwe washyizwe kumwanya wa mbere. Ntiyari intangarugero, ntabwo yigeze abaza ibibazo cyangwa ngo yitabe amasomo. Nasanze ibi bishimishije. Gufata ubuzima bwumuntu no gukurikirana intego zawe birashobora kuganisha ku ntsinzi, ntakibazo. Iri somo ryagaragaye neza mubyambayeho nkuko namenye ko tutitaye kubintu byo hanze, kwiyemeza kugiti cyawe bishobora gutsinda ibihe byose. Iki cyari ikintu cyiza cyane kuva igihe cyanjye.

Achani Samon Biaou: Abanyeshuri mwigana bari bameze bate?

Olumide Ogunsanwo: Kuganira nabantu bose batandukanye byamfashije kumenya ko abanyeshuri twiganaga baturutse mubukungu butandukanye. KC yari ifite ijanisha ryinshi ryabanyeshuri bo mumiryango iciriritse. Nyuma ya KC, nimukiye mu ishuri ryanjye rya kabiri ryisumbuye, Atlantike Hall (AHall), ryari ishuri ryakoranye aho namaze igice cya kabiri cy'amashuri yisumbuye (kuva ku myaka 13 kugeza 16).

AHall yari ifite umubare munini wabanyeshuri bakize ugereranije na KC. Muri AHall, nibanze kubanyeshuri kuko natekerezaga ko ibyo byamfasha kubona akazi keza mugihe kizaza, bikazana amafaranga menshi.

Achani Samon Biaou: Nigute ibi byose bigira uruhare mubwisanzure cyangwa ubwigenge bwamafaranga?

Olumide Ogunsanwo: Natangiye kuba abantu badahuje ibitekerezo. Nakoraga ibintu mu bwigenge kuko nakoraga neza mu masomo. Nari mfite imodoka kandi nashoboraga gutwara no kugenda mu bwisanzure.

Achani Samon Biaou: Ufite imyaka ingahe?

Olumide Ogunsanwo: Nize gutwara imodoka mfite imyaka 15 byari byiza kurangiza amashuri yisumbuye. Yari imodoka y'ababyeyi banjye [Smile]. Ababyeyi banjye ntibigeze batanga. Ahanini banyemerera gukora ibyo nashakaga. Nashoboraga gusohoka igihe cyose nshakiye. Numvaga mfite umudendezo wuzuye wo gukora icyo nshaka cyose, kandi nta mbogamizi nababyeyi banjye.

Sinzi impamvu ababyeyi banjye bareze muri ubwo buryo, mvugishije ukuri, ariko byaragaragaye ko nshobora gukora icyo nshaka cyose, kandi narabikunze gutya.

Achani Samon Biaou: Nibyiza. Numvise inshuti za Olumide akiri umwana ko akora cyane kandi ko ari umuntu wibanze cyane kandi ukomeye.

Olumide Ogunsanwo: Birashimishije! Nukuri, nakoze cyane kandi narabikunze. Nize byinshi kandi narabyishimiye. Ubusanzwe nabaye uwambere mubibare namasomo yimibare yateye imbere. Byari byiza. Abantu bamwe bahatiwe nababyeyi babo kwibanda kubanyeshuri. Nari umuntu wize. Nakunze iryo shyano. Ndacyakunda ayo mafuti. Ishyaka ryanjye mu myigire ryinjiye mu nyungu zanjye zitandukanye uyu munsi. Impamvu yanjye yari imbere kandi imbere.

Achani Samon Biaou: Olumide yansobanuriye ko akomeye. Umuntu washyira amaso kukintu runaka agakora cyane kugirango abigereho. Ninkuru ya laser yibanda kumigambi.

Olumide Ogunsanwo: Yego, Nakwisobanura ko ndi indero nziza, itunganijwe cyane, ishishikajwe cyane, kandi yibanze.

Nakwisobanura ko nkomeye? Sinzi. Ugereranije n'abantu benshi, yego. Ariko sinzi niba nakoresha ijambo rikomeye - Ndibuka ko nibanze kumasomo, nshaka kuba mwiza. Mubisanzwe, niba koko ushaka kuba mwiza, burigihe burigihe urangiza kuba mwiza.

Abantu benshi ntibabyitayeho nkanjye. Bafite ibindi bashyira imbere nkabana. Nkumwana nari nzi icyo nshaka, ndasohoka ndakibona. Ikintu kimwe nkumuntu mukuru.

Achani Samon Biaou: Niki kintu wifuzaga ko wiga kubyerekeye imari cyangwa umudendezo muri iyo myaka?

Olumide Ogunsanwo: Byari kuba byiza iyo ababyeyi banjye bavugana nanjye kubyerekeye imari yumuntu ku giti cye. Sinzi niba naba narateze amatwi, sinzi niba byari kugira icyo bihindura, ariko byari kuba byiza. Nkuko uzanyumva mvuga amateka yanjye nyuma, hafi ya byose nzi kubijyanye namafaranga yumuntu yarigishijwe wenyine.

Nabwirijwe gutangirana nibyingenzi: Nigute nashiraho bije? Nigute nakongera amafaranga yanjye? Nigute namenya amafaranga yanjye? Nigute isoko ryimigabane rikora? Nigute nshora imari? Byari koroha gato iyaba ababyeyi banjye baranyigishije bimwe muribi, ariko simbashinja kuko nabo ntibari bazi byinshi kuri ibyo bintu.

Ndabivuze ntashidikanya kuko sinzi neza ko wiga ibintu niba udashaka kubona amakuru. Abantu bamwe babona amakuru, ariko ntibabyemera kuko batiteguye kandi bafite ubushake bwo guhindura. Sinzi niba nari kwemera inyigisho zose ababyeyi banjye bampaye icyo gihe.

Achani Samon Biaou: Ahari gushaka ubumenyi wenyine nibyo bifasha kwiga rwose. Ukurikije inyigisho yuburezi, kwiga uburambe nuburyo bwiza cyane bwo kwiga. Niyo mpamvu kubwirwa gusa ikintu kidahoraho mugihe kirekire. Nkabantu, twubaka cyane ubumenyi aho kubyakira gusa.

Olumide Ogunsanwo: Birashimishije. Mubyukuri, ntabwo nigeze ngira intangarugero. Ubusanzwe nari intangarugero, bivuze ko nagombaga kwishakira ibintu ubwanjye.

Reka nguhe urugero. Nsubiye mumashuri yisumbuye, natsindiye amanota menshi mumasomo menshi yimibare na siyanse. Nta wundi muntu wareba hejuru, nagombaga kwishingikiriza kuri njye kugirango ntsinde. Iyi mitekereze yo kwigira yabanye nanjye kuva mu bwana, nkuko nahoraga nkunda guhitamo ibintu mu bwigenge aho gushaka ubuyobozi kubandi.

Achani Samon Biaou: Nigute icyitegererezo cyakuhindura?

Olumide Ogunsanwo: Ingaruka zo guhura numuntu biterwa nuko nahuye. Niba twaramenyekanye nundi muntu cyangwa niba baranyiyerekejeho, birashoboka ko bitari kugira ingaruka nyinshi. Ariko, iyo mbavumbuye nkoresheje ubushakashatsi nubushakashatsi, nashishikajwe no kuvugana nabo.

Ntabwo ari ukubera ko nshaka gukurikira inzira zabo nkumukurikira, ariko kugirango nsobanukirwe inzira yabo yo gufata ibyemezo nibisobanuro hamwe nubucuruzi bugira uruhare mubuzima bwabo.

Icyitegererezo ni ugusebanya. Kuzuza ntabwo biva mu kwigana ibikorwa byabandi bantu, ahubwo biva kubuzima bwawe bwite. Kwandukura abandi bifite inenge kuberako utazirikana indangagaciro zawe, intego zawe, ibyo ukunda, ninyungu zawe, zishobora kugutera nabi kuruta mugihe wagerageje kumenya ibintu wenyine.

Achani Samon Biaou: Birashimishije. Iyi izaba insanganyamatsiko igaruka: ntugerageze kwigana undi, nubwo yaba akomeye. Nturi mu birenge byabo. Ahubwo, ihatire kumenya icyo ubukuru bushobora gusobanura kuri wewe. Mubikorwa, wige byinshi ushoboye kubyerekeye isi, ufite intego yihariye yo kwiyumvisha neza wowe ubwawe. Nshobora kubivuga muri make mubice bibiri byinama:

Ubwa mbere, komeza amatsiko kubintu birenze urugero rwawe.

Icya kabiri, witange kugirango uhore utezimbere ibihangano byawe ukoresheje imyitozo nkana.

Olumide Ogunsanwo: Jim Rohn, umuyobozi uzwi cyane mu iterambere ry'umuntu ku giti cye, yagize ubwenge ati: "Ntukabe umuyoboke. Ba umunyeshuri." Muyandi magambo, wigire kubantu, ntukurikire gusa. Kuba umunyeshuri bisobanura kwishora mubuzima, hamwe nubushake bwo kubaza no guhangana nibitekerezo.

Achani Samon Biaou: Ndabikunda.

Olumide Ogunsanwo: Ayo magambo arakomeye. Imitekerereze yabanyeshuri irakomeye kuruta imitekerereze yabakurikira. Imitekerereze y'abanyeshuri iriga, kandi imitekerereze y'abayoboke irigana. Nkunda ayo magambo.

2B: Amateka yo mu bwana bwa Samon

Olumide Ogunsanwo: Igihe kirageze cyo kwiga byinshi kubyerekeye ubwana bwa Samon. Samon, ushobora kuduha contexte kubyerekeye ibidukikije wakuriyemo?

Achani Samon Biaou: Nakuriye mubidukikije cyane. Navukiye mu muryango wo hejuru wo mu cyiciro cyo hagati mu cyaro. Umujyi mvukamo ni Kandi mu gihugu gito cya Afurika y'Iburengerazuba cya Bénin. Abaturage ba Kandi icyo gihe ntibari munsi y 100.000. Data yakoraga ubucuruzi butandukanye kandi yari umunyapolitiki wubahwa mu gihugu.

Nkiri umwana, naganiriye na bamwe mubantu bakennye cyane muri Bénin. Twakinaga mu mukungugu, rimwe na rimwe kure cyane y'urugo rw'ababyeyi. Nta ntera yari hagati yanjye n'abana bakennye cyane muri uwo mujyi. Ntacyo nashakaga, ariko sinakuze nangiritse.

Olumide Ogunsanwo: Kuki watangiriye kuri kiriya gice cyinkuru? Ni ukubera ko wumva ko so hamwe nibidukikije byihariye byakugizeho ingaruka?

Achani Samon Biaou: Yego, itandukaniro ryo gukura mubyiciro bitandukanye byubukungu nubukungu byatumye noroherwa no gusabana nabantu bingeri zose. Ibi birashoboka ko nahinduye imyumvire yubwigenge bwamafaranga nyuma yubuzima. Nari nzi icyo kuba umukene kuko inshuti zanjye nyinshi zari abakene.

Ntibyari bimenyerewe ko abana bamwe babura aho bakinira iminsi mike kuko ababyeyi babo bari barwaye kandi bakeneye kubitaho. Ubwa mbere, sinashoboraga kumva impamvu batagiye mubitaro gusa. Ariko, nyuma naje kumenya ko ababyeyi ba benshi mu nshuti zanjye badashobora kwivuza kandi bashingiye ku miti yo mu rugo kugira ngo bahangane n'indwara zikomeye. Mu gihe ibintu nk'ibi bitari byigeze byumvikana mu muryango wanjye, naje kubona ko ari ukuri ku yindi miryango myinshi. Nasobanukiwe ko abantu bamwe bahuye nubukungu kuburyo ubuzima bwabo bwari mukaga, nyamara bakoze ibishoboka byose kugirango bahangane nibibazo.

Olumide Ogunsanwo: Ibyo birashimishije. Wagize amahirwe yo kwibonera ibyo utiriwe ugira ingaruka.

Achani Samon Biaou: Nibyo, hamwe nimiryango yinshuti zanjye, numvise uburyo kubura amafaranga bigabanya abantu. Numuryango wanjye bwite, numvise ko ubutunzi butagomba gusobanura ibirenze.

Kimwe mubyo nibuka kera ni ukumva mfite umudendezo ukomeye mubwana bwanjye. Nabaye indashyikirwa mu ishuri kandi nishimira umudendezo mwinshi, ku buryo nari nzi icyo bisobanura kubohoka nkiri muto. Igihe nari mfite imyaka icyenda, nabwiye ababyeyi banjye ko nifuza kwiga i Cotonou, umurwa mukuru wa Repubulika ya Benin. Ababyeyi banjye bari bafite amatsiko kandi bahangayitse bambaza impamvu nashakaga kuhakorera. Ntabwo bahise barwanya igitekerezo nkuko ubitekereza. Ubundi se, ni kangahe umwana w'imyaka icyenda asaba kwiga mu wundi mujyi?

Olumide Ogunsanwo: Wavuze ko ufite umudendezo mwinshi nkumwana. Wifuzaga kujya muri Cotonou kuko washakaga umudendezo mwinshi?

Achani Samon Biaou: Ntabwo navuye mu rugo gushaka umudendezo mwinshi; Nari maze kumva nisanzuye, niyo mpamvu nizeraga ko nshobora kwihitiramo. Nashimishijwe na Cotonou, umurwa mukuru, nyuma yuko inshuti yanjye magara kuva Kandi yabwiraga inkuru zayo mugihe yasuye icyi ngarukamwaka. Nashakaga kwibonera aho ngaho ubwanjye.

Mu ikubitiro, ababyeyi banjye ntibigeze banga icyo gitekerezo, ariko bansabye gutegereza kugeza igihe nzaba mukuru. Nababajwe nigisubizo cyabo, numva batambonye nkumuntu ufite inshingano cyangwa ukuze. Iyo usubije amaso inyuma, byari byumvikana ko batinya kwizera umwana muto ufite icyemezo gikomeye.

Ababyeyi banjye banze kwemera kwimuka kwanjye byarakaje, kandi niyemeje kubereka ko ndi serieux. Amaherezo, papa wafashe ibyemezo mu izina ry'ababyeyi bombi, yampaye uruhushya nyuma yo gukora inzara y'umunsi umwe.

Olumide Ogunsanwo: Inzara yumunsi umwe isa nkaho idakora [Urwenya].

Achani Samon Biaou: Nyuma yibyabaye, ababyeyi banjye bamenye ko ntakiri umwana. Nababajije byimazeyo niba nshobora kwimukira mu wundi mujyi, nkuko umwana w'imyaka 18 ashobora gusaba uruhushya rwo kujya mu isomero. Nari nzi igitekerezo cyubukene, ubukene, no gutandukanya kutaba umukene. Nari numvise bikomeye umudendezo wanjye, kandi sinshobora kwibuka igihe mubuzima bwanjye igihe numvaga ntisanzuye.

Olumide Ogunsanwo: Abagize umuryango wawe bavuganye amafaranga cyangwa umudendezo?

Achani Samon Biaou: Nta kiganiro cyigeze kijyanye n'izabukuru n'ubwigenge bw'amafaranga. Ababyeyi banjye bari ba rwiyemezamirimo; nta kiruhuko cy'izabukuru kuri buri.

Olumide Ogunsanwo: Ndabona. Hariho ubundi bunararibonye bwabana bato bwagize ingaruka kumyumvire yawe yubwisanzure no / cyangwa ubwigenge bwamafaranga?

Achani Samon Biaou: Hariho izindi nkuru ebyiri nshaka kubagezaho kubyerekeye amatsiko atagira umupaka nindi yerekeye kuba umucungamari wa data. Reka duhere kumatsiko atagira umupaka. Nari umwana mubi.

Olumide Ogunsanwo: Byatewe nuko wakoze neza kwishuri?

Achani Samon Biaou: Yego, Nafatwaga nkumwana "mubi" kubera amatsiko nifuzaga gukora ubushakashatsi kubintu byari bibujijwe cyangwa bibonwa ko bidakwiye. Nubwo byari bimeze bityo ariko, natsinze neza mu ishuri, kandi amasomo yanjye yangiriye neza. Kurugero, mugihe bashiki banjye babujijwe kugira abashyitsi babagabo, nashishikajwe no gusobanukirwa nimpamvu yabyo. Nkumuhungu ubana na bashiki banjye, sinashoboraga kumva impamvu abandi bahungu babonwaga nkutifuzwa. Byatewe nuko batitwaye neza mumashuri? Mu buryo nk'ubwo, nakundaga gucengera no gusoma ibinyamakuru bya data adahari kugira ngo numve impamvu byari ngombwa kuri we.

Olumide Ogunsanwo: Aya matsiko karemano yaturutse he?

Achani Samon Biaou: Iva ahantu habiri. Ubwa mbere, bifitanye isano niki gitekerezo cyubwisanzure. Ntabwo nabujijwe mugihe cyo gushakisha ibintu bishya; niba nashakaga kwiga kubintu runaka, narabikurikiranye ntazuyaje. Kuva nkiri muto cyane, sinigeze numva ko nkeneye guhuza cyangwa kugenzura ubwanjye. Niba amatsiko yanjye yaranyoboye kubintu, nabikurikiza. Icya kabiri, kurambirwa byagize uruhare mu myitwarire yanjye. Nkuko akazi k'ishuri kanyoroheye, nasanze mfite umwanya wubusa kandi nifuza kwishyiriraho imipaka. Aho guta igihe cyanjye, nashakishije ibibazo bishya byankangura ubwenge kandi bikamfasha guteza imbere ubumenyi bushya.

Olumide Ogunsanwo: Ibiranga amatsiko, kudahuza, ibitekerezo byigenga, n'ubushake bwo gucukumbura inzira zitandukanye akenshi biganisha ku nyungu nyinshi zo kugera ku bwigenge bw'amafaranga n'ubwisanzure. Iyo umuntu atekereje hanze yagasanduku, yugururiwe ubunararibonye bushya, kandi adahuye nibisanzwe, birashoboka cyane ko yashakisha inzira zindi. Ubwigenge bwamafaranga nimwe muburyo busanzwe kumirimo isanzwe 9-5 kugeza ikiruhuko cyiza kuri 60-70. Uhereye ku nkuru yawe, birasa nkaho izo mico zishobora kuba zaragize uruhare mubyifuzo byawe byo guhitamo amahitamo adasanzwe.

Achani Samon Biaou: Ndemeranya nawe. Mfite imyaka icyenda, nujuje icyifuzo cyanjye cyo kwimukira i Cotonou, umurwa mukuru, aho nagumanye na nyirasenge. Yakundaga kuba kure, akansiga hamwe na marume babiri bato bato kugira ngo twirinde. Ubunararibonye bwaduhaye buri wese amahirwe yo kwigenga no kuyobora ubuzima bwacu. Kuba muri Cotonou byampaye amashuri yubukungu. Bitandukanye nigihe nabanaga nababyeyi kandi ntagomba gucunga amafaranga, ubu nagombaga guteganya amafaranga nkoresha ibiryo kuko nacungaga amafaranga yanjye ("P&L").

Olumide Ogunsanwo: Ntabwo wari ufite P&L. Wagize igihombo gusa.

Achani Samon Biaou: [Smile] Nari mfite amafaranga. Igihe nimukiye i Cotonou mfite imyaka 11, ababyeyi banjye banyohshereje amafaranga yo kwishyura amafaranga yanjye. Nasabye ko amafaranga yanyoherereza mu buryo butaziguye aho kuba nyirasenge ubusanzwe yari kure. Kubera ko nari umwana muto kandi sinshobora kujya muri banki wenyine, nahisemo kwakira amafaranga mumafaranga. Nize guteganya ukwezi kose, ntegura nitonze igihe cyo gukoresha amafaranga nigihe cyo kuzigama. Natsimbataje kumva neza inshingano kandi numvise akamaro ko kubura amafaranga.

Olumide Ogunsanwo: Ibi byabaye kuva kumyaka 11 kugeza 14?

Achani Samon Biaou: Ikosore.

Olumide Ogunsanwo: Ntabwo bitangaje kubona ubwo bunararibonye akiri muto. Mubisanzwe abantu ntibafite uburambe kugeza igihe bagiye muri kaminuza. Ibyo ni muto rwose, ugereranije. Ni ubuhe bundi bunararibonye bwo mu bwana bwaguteguriye kwigenga mu bijyanye n'amafaranga?

Achani Samon Biaou: Igihe nari mfite imyaka irindwi, nabaye umucungamari wa data.

Olumide Ogunsanwo: Ibyo birasekeje. Wari usanzwe uzi imibare igezweho.

Achani Samon Biaou: Natangiye kwiga amashuri abanza mfite imyaka ine, nubwo bitemewe. Sinshobora kwibuka uburyo twashoboye kurenga imyaka isabwa.

Olumide Ogunsanwo: Ndashobora kukubwira uko wabikoze. So yari azi umusore uzi umusore uzi umusore. Nguko uko byagenze.

Achani Samon Biaou: [Smile] Birashoboka. Birashoboka ko ntari nzi izo dinamike muri kiriya gihe. Twari dufite imigati minini yatangaga umujyi wose. Mubice byinshingano zanjye, nakoraga ibitabo byibitabo nijoro. Twari dufite abadandaza benshi bazahagera kare mugitondo kugirango batore ibarura ryabo baguettes magana. Nyuma yo kugurisha ibicuruzwa byabo, basubiraga nijoro kugirango babone konti zabo. Kugira ngo dukurikirane ibyo twinjiza (ifu, umusemburo, lisansi, n'ibindi) n'ibisohoka (umubare wa baguettes wahawe buri mucuruzi), papa yakoresheje ikaye y'impapuro yari yubatswe nk'inyungu n'igihombo. Tugomba kugwiza ingano kubiciro byigi-ciro kuri buri mucuruzi no kongeramo byose hejuru. Rimwe na rimwe, abadandaza baba bafite ibirarane, byagombaga gushingirwaho kugirango ba-menye umubare wanyuma ugomba kwishyurwa.

Kuringaniza ibitabo, papa yakoreshaga calculatrice kugirango yongere ibyanditswe. Ariko, kubera ko nari nzi neza imibare, nasabye ko nshobora kubara byose mubitekerezo. Natangiye ntanga kuba calculatrice ya papa, nkora ibingana nka 75 inshuro 1243 na 75 inshuro 419. Kwishuri, nari nkiga kwigwizaho ibintu inshuro 5 inshuro 5 na 4 9. Amaherezo, natanze gufata P&L ubuyobozi rwose. Papa yabanje gushidikanya, ariko yaje kwemera ko ngerageza.

Mu buryo butunguranye, nasanze ndi mubihe abadandaza bakuze, b'inararibonye baza baza bakemura ibibazo byabo. Nababaza umubare ban-gahe bagurishije uwo munsi kandi ngenzura vuba nimero zabo ukurikije in-yandiko zacu. Hamwe nimibare yo mumutwe, nashoboraga kubara impirim-banyi zabo zanyuma.

Olumide Ogunsanwo: (Aseka) Wakangishije, uburyo bwa mafioso, ku-vunika amaguru niba batishyuye? Niko byagenze?

Achani Samon Biaou: [Aseka] Nibyiza, ntabwo aribyo, ariko hariho ubwenge bwinshi bwamarangamutima burimo. Nize uburyo data yakoranye n'abacuruzi. Kurugero, hari umudamu umwe wasangaga arwanira gucunga imari ye, buri gihe atanga urwitwazo rwo gutinda kwishyura cyangwa kuba mu ideni. Yagaya ibintu nkimodoka irengana isuka amazi kumiseke ye, bikaviramo ibicuruzwa byangiritse adashobora kugurisha, agasaba kwishyura mubice bito mumezi menshi. Mugihe ibyo bintu bishobora kubaho ku muntu uwo ari we wese, hamwe na we, wasangaga ikintu cyangwa ikindi cyahoraga kibi. Agezeyo, nari nzi ko ari byiza kureka ibinezeza no kwibanda ku mibare: "Udufitiye CFA 80.750." Ubu buryo bwaciwe n'ibibazo bye n'urwitwazo.

Nyuma yigihe, nagize imyumvire yo gusoma imyifatire yabacuruzi kandi niga uburyo bwo gukemura ibiganiro bitoroshye nkoresheje indamutso ikwiye hamwe n'ibiganiro bito kugirango ntegure kandi nkwirakwize amakimbirane. Igihe nari mfite imyaka 7 cyangwa 8, nari maze gukusanya ubwishyu, nkurikirana uwadufitiye amafaranga, kandi nkayobora uruhande rutanga ubucuruzi nkurikirana imikoreshereze y'ibarura.

Olumide Ogunsanwo: Yego, wagize byinshi uhura nubukungu nubuyobozi bwimari nibindi bintu byose ukiri muto. Ntibisanzwe.

Achani Samon Biaou: Nari numvise neza icyo bisobanura kugira amafaranga asagutse no gukora ubucuruzi. Ndetse nkiri umwana, nasobanukiwe igitekerezo cyo guta agaciro mugihe papa yazamuye igiciro cya baguette, kuko numvaga ingaruka zibiciro byifu. Nari mfite urwego rwo hejuru rwo kumenya no gusobanukirwa ibi bitekerezo nkiri muto.

Olumide Ogunsanwo: Birashimishije kumenya ko wungutse uburambe haba mubucuruzi bwubucuruzi ndetse n'imari yumuntu ukiri muto. Ubunararibonye bwawe bwo gucunga P&L yawe uhereye ku nkuru ibanziriza iyi, hamwe no kureba uko imikoranire ya so n'abacuruzi, yaguhaye uburyo bwiza bwo kubona amafaranga mubice bifitanye isano ariko bitandukanye. Mugihe imari yubucuruzi nubukungu bwumuntu bidasa, hariho amasomo yingirakamaro ashobora kwimurwa hagati yabo. Biratangaje kubona wagize amahirwe yo kunguka uburambe mbere yimyaka 13.

Achani Samon Biaou: Uburambe bwubukungu bwubucuruzi bwangaragarije isi yumutungo utimukanwa nkiri muto. Inzu yacu yari iherereye kumuhanda munini w'isoko, kandi twakodeshaga amazu kubacuruzi. Kubera ko nari nzi ko bishyura ubukode buri kwezi kandi ko rimwe na rimwe hari amafaranga yo gusana, nakoresheje inyungu n'igihombo bivuye mu bucuruzi bw'imigati kugira ngo mbare inyungu y'ubucuruzi bwacu bukodeshwa. Nagize amatsiko yo kumenya inyungu abacuruzi bo mu iduka bunguka n'amafaranga yinjiza twafataga mu gukodesha amaduka kuri bo.

Ndibuka ko twaganiriye na data ibyavuye mu bushakashatsi ku isoko. "Nakoze ubushakashatsi hirya no hino mu mujyi, nsanga ba nyir'inzu bari hejuru y'umuhanda batwishyuriraga ubukode nk'ubwo. Icyakora, aho turi ni heza cyane, bityo rero tugomba kwishyuza byinshi." Data yambazaga uko nabonye ayo makuru, nkansobanurira ko nagize inshuti n'umuhungu cyangwa umukobwa wa ba nyir'inzu cyangwa nkumva ikiganiro.

Rimwe na rimwe, data yasangiraga andi makuru, "Uyu mucuruzi yishyura make kubera ko yakodeshaga neza, ariko ubucuruzi bwe ntibukora neza, kandi ntashobora kwishyura menshi." Binyuze muri ibyo biganiro, nabonye ibintu byinshi bijyanye nubucuruzi nkiri muto.

Olumide Ogunsanwo: Byari byiza! Ni ayahe masomo y'ingenzi wize mu bwana bwawe bwambere wifuza kuvuga muri make?

Achani Samon Biaou: Hano hari amasomo make:

1. Nize imbogamizi zo kutagira amafaranga binyuze mumikoranire ninshuti zanjye mumiryango ikennye.

2. Nahuye nubukungu nubucuruzi hakiri kare kuko nari umucungamari wa data.

3. Nahuye nubukungu bwumuntu, kwiyobora, mubyukuri nkoresha amafaranga yanjye kure y'ababyeyi banjye mfite imyaka 11.

Igishimishije, abateye imbere baza kare kuko nateraga inkunga ubucuruzi mbere yuko menya ibijyanye nubukungu.

Olumide Ogunsanwo: Niki wifuza ko wamenya cyangwa wakoze ukundi ukiri umwana mbere yuko ujya muri kaminuza?

Achani Samon Biaou: Icyampa nkaba narahuye nibidukikije bikora neza aho ntari buri gihe gutsinda. Kugaragaza igitekerezo cyanjye, dore urugero. Mu mujyi wanjye w'amavuko, ntabwo nigeze mpagarika amasomo kandi nahoraga ku mwanya wa mbere mu ishuri ryanjye. Ngeze i Cotonou, undi muhungu - waje kuba inshuti nziza - yari umunyeshuri wiganje. Yakundaga cyane kandi yibanze, mugihe nakinaga igihe kinini.

Olumide Ogunsanwo: [Smile] Ukunda impundu nziza.

Achani Samon Biaou: [Smile] Yego, nakunze impundu nziza, mugihe yari akomeye.

Naje mvuye mu cyaro ntagaragara cyane, mugihe yari afite ibitabo byinshi, harimo n'ibikorwa byanditswe na Voltaire, umwanditsi w'igifaransa uzwi cyane.

Se yari minisitiri wa guverinoma, mu gihe data yari rwiyemezamirimo wiyemeje cyane kugira uruhare mu baturage.

Imibereho yacu yari itandukanye cyane, hamwe na we yabaga afite imodoka n'umushoferi kugira ngo azenguruke umujyi, mu gihe nagombaga kwishingikiriza kuri moto yanjye no kuyobora umuhanda ubwanjye.

Amanota ye muri rusange hamwe n'abuzukuru ku giti cyabo mu masomo menshi yari hejuru yanjye. Yari mwiza cyane mubintu byinshi kandi bikomeye muri rusange.

Nari indashyikirwa kandi hejuru ye mu mibare na fiziki, ariko yakoze neza mu masomo nk'igifaransa n'amateka. Yari azi amagambo yubwoko bwose kandi azatsinda amanota menshi mubizamini byigifaransa. Ntabwo nigeze mpura nibyinshi muribyo bikurira mucyaro.

Olumide Ogunsanwo: Imikorere muburyo bumwe bwamasomo ifitanye isano cyane no kwerekana.

Achani Samon Biaou: Mubyukuri. Nibwo bwa mbere namenye ko nta busobanuro mfite.

Olumide Ogunsanwo: Oh wow. Kuki ukoresha ijambo rikomeye, "kutagira ubusobanuro"?

Achani Samon Biaou: Naje ku mwanya wa kabiri gusa igihe nari mu cyaro, ku buryo numvise ndakaye cyane. Nabajije niba ntangiye kunyerera n'impamvu ntashoboye kugumana umwanya wo hejuru.

Olumide Ogunsanwo: Nkumwana, ushyira ego nyinshi muburyo bwiza. Ego yawe yari ifatanye nibyo. Nibyo uvuga?

Achani Samon Biaou: Sinzi niba nabyita.

Olumide Ogunsanwo: Ntushaka kubyemera, ariko birasa. Niyo mpamvu wababajwe.

Achani Samon Biaou: Numvaga nkwiye kuba narateganije kandi ngakora ibikenewe byose kugirango dushyizwe imbere. Disiki yanjye yo kuba iya mbere ntabwo yatewe imbaraga no kwigereranya n'abandi, ahubwo ni icyifuzo cyanjye bwite cyo kuba indashyikirwa.

Olumide Ogunsanwo: Ndabyumva. Ntabwo byari bifitanye isano nabandi bantu. Nanjye nashishikarijwe imbere kuba indashyikirwa ntitaye kubikorwa byabandi. Ntabwo byari nkibisubizo byo kwigereranya nabandi bantu.

Achani Samon Biaou: Nyuma yicyiciro cya mbere cyibizamini. Nashy-izwe ku mwanya wa kabiri. Yiganje mubintu byose bitari Imibare na Fizika. Byari ukanguka kuri njye kuko nabonye ko gutsinda mu gifaransa atari ik-ibazo cyubushake gusa; Nari nkeneye gushyiramo ingufu kugirango nite-gure. Uyu munyeshuri wundi yerekanye amakosa yanjye nudusembwa, num-va ndakaye igihe gito. Nagerageje gushyira mu gaciro imikorere yanjye yo hasi nkoresheje urwitwazo rw'ubwoko bwose, nka "ni umuhungu wa Minisi-tiri w'igihugu, birumvikana rero ko abona ayo mafaranga yose ku buntu."

Mu gihe gito, ntabwo namukunze, kandi nasanze ari umunyamahane kandi uhagaze neza.

Olumide Ogunsanwo: Ntiyakinnye bihagije.

Achani Samon Biaou: Yego, ntabwo yakinnye na gato. Nabwira inshuti zanjye: "Ntabwo ari umwana mwiza."

Amaherezo, nasanze narimo kuba inkweto. Ibintu byari intego zose nari nkeneye. Nagiye mu iduka ry'ibitabo nkoresha kimwe cya kabiri cy'ama-faranga yanjye ya buri kwezi yo kugura ibitabo byose by'ibitabo by'Aba-faransa nashoboraga kubona. Kugira ngo mbone ubushobozi, nasibye ifun-guro rimwe kumunsi sinabwira ababyeyi banjye.

Olumide Ogunsanwo: Watangiye indyo nshya yinzara? (Aseka)

Achani Samon Biaou: Yego. Naje gufata umwanzuro ko ntari nkeneye kwiga imibare na fiziki cyane. Ahubwo, nasomye ibitabo byubuvanganzo ni-ga amagambo mashya. Mugihe cyumwaka umwe, nagiye inyuma yubuvan-ganzo njya kurushanwa. Kimwe n'amateka. Igihe cyanjye cyibiruhuko cyose mbere yumwaka muto niga. Nakoze cyane kandi niteguye kumujanjagura ngarutse i Cotonou.

Olumide Ogunsanwo: Wari ukomeye.

Achani Samon Biaou: Imbaraga zanjye zatewe no kumva ko ntishoboye. Sinabura kwibaza niba nshoboye ibirenze ibyo nakoraga ubu. Igihe nasubiraga ku ishuri nyuma y'ikiruhuko cy'impeshyi, natangajwe no ku-menya ko umunywanyi wanjye ukomeye yimukiye mu ishuri ry'Abafaransa muri Bénin byari kumworohera nyuma yo kwimukira muri kaminuza mu Bu-faransa. Kuri njye, numvaga yarahunze.

Nsangiye iyi nkuru kugirango ngaragaze icyifuzo cyanjye cyo gukikizwa nabantu bitwaye neza, kabone niyo baba atari amasomo amwe nakoze neza.

Icyampa nkaba narahuye nabantu nkabo nkiri muto. Nsubije amaso inyuma, mbona imyaka yanjye mumyaka yo mucyaro ishobora kuba impfabusa kuko nari nkikijwe nabanyeshuri twigana gusa kandi sinabonaga nabanyeshuri bitwaye neza.

Tekereza niba nagize amahirwe yo guhura numuntu umeze nka Bill Gates nkiri muto.

Olumide Ogunsanwo: Itandukaniro ubu ni Internet. Abantu bafite ako kanya, nubwo waba mwiza kwisi. Twakuze mbere ya mudasobwa na interineti byari ikintu rwose. Niba urimo gusoma ibi, biroroshye kuri wewe.

Achani Samon Biaou: Nize isomo ryingirakamaro ryazanye urwego rwubububabare. Ndicuza kuba ntarahuye n'inshuti yanjye mbere, birashoboka ndetse no mugihe cyanjye mumajyaruguru. Iyo nza kumubona vuba, nshobora kuba narushijeho gushimishwa nigifaransa na geografiya mubuzima.

Ubu ndumva ko iyo mbaye umuhanga mukarere runaka, biroroshye gutakaza amaso yo gukura niterambere bikiri imbere. Kubwibyo, nashyizeho umwete wo gushaka uburambe bushya no kwagura ibitekerezo byanjye. Nkora ingendo kenshi, nkagira inshuti nshya, kandi nkagerageza gushakisha ibitekerezo n'ibigezweho bigezweho mubice bitandukanye.

Reba nawe mu gice gikurikira!

2C: Amahame yo Kwiyizera & Kwigira

Olumide Ogunsanwo: Muri buri gice cyigitabo, dutangira tuvuga amateka yubuzima bwacu, hanyuma tuvuga amahame yihariye yubwigenge bwamafaranga twibwira ko afitanye isano ninkuru. Muri iki gice, tugiye kuvuga ku mahame yo kwiyizera no kwigira. Reka duhere ku kwiyizera.

Kwiyizera ni imyizerere yumuntu mubushobozi bwe bwo kugera kuntego no gutsinda inzitizi. Ubwigenge bwamafaranga bugusaba gufata ingamba, kandi ibyo bikorwa bishingiye kumitekerereze yawe. Kubwibyo, kwiyizera, bikubiyemo kwiyumva, kwihesha agaciro, nuburyo utunganya amakuru, ni imwe muntambwe yambere iganisha ku bwigenge bwamafaranga.

Achani Samon Biaou: Niba uri umugenzi unyura mubuzima ukora ibyo abandi bose bakora, birashobora kugorana kubona ubwigenge bwamafaranga. Ifata ingamba. Kugirango ufate ingamba, ugomba kuba ushobora kubyizera, kuko societe ivuga ko ushobora gusezera kumyaka 70 gusa. Urashobora gutangira gutekereza ko kwigenga mubukungu bisaba imbaraga cyangwa ubuhanga budasanzwe udafite. Ugomba gutsinda ibyo kandi uk-izera ko ufite ubushobozi bwo kugera kubwigenge bwamafaranga kandi ko arikintu wifuza rwose.

Olumide Ogunsanwo: Imbaraga zo kwiyizera ntiziva mubwigenge bwa-mafaranga, ahubwo ziva mugukora ikintu gifatika mubuzima.

Mubitabo byinshi byandika, impinduka nigihe umuntu amenye ko ashobora kugira icyo ahindura kwisi. Bashobora rwose gukora ikintu cyin-genzi. Abantu ni ibiremwa bifite ubushobozi buhebuje, ariko iyo bizera ko bafite imbaraga. Niba utizera ko ufite imbaraga, ntacyo uzakora.

Kurugero, abantu bizera ko bashobora kuba Perezida birashoboka cyane ko batera intambwe igana kuri iyo ntego kuruta abadashobora kumva ko bishoboka. Mugihe iki gice cyibanze kuburambe bwabana, amasomo yacyo akoreshwa mumyaka yose.

Ntugomba kuguma munzira imwe yakuzanye kuriyi ngingo mubuzima. Hashobora kubaho ubundi buryo bwo kubona ibyo ushaka mubuzima udakomeje gahunda yawe y'ubu. Kwiga ni uguhindura imitekerereze no kwigaragaza muburyo butandukanye bwo gutekereza.

Niba urimo usoma iki gitabo, birashoboka ko uba mu Burayi cyangwa muri Amerika, cyangwa igice kinini cyisi yiterambere. Ibi birashoboka ko bivuze ko ufite ibyiza byinshi abandi kwisi badashobora no gutekereza (ibitekerezo bisobanutse, umubiri muzima, no kubona amakuru yose ushaka ukoresheje interineti umwanya uwariwo wose). Intangiriro kuri wewe ni uguhindura imitekerereze kugirango wizere ko byose bishoboka mubuzima bwawe. Iyi myumvire izongera ubumenyi bwawe bwo gushakisha no gukoresha ibikoresho byahoze kuri wewe.

Achani Samon Biaou: Ugomba kuba ushobora gukora imbaraga. Ibyo bivuze iki mubijyanye no kwiyizera? Ubwa mbere, ugomba kumenyekanisha ibidukikije hamwe nibintu bigutera kwizera ko ushobora kubikora, kandi ukuraho ibintu nabantu bagutera kwizera ibinyuranye.

Olumide Ogunsanwo: Nubwo ari umuryango wawe n'inshuti. Bimwe mubituma abantu bamwe bagira isura mbi ni ukubera ko babwiwe ibintu bibi numukunzi wabo, umugabo, umugore, umukobwa wumukobwa, mushiki we, papa, nyina, umwarimu, umutware, nibindi. Ugomba kwitandukanya naba bantu ukagera ahantu wizera ko ukwiye.

Bitabaye ibyo, izo ngaruka mbi zizagusubiza inyuma. Ukuze, niko byoroshye. Abantu bakuze basa nkaho bafite amahoro nabo ubwabo kandi ntibita cyane kubitekerezo byabandi kuberako babonye ubumenyi ko kwihesha agaciro biva imbere kandi ko abandi bantu batabitayeho nkuko babitekereza. Niba uri umuntu ukiri muto, urashobora kandi gutangira kubihingamo no kumva ko abandi bitaye cyane kuri bo kandi ntibatware umwanya wo kugutekereza. Kubwibyo, ntamuntu numwe ushobora gusobanura uwo uriwe. Urasobanura agaciro kawe mubuzima.

Achani Samon Biaou: Kugira ngo wizere wowe ubwawe, ugomba gutoza ubwenge bwawe kugira icyizere mubushobozi bwawe. Uburyo bumwe bufatika ni uguatera intambwe nto ugana kuntego zawe, zubaka imyumvire yo kugeraho mugihe runaka. Nkuko abana bitwaye neza mubyo bakunda, siporo, cyangwa abize kuva bakiri bato bafite kwizera gukomeye mubushobozi bwabo, urashobora gutsimbataza akamenyero ko kwiyizera ukoresheje imyitozo ihamye. Kurugero, abana bakina tennis buri gihe bongera ubuhanga bwabo binyuze mumyitozo isanzwe, biganisha ku kwizera kwinshi mubushobozi bwabo bwo kwitwara neza muri tennis gusa no mumikino yindi.

Kuraho rwose abantu bakwemeza ko udashobora gukora ibintu kandi wongereho ingaruka nziza zituma wumva ko ushoboye kugera kuntego zawe mubuzima.

Olumide Ogunsanwo: Iki gitabo kizashimisha abantu batishoboye, abo hanze, abato n'abimukira. Nibyo, igitabo ni icya buri wese kuko amahame yubwigenge bwamafaranga arimwisi yose.

Niba ugaragaza ko uri umuntu udashyigikiwe, utari uwo hanze, umubare muto, cyangwa abimukira, ni ngombwa kumenya ko ibihe bishya bishobora kugerageza kwizera kwawe no kwigirira ikizere. Mugihe witegura hakiri kare, urashobora gukomeza kwihangana no kwibanda mugihe ugenda kubutaka butamenyerewe. Kurugero, niba uri abimukira ba Uganda bimukira muri Dakota yepfo, uzinjira mubidukikije aho 90% + yabantu badashobora kure-ba cyangwa gukora nkawe. Ugomba kwikuba kabiri kumyitozo yawe yo kwi-girira impuhwe no kwiyitaho kugirango ukomeze kwizera kwawe no kwishushanya mugihe ugenda uhura nibibazo byibi bidukikije.

Achani Samon Biaou: Ndashaka gushimangira ingingo ifitanye isano nindangamuntu. Imiryango y'abimukira ikunze guhura ningorabahizi yo kurera abana bumva ko badatandukanijwe numuco wabo kandi bagahangana nibibazo byirangamuntu.

Bumwe mu buryo bwiza bwo kubikemura ni ugushishikariza abana kwitabira byimazeyo umurage wabo, nko kuvuga ururimi rwabo kavukire cyangwa gusura igihugu cyabo. Ibi bifasha abana kumva bamerewe neza nabo ubwabo kandi bishobora kuganisha kumyumvire ikomeye no kwiyiz-era. Muri ubu buryo, abana barashobora kwakira neza imizi yabo bakavuga, nk'urugero, ko ari Abanyamerika bakomoka muri Nijeriya. Bemera rwose iyo ndangamuntu nta soni bafite.

Ubundi, imiryango imwe y'abimukira irashobora guhitamo kwemeza neza umwirondoro wigihugu bimukiye, nko gushishikariza abana babo kwakira indangamuntu yabo. Ni ngombwa kwiyemeza byimazeyo inzira imwe aho gufata inzira ya kabiri, ishobora gutera urujijo no kudasobanuka muburyo umuntu yiyumvamo.

Olumide Ogunsanwo: Kwigirira ikizere biterwa nimbere ninyuma, ha-rimo nibidukikije. Mugihe ufite byinshi bigenzura ibidukikije uko ugenda ukura, abana ahanini batunzwe nababyeyi babo nabarimu kugirango babe hafi yabo. Kubwibyo, ni ngombwa kubabyeyi nabarimu gushishikariza abana kugira isura nziza, kwihesha agaciro, no kwiyizera. Hatariho imyumvire ikomeye yo kwiyizera, abana barashobora guhura nimbogamizi zikomeye mumitekerereze mugutezimbere imyumvire yabo no kwica imico mibi nyuma yubuzima mugihe amaherezo batangiye urugendo rwiterambere ryigenga nubwigenge bwamafaranga.

Ibyifuzo bimwe byibitabo bifasha gutsimbataza imyitozo nubuzima bwo kwiyizera:

Ubwa mbere, " Gushakisha Umuntu [1]" byanditswe na Victor Frankl. Inkuru y'uwarokotse itsembabwoko, nubwo yahuye n'ibibazo bidasanzwe mu kigo cyakoranyirizwagamo imfungwa cy'Abanazi, yari agifite kwizera ko afite ubushobozi bwo kubona intego ye.

Icya kabiri, " Ibyagezweho Ntarengwa [2]" by Brian Tracy. Nubwo yahuye n'ingorane zikomeye, zirimo gukora nk'umunsi, kureka ishuri, ndetse no kubura inkunga y'umuryango we, Brian yaje kugira imyumvire ikomeye yo kwiyizera. Uku kwiyizera muri we kwamufashaga gutangira iterambere rye bwite no kwihangira ubuzima bwuzuye.

Ibi bitabo byombi birashobora gufasha abantu kunoza imyizerere yabo no gusobanukirwa ubushobozi bwabo butagira imipaka. Impinduka nyayo itangirana no gukora kubitekerezo byawe, filozofiya, imyifatire, n'ibiganiro byimbere. Icyo gihe ni bwo ushobora gufata ingamba zigana iterambere ryigenga no kwigenga kwamafaranga.

Noneho ko twarangije kwiyizera, tuzakomeza tujye mubitekerezo bifitanye isano no kwigira?

Achani Samon Biaou: Yego. Kwigenga ni kwishingikiriza ku mbaraga n'ubushobozi bwe. Tekereza abana babiri basabwe kubona ikirahure mu cyuma gihagaze neza. Umwana umwe arashobora gushakisha ikintu azamuka kugirango abone, undi mwana ashobora guhamagara umubyeyi agasaba kuzamurwa. Umwana wambere arigenga. Iya kabiri iracyatekereza kuri sisitemu yo gushyigikira.

Olumide Ogunsanwo: Hariho inzira ebyiri zo gutekereza kubijyanye no gukemura ibibazo. Urashobora (1) Tekereza guhanga uburyo ushobora

1.	https://www.amazon.com/Mans-Search-Meaning-Viktor-Frankl-ebook/dp/B009U9S6FI

2.	https://www.amazon.com/Maximum-Achievement-Strategies-Skills-Succeed-ebook/dp/B004PY-DB1C

gukemura ikibazo wenyine cyangwa (2) Tekereza uwagufasha gukemura ikibazo.

Ikibazo cyo kutigirira icyizere nuko kwishingikiriza kubandi bantu byerekana agace gato k'umwanya wuzuye wo gukemura. Birumvikana ko abantu ari ubwoko rusange, birasanzwe rero kubona abantu bagufasha kubishakira ibisubizo. Ariko, niba udahisemo uburyo abandi bantu bashobora kugufasha, ubwo birashoboka ko udatekereza rwose kubushobozi bwawe bwuzuye. Rimwe na rimwe, ushobora gusa gukemura ikibazo.

Achani Samon Biaou: Niba ugomba guhitamo hagati y'ubwigenge bukabije no kwishingikiriza ku bandi, nibyiza gutangirana n'ubwigenge bukabije. Niba umara ubuzima bwawe bwose usaba abantu kugukorera ibintu, ntuzigera wiga gukora ibintu. Kandi abo bantu nibagenda, uzagorwa.

Guhera no kwigira bigufasha kumva imiterere yikibazo. Kugerageza kwikemurira ibibazo wowe ubwawe bituma urushaho kumenya neza ireme ryakazi ryabandi bose ushobora kurangiza gufatanya nabo.

Kwigenga nabyo ni ngombwa kugirango tugere ku bwigenge bwamafaranga. Bitera amatsiko bigutera imbaraga zo kwiga gukemura ibibazo, kandi ibisubizo byavuyemo birashobora kugushimisha cyane. Iyo urangije umurimo wenyine, wumva wishimye, kandi iki gitekerezo cyiza kigutera inkunga yo guhangana nibibazo bishya.

Kwigenga ni ukwezi kwiza gushobora kwigenga, gutsinda, no kunyurwa kugiti cyawe.

Olumide Ogunsanwo: Jye na Samon twatekereje harimo ihame ryinshingano za kare mugihe twungurana ibitekerezo kubitekerezo byiki gice. Iki gitekerezo cyatewe nubunararibonye bwa Samon akiri umwana, aho yahawe amahirwe yo kugerageza ibintu bitandukanye no gufata inshingano kuva akiri muto. Inshingano hakiri kare n'ubwigenge bifitanye isano rya bugufi.

Mubyeyi, birakwiye ko dusuzuma uburyo aya mahame yombi akorera hamwe. Guha umwana wawe inshingano runaka no kubasunika kuruhande rwubushobozi bwabo birashobora kugirira akamaro iterambere ryabo. Nubona wizeye imirimo, bazarushaho kwigenga, iyo ikaba ari imico y'agaciro kugira nkumuntu mukuru.

Ibinyuranye no kwigira ni ukwizera abandi bose bagufasha gukemura ibibazo byubuzima bwawe. Nyamara, ubwigenge bwamafaranga bugusaba gufata ibyemezo no gufata ibyemezo bihindura inzira yawe ya none bikagushyira munzira nziza yubukungu. Nigute ushobora kwishingikiriza kuban-di mugihe ufite inshingano zo gufata ibyemezo? Ntushobora, bityo wige kwishingikiriza wenyine.

Kurugero, reka tuvuge ko ukeneye kugabanya ibiciro byamazu yawe kuko ibyo bizagufasha kwigenga mumafaranga kumyaka runaka. Nibyiza kubanza kubaza abantu uko bagabanije ibiciro byamazu? Nigute igisubizo cyabo cyakureba mugihe gusa uzi ubwoko bwimiturire ijyanye nuburyohe bwi-hariye, ibyo ukunda, nibyifuzo byawe? Nukuri nibyiza gutangirira imbere mbere yo gushaka ubufasha hanze.

Achani Samon Biaou: Abantu bakora iki kugirango bateze imbere kwi-gira? Ntugure gusa abana bawe imikino ya videwo cyangwa imikino yigana gucunga amafaranga, ubashishikarize gukoresha amafaranga nyayo.

Ntugomba gukora ubucuruzi kugirango ubigishe inshingano zama-faranga - gucunga ingengo yurugo ninzira nziza yo gutangira. Kurugero, urashobora kubaha bije yo gukoresha murugo hanyuma ukabasaba gufasha gucunga no kwemeza ibyakoreshejwe. Ibi bizabaha kumva nyirubwite no ku-bigisha ubumenyi bwagaciro. Ikigeretse kuri ibyo, urashobora kubaha inye-mezabwishyu ziva mu ngendo zo guhaha kugira ngo bashobore gukora im-ibare yo mu mutwe kandi basobanukirwe n'ibiciro by'ibintu n'ingaruka bigi-ra ku ngengo y'imari y'urugo. Mugutanga ubu bwoko bwamahirwe yo kwiga mubuzima busanzwe, urashobora gufasha abana bawe kwiteza imbere no ku-ba abantu bakuru bashinzwe.

Olumide Ogunsanwo: Sobanura uko imisoro ikora. Niba bakubajije impamvu wishyuye amadorari 42 mugihe amafaranga yibintu byose waguze yari $ 40, babwire kuko $ 2 ijya muri leta umusoro ku byaguzwe.

Achani Samon Biaou: Nukuri, Uburyo bumwe bwo gufasha abana guteza imbere ubuhanga bwo gukemura ibibazo nukubasaba gukemura ibibazo byoroshye bijyanye no gucunga amafaranga. Kurugero, urashobora kubabaza ibibazo nka "Niki dukeneye kugabanya cyangwa kongera kugiran-go dukoreshe neza?" Ibi birashobora kubafasha guteza imbere ubuhanga bwo gutekereza no kumva ko bafite inshingano. Iyo ababyeyi bavuga ko abana ari bato cyane kuburyo badashobora gukora ibintu bimwe na bimwe, akenshi biterwa nuko ababyeyi batazi kubikora neza ubwabo. Ababyeyi bamwe bar-avuga ngo "reka abana babe abana". Tugomba kwitonda kugirango tutavanga ibintu. Sinkubwiye gusinyisha abana bawe imirimo mibi ikoreshwa abana.

Olumide Ogunsanwo: Cyangwa ubohereze mwishuri rya gisirikare [Urwenya]

Achani Samon Biaou: Ntugomba kudindiza imikurire yumwana wawe. Nizera ko niba umwana wawe adacunga umutungo wawe murugo, birashoboka ko basanzwe inyuma mubuzima. Nakoraga ibaruramari kubucuruzi bwa data mfite imyaka 7. Urashobora gutuma umwana wawe akora ibaruramari murugo rwawe mbere yimyaka 10, kandi nzi neza ko ibaruramari ryurugo rigoye kuruta ibaruramari.

Olumide Ogunsanwo: Ibi bifitanye isano rya bugufi no kwiyizera. Niba nkumuntu mukuru, nkumubyeyi, ufite icyubahiro cyinshi kandi wiyizeye, birashoboka cyane guha umwana wawe inshingano. Niba ushidikanya, ufite agaciro gake, ntushobora kuba witeguye guha umwana wawe inshingano. Niyo mpamvu twahujije ibyo bitekerezo byose - kwiyizera, kwigira, n'inshingano zo mu bwana.

Mugihe ugenda ukura, ugomba gufata inshingano kubuzima bwawe bwite. Njye mbona bidasanzwe ko abantu bamwe, batakiri abana kandi bashobora kuba bari hagati yimyaka 20 cyangwa 30, bakomeza kuvuga kubyo ababyeyi babo babakoreye bakiri bato. Mbabajwe no kuvuga ibi, ariko iyo urengeje imyaka 18, ugomba gufata inshingano zubuzima bwawe.

Ndashishikariza abantu gusobanukirwa, kwakira, kwiga, no kuva mubyababayeho nkabana. Igice cyo kuba inshingano no gufata neza ubuzima bwawe ni ukureka ibyahise, ukababarira abantu bakugiriye nabi kandi utujuje ibyifuzo byawe.

Nzi ko byoroshye kuvuga, kandi sinzi imiterere yihariye ya buri wese. Ndabyumva. Nzi neza ko abantu bose banyura mubintu, ariko nkumuntu mukuru, nibyiza ko wiga ibyo ukeneye kuva kera ugakomeza. Babarira abantu bose bagutengushye kandi ukomeze kandi ufate inshingano z'ubuzima bwawe bwite. Ntukitwaze. Iyemere wowe ubwawe, wishingikirize wenyine, kandi utegereze kubona ibyo ushaka byose mubuzima.

Ntukemere ko abantu kuva ejo bundi bagira ingaruka kumunsi wawe. Ntukemere ko abazimu ba kera bahiga ukuri kwawe. Uracyafite ubuzima bwawe bwose imbere yawe kugirango wishimire nkuko ubyifuza. Inzika ubafitiye ni iminyururu wifata mu buryo butaziguye. Biragoye kwiyizera cyangwa kwiyubaha cyane niba ukomeje guhambira inzika kuva mu bwana bwawe. Kwibabarira ni urugendo twese dushobora gutangira, kwigobotora mu bihe byashize no kwiha imbaraga zo kurema ejo hazaza twifuza.

Achani Samon Biaou: Ngiye gutanga ibitekerezo bisa nkaho bitavug-waho rumwe, ariko ntibigomba. Niba ukoresha ubutunzi bwawe kugirango umwana wawe atigenga, uba ubakoreye nabi. Kurugero, Niba urimo kugu-ruka mubyiciro byubucuruzi ukaba uri kumwe numwana wawe, umushyire mubyiciro byubukungu hamwe nisi yose. Umwana nta bucuruzi yicaye mu ishuri ryubucuruzi. Ikiringo.

Icya kabiri, niba uburambe bwawe hamwe numwana wawe burimo kujya muri resitora nziza buri gihe, gerageza ubijyane muri resitora yoroshye nayo kugirango babone ibitekerezo bitandukanye.

Olumide Ogunsanwo: Kimwe na McDonald [Urwenya]

Achani Samon Biaou: Niba umwana wawe agusabye amafaranga yo kugura ikintu cyiza, ubahe kimwe cya gatatu cyamafaranga. Basabe gushaka uburyo bwo kubona icya gatatu, garuka kandi wenda uzabaha icya gatatu gisigaye. Shira umwana wawe munzira yo kwigira.

Kandi nkuko Olumide yabivuze kare, abantu bamwe barashaje, baru-batse, nibindi nyamara baracyavuga kubyo ababyeyi babo babakoreye nk-abana. Ntabwo ushobora gusa kwangiza umubano wawe, ariko ntuzakura. Shakisha uburyo bwo gukemura ibintu wenyine. Ntabwo wigeze ukura kugeza ubonye uburyo bwo gukemura ibintu wenyine, utitaye kubyo ababyeyi bawe cyangwa inshuti cyangwa umuryango wawe bagukoreye.

Kandi, mugihe ufite imyaka 18 kandi ugiye kwiga kaminuza, ntukajye muri kaminuza hafi yumuryango wawe. Genda kure aho ababyeyi bawe badashobora kukugeraho byoroshye. Tangira gushyira amafaranga y'ababyeyi bawe kuruhande hanyuma ukore kugirango uyongere.

Ntusabe ababyeyi bawe kuguha ibintu, ubasabe inguzanyo. Ishyire mu mwanya ugomba gufata inshingano zuzuye kubintu byimura ubuzima bwawe.

Olumide Ogunsanwo: Hano hari igitekerezo gifitanye isano ya hafi yo gutekereza neza. Imitekerereze ihamye bivuze ko naje muri iyi si mfite ubu-menyi, ubushobozi, ubumenyi, ubwenge, kandi byashizweho ubuzima bwan-jye bwose.

Imitekerereze yo gukura ihabanye. Ninjiye muri iyi si mfite ubumenyi, ubumenyi, ubwenge, ubushobozi, kandi ndashobora gukura no kubateza imbere mugihe. Natunguwe nuko umuntu wese yakwemera imitekerereze ihamye kuko twiga neza kandi dukura igihe cyose. Uhora ukura, utera imbere, wiga kandi ugerageza ibintu bishya, kandi ni ngombwa ko abantu babishyira mubitekerezo byabo hakiri kare.

Urashobora kwiga ikintu icyo ari cyo cyose ushaka. Kuri ubu, mfite imyaka 38, nshobora guhitamo kuba icyogajuru, gufata amasomo amwe, kubona impamyabumenyi, no kuba icyogajuru. Nigute umuntu yakwemera ko bidashoboka kuri wowe niba abandi bantu babikora? Birumvikana ko ushobora kubikora. Uri ikiremwa muntu gifite ubushobozi butagira imipaka, kandi ushobora gukora icyo ushaka cyose.

Urashobora kwizera ko abandi bantu ari beza, bajijutse, bakwegera kukurusha, bityo bakwiriye byinshi mubuzima kukurusha. Nibyiza, ndi hano kugirango nkubwire ko atari ukuri. Wateje imbere urwego rwo hasi ushobora kuvamo ubusa. Kuba wizera ko ibi bigaruka ku kwiyizera. Niyo mpamvu iki gice ari ingenzi cyane.

Urwego rwawe rwo kwihesha agaciro rutuma wemera ko uri mubi kurusha abandi bantu. Nturi. Abantu bafite imbaraga zidasanzwe. Niba ufashe umwanya wo kwiga ubuhanga bushya, kubona amakuru, guhura nabantu, urashobora kwiga no gukora ikintu icyo aricyo cyose. Imitekerereze yo gukura ningirakamaro cyane, kandi ni ngombwa kuri wewe guhinga hakiri kare kuko yubaka ubwayo. Nguko uko iki gitabo cyatangiye. Muri 2020, nizeraga ko nshobora gukora podcast mpura na Bankole dutangira Afrobility. Kandi kubera podcast, njye na Samon twakoze iki gitabo cya FIREDOM.

Achani Samon Biaou: Mbere yuko abana bawe bafite ubwenge buhagije bwo kwigomeka, baza inshuti zabo kandi urinde abatatsinze ikiganiro kutabona abana bawe. Nzaguha ikibazo cyicyitegererezo cyabajijwe, baza ikibazo cyumwana wawe uzaba inshuti muburyo bwiza mubibare. Niba basubije ko atari abahanga mu mibare, hita uhagarika umwana wawe kubona izo nshuti.

Indi ngingo y'ingenzi tugomba gusuzuma ni uko amashuri ahenze atari ngombwa ko ahwanye n'amashuri meza. Ku bijyanye no kohereza abana bawe ku ishuri, hari impamvu ebyiri zingenzi: zo gusabana no kwiga. Mubyeyi, ugomba gusuzuma witonze ibyo wizeye kuzageraho binyuze mubusabane. Niba hari ishuri aho abanyeshuri benshi bafite imyumvire myiza ya "Nshobora gukora ikintu cyose," birashobora kuba byiza kwandikisha umwana wawe muri iryo shuri. Ni ukubera ko abana, kuba batangaje cyane, bakunda gufata imitekerereze nimyitwarire yabari hafi yabo.

Mugihe namaze ndi umwarimu mubufaransa, nabonye abana benshi bava mumitekerereze ya "Imibare iragoye" bakemererwa mumashuri akomeye yo kwitegura. Nashoboye kubafasha guhangana ninkuru mbi bahuye nazo no guhindura imyumvire, amaherezo bikabaviramo gutsinda.

Olumide Ogunsanwo: Amagambo "Ntabwo ndi mwiza kuri X" ntabwo yubaka kuko agereranya imyizerere yonyine. Kurugero, Ntabwo nigera mvuga ko ntari mwiza mubintu, urugero guteka kuko nzi ko icyo ngomba gukora kugirango ndusheho guteka neza ni ukujya kuri enterineti, gukuramo resept zimwe, no kwitoza, gusubiramo, no kurushaho kuba mwiza. Kuvuga ko ntari mwiza kuri X ni imyizerere igarukira kuko kwizera kwawe no kwihesha agaciro ntabwo ari aho bikenewe. Menya ko niba undi muntu ashobora gukora ikintu, ushobora no kugikora. Bafashe umwanya wo kubyiga. Ibyo bivuze ko nawe ushobora kubyiga.

Mu gusoza, gutsimbataza kwigira, ni ngombwa kureka imyizerere igarukira no kwakira imitekerereze yo gukura. Niba ushaka ibikoresho bimwe byafasha muriki gikorwa, dore ibitabo bimwe bisabwa kubyerekeye kwigira:

Igitabo cya mbere ni " Njye, Inc [3]" cyanditswe na Gene Simmons. Biratangaje! Ivuga amateka y'umwimukira wimukiye muri Amerika, ahuza na sisitemu y'Abanyamerika, yiga kuvuga icyongereza, maze aba umuririmbyi wambere wa Kiss, rimwe mu matsinda akomeye ya rock mu mateka y'isi. Biratangaje! Nkunda iki gitabo. Kimwe mu bitabo bidashyigikiwe cyane byanditswe.

Ibitabo bibiri by Ayn Rand, " Isoko [4]" & " Atlas Shrugged [5]". Ayn Rand numwanditsi udasanzwe kuko ibitabo bye bivuga kubyerekeranye nubushobozi bwabantu bwo gukora ibintu bikomeye niba bizera ubwabo batitaye kumiterere yo hanze.

Ubwanyuma, " Ku wa kabiri hamwe na Morrie [6]" na Mitch Albom. Igitabo cyacengeye mubice byimbitse byubuzima, bitwigisha agaciro k'impuhwe, urukundo, no kwemerwa. Rimwe mu masomo akomeye nakuyemo

---

3.   https://www.amazon.com/Me-Inc-Build-Unleash-Business-ebook/dp/B00I2PG3TW

4.   https://www.amazon.com/Fountainhead-Ayn-Rand-ebook/dp/B002OSXDAU

5.   https://www.amazon.com/Atlas-Shrugged-Ayn-Rand-ebook/dp/B003V8B5XO

6.   https://www.amazon.com/Tuesdays-Morrie-Greatest-Lesson-Anniversary/dp/076790592X

ni uko nukwemera urupfu rwacu kandi tukemera ko urupfu rudutegereje twese, tubona icyerekezo cyihariye cyo kwitoza kwiyizera, kubabarirana no kwikunda. Itwibutsa cyane ko ubuzima bworoshye kandi butagira iherezo, budusaba kubaho mubyukuri, ubugwaneza, no gushimira.

Igitangaje! Hamwe nibyo, tuzafunga iki gice turebe mwese murikurikira.

3: Inkuru za kaminuza n'amahame yo Gutekereza kwigenga & Amatsiko

Olumide Ogunsanwo: Iki gice kivuga kuri njye na Samon twimukiye mu bihugu bishya tugatangira kaminuza nkabantu bakuru. Ningirakamaro kubantu bose bo hanze cyangwa munsi yabantu bashya kubidukikije. Ntegerezanyije amatsiko ikiganiro, niga kubyerekeranye na kaminuza ya Samon yo muri Burayi, no kwibutsa ibyambayeho muri kaminuza yo muri Amerika.

Achani Samon Biaou: Nanjye ntegereje gushakisha amahame yari afite akamaro muri iyo myaka ya kaminuza:

Amatsiko, akubiyemo kugumya kumva ibyumviro byawe byose, kubijyana byose, no kwibaza kubintu bishobora kuba bitari byiza imbere yawe

Ibitekerezo byigenga, bisaba kwifatira ibyemezo nkuko ubifata mwisi, kubera akaga gahoraho ka FOMO (Gutinya kubura).

Olumide Ogunsanwo: Gira amatsiko utekereze wenyine, niki cyaruta ibyo bintu byombi?

Achani Samon Biaou: Nejejwe no kuganira ku buryo twashoboye kwimenyekanisha ahantu hashya kandi tugakomeza uburenganzira bwo kuba umuntu wenyine ufata ibyemezo byigenga mu mibereho yacu.

3A: Amateka ya kaminuza ya Olumide

Achani Samon Biaou: Uburambe bwawe bwa kaminuza bwatangiriye he kandi burangirira he?

Olumide Ogunsanwo: Uburambe bwanjye muri kaminuza bwatangiye mfite imyaka 16 (muri 2001) burangira mfite imyaka 21 (muri 2006).

Achani Samon Biaou: Uburambe bwawe bwabaye mugihugu kimwe?

Olumide Ogunsanwo: Nize kaminuza ebyiri zitandukanye. Uburambe bwanjye muri kaminuza yibanze muri Amerika kuva mfite imyaka 17 kugeza 21. Ariko, mbere yibyo, nagiye no muri kaminuza ya Nigeriya mugihe gito kuva ku myaka 16 kugeza kuri 17. Muri iki kiganiro, nzavuga kuri bombi. inararibonye.

Gutangira, natangiye urugendo rwanjye muri kaminuza muri kaminuza ya Lagos (UNILAG) muri Nijeriya mu 2001. Buri munsi natwaraga imodoka ku ishuri kandi ubwo bwigenge bushya bw'umuryango wanjye bwarabohora. Numvaga mfite imbaraga nyinshi mubuzima bwanjye.

Umwaka umwe, mfite imyaka 17, nimukiye mu Ishuri Rikuru ry'ikoranabuhanga rya Illinois (IIT) muri Amerika kugira ngo nkomeze amasomo yanjye ya kaminuza. Nize ibijyanye na Chemical Engineering kuko nakundaga imibare, physics na chimie. Ndibuka bwa mbere ngeze i Chicago, ibidukikije byasaga neza kandi bifite isuku ugereranije na Lagos. Nibwo bwa mbere nariboneye imashini imesa, isuku yumye, imashini igurisha, no gutumiza ibiryo muri resitora.

Noneho, reka twibande kumafaranga yuburambe bwanjye. Byari amahirwe kuri njye yo gucunga bije yanjye. Ababyeyi banjye bampaye amafaranga menshi barambwira ngo mbone uko nayacunga muri Amerika.

Achani Samon Biaou: Birasanzwe ko ababyeyi ba Nigeriya babikora?

Olumide Ogunsanwo: Sinzi icyo abandi babyeyi bakora. Byari imbaraga kumyaka 17, numvaga mfite amafaranga make nagombaga gukora nyuma. Ababyeyi banjye basobanuye neza ko batazi uko bizagenda ndamutse mbuze amafaranga. Iyaba nari narahawe amahitamo mbere, birashoboka ko nasabye kugenzurwa cyane. Nsubije amaso inyuma, nubwo, nasanze kugira inshingano nyinshi byambereye uburambe bwiza kuri njye.

Achani Samon Biaou: [Smile] Wacunguye ibyawe bwite P&L (Inyungu & Igihombo).

Olumide Ogunsanwo: Byari bishimishije. Ndibuka bwa mbere natumije ibiryo. Inkoko ya Kung Pao nakundaga cyane. Numvaga nshinzwe ubuzima bwanjye.

Achani Samon Biaou: Birashimishije. Nigute ibyo byagize ingaruka mubitekerezo byawe kubyerekeye ubwigenge bwamafaranga?

Olumide Ogunsanwo: Ntabwo nabitekereje. Sinari narigeze numva igitekerezo cyubwigenge bwamafaranga. Byari bijyanye no gucunga amafaranga yanjye kugirango arambe. Ninjye wamenye amashitani yanjye. Kurugero, nashoboraga gusiba amasomo bikananirana. Muri kaminuza zo muri Amerika, ntamuntu numwe witaye kubyo ukora nigihe cyawe, sisitemu rero yashyizweho kugirango ugire ubwigenge bwinshi. Ibintu byari bisobanutse: Nari umwimukira, umunyanijeriya wabaga i Chicago. Nabwirijwe kubikora no kubikora. Kandi narabikoze - Nabonye GPA ihanitse mu ishuri ryanjye kandi nishimiye urugendo. Byagenze neza kandi nishimiye uburambe bwanjye muri kaminuza.

Niyigishije kandi ibijyanye nubuhanga bwibanze bwimari yumuntu, cyane cyane kwibanda kugabanya amafaranga aho kongera amafaranga. Ariko, ikintu cyingenzi nakuye mubyambayeho muri kaminuza kwari ukwiga kwiyobora.

Achani Samon Biaou: Iyo abantu bimukiye muri Amerika bava mu bihugu bitita cyane ku baguzi, bashobora guhura n'ibyishimo bitunguranye ndetse no gushaka gukoresha byinshi. Wigeze wumva ikigeragezo cyo gukoresha birenze urugero? Niba aribyo, wabikemuye ute? Ku rundi ruhande, niba utarigeze wumva ibishuko, ni iki cyakubujije kugwa muri cyo?

Olumide Ogunsanwo: Ubwonko bwanjye bwifuzaga gukunda amafaranga. Nahitamo kugira amafaranga kuruta kuyakoresha. Kurugero, muri kimwe mu gihembwe cyanjye cya mbere, nafataga calculus nkeneye igitabo. Igitabo cyo guswera cyaguzwe $ 175. Ibi ntacyo byantwaye kubwibyo nize kugura ibitabo byakoreshejwe. Nabonye ko nshobora kugura igitabo cyakoreshejwe kumadorari 100 mbinyujije kumurongo wishuri cyangwa kumadorari 80 kubandi banyeshuri bari barize amasomo yo kubara.

Nkunda gukora neza. Ahari nikintu cyo kwifata mumitekerereze cyang-

wa kuberako nkomoka mubihugu bikiri mu nzira y'amajyambere. Sinzi im-
pamvu nyayo. Gusa byanyunvikana kubika amafaranga no kuyibika wenyine
kuruta kuyakoresha mubintu.

Achani Samon Biaou: Hariho akanya gasubirwamo. Ubwonko bwanjye
bwifuzaga kugira amafaranga, ntabwo kuyakoresha.

Olumide Ogunsanwo: Yego, numvise byiza mumitekerereze kubona
amafaranga yegeranya muri banki yanjye kuruta kuyakoresha.

Achani Samon Biaou: Hari ubundi bunararibonye wagize nkumun-
yeshuri bujyanye nubwigenge bwamafaranga?

Olumide Ogunsanwo: Nari mfite intego ebyiri muri kaminuza: Fata A
zose kandi ntukajye gucika. Nibanze ku gucunga amafaranga yanjye muri
kaminuza. Ntabwo nigeze njya hafi yo kubura amafaranga kandi sinigeze
ngira ikibazo cyo kubona ikarita y'inguzanyo.

Nasanze byoroshye kuzigama amafaranga nkumunyeshuri kuko ama-
faranga nakoresheje yari make. Gutura mu kigo byatumaga amafaranga
make, kandi sinakeneye imodoka kuva sisitemu ya gari ya moshi yakoraga
neza. Nize aho ngura imyenda myiza, ibereye neza ku giciro cyiza, kandi
sinari mpangayikishijwe no kugura amazina ahenze

Achani Samon Biaou: Hari ikindi kintu wifuza gusangira kijyanye nu-
rugendo rwawe rwo kwigenga mumafaranga?

Olumide Ogunsanwo: Yego, ndashaka kuvuga inkuru yukuntu naretse
kunywa inzoga kugirango nerekane uko ntekereza no gufata ibyemezo. Inku-
ru ifite ibintu byibitekerezo byigenga ari ingenzi kubwigenge bwamafaranga.

Igihe nigaga muri IIT, nanyweye inzoga nkabandi bose kugeza igihe ik-
intu runaka cyatumye menya ko ntabitekereje cyane. Igihe twasuraga bashi-
ki banjye i Londres, twagiye mu kirori aho twese twanywaga. Ariko, nahise
numva ndumiwe njya mu bwiherero ndatekereza nti: "Niki nkora iki hano?
Bigenda bite? Ndumva bidasanzwe. Ntabwo nishimiye ibi birori cyane."

Nsubiye i Chicago, natangiye gutekereza ku mpamvu nanyoye mbere na
mbere n'icyo cyazanye mu buzima bwanjye. Nabonye ko nakurikije buhumyi
amahame ntitaye ku byiza n'ibibi byo kunywa. Nyuma yo gutekereza mu-
minota mike, nafashe icyemezo cyo kureka kunywa inzoga mfite imyaka 17
cyangwa 18. Biratangaje icyo ushobora guhindura mugihe wicaye ugatek-
ereza mubyukuri ibintu.

Nibwo bwambere mubyemezo byafashe icyemezo gitandukanye

nabagenzi banjye, kuko kugeza icyo gihe ntabwo nari ntandukanye nabandi Banyanigeria bimukiye muri Amerika. Birashoboka ko bizamanuka nkimwe mubyemezo byiza nigeze gufata mubuzima bwanjye. Muguhagarara nkiri muto, nirinze imitego myinshi ishobora kuba yaratewe no kunywa kandi nashoboye kwegera ibintu muburyo bushyize mu gaciro kandi bwumvikana.

Ngiyo inkuru yukuntu naretse kunywa.

Achani Samon Biaou: Ibi birashimishije. Wavuze ko ibyo byagutandukanije nabandi. Gutandukana birashobora kugushoboza kuko udashaka guhuza. Urashobora kuvuga uko byumvaga bitandukanye?

Olumide Ogunsanwo: Yego, ndashobora kubivugaho mvuga indi nkuru ifitanye isano. Hagati yimyaka 12 na 14, nagize imvune isiga kubyimba cyane mu gahanga amezi menshi. Numvaga mfite isoni nkiri umwana kuko abantu bahise babibona. Ariko, inararibonye yanyigishije kutita kubyo abandi banyitekerezaho no kubaho neza no gutandukana nabantu. Sinigeze numva ko ari ngombwa guhuza n'ibiteganijwe mu matsinda, byakomeje na nyuma yo gutangira kaminuza muri IIT.

Ndibuka ko numvise umuntu avuga ngo "Olumide ni wenyine" nkabifata nk'ishimwe, nubwo byavuzwe nabi. Ntabwo nari mu itsinda iryo ari ryo ryose mbitezeho cyane, kandi imvune yo mu bwana bwanjye yari yaramenyereye kuba njyenyine no gutekereza ku bwanjye. Ntabwo nigeze mbona igitekerezo cyambere kubyo ngomba cyangwa ntagomba gukora.

Ntabwo naremerewe nibyo abandi batekereje ku cyemezo cyanjye cyo guhagarika kunywa. Noneho mfite imyaka irenga mirongo itatu, nabonye icyerekezo cyo kutagira inzoga nke, abantu barambajije impamvu ntanywa. Igishimishije, bakunze kwibwira ko biterwa nimpamvu z'amadini, nkaho ari ibisubizo byo guhuza amatsinda. Iyo nsobanuye ko nafashe icyemezo ubwanjye mfite imyaka 17 nyuma yo gusesengura inyungu nigiciro, bafite ikibazo cyo kubyemera.

Rimwe na rimwe, ugomba gutekereza ukundi kugirango ubone ibisubizo bitandukanye mubuzima. Niba ukurikije uko ibintu bimeze, uzarangiza uko ubuzima bumeze.

Achani Samon Biaou: Urakoze gusangira iyo nkuru. Kugera kubwigenge bwamafaranga bisaba gukora ibintu bitandukanye nabenshi mubisi, badafite ubwigenge bwamafaranga. Gutezimbere ihumure no gutandukana nikintu cyingenzi muburyo bwo kubona no kugukomeza munzira igana FI.

Olumide Ogunsanwo: Kugira ngo ukure, akenshi ugomba gufata ibyago. Jeff Bezos afite urwego rwibi: Inzugi zinzira imwe (ibyemezo bidasubirwaho) ninzugi zinzira ebyiri (ibyemezo bidasubirwaho).

Ni ngombwa gusuzuma witonze icyemezo kugirango umenye niba bidashoboka cyangwa bidasubirwaho. Ibi bizagufasha kumenya uburyo bwihuse bwo gukomeza. Ibyemezo bimwe ni bidasubirwaho inzugi zinzira imwe idashobora guhinduka byoroshye, kurugero, niba uhisemo kubyara, ibyo nibihe byose kandi ugomba kubana nayo. Himura buhoro kandi witonze hamwe n'inzugi imwe.

Ariko, ibyemezo byinshi birashoboka. Nyuma yo gusobanukirwa no kugereranya ingaruka mbi, ndashishikariza abantu gutinyuka no "kubikora" hamwe nibi byemezo. Urashobora kworoherwa no kwimuka vuba hamwe nibi byemezo ukoresheje ubushakashatsi, kunanirwa, no kutita kubyo abandi batekereza. Bibaye ngombwa, urashobora gusiba ibyemezo nyuma.

Kandi, mfite indi nkuru ya kaminuza.

Achani Samon Biaou: Undi! Birakomeye, reka tubyumve.

Olumide Ogunsanwo: Icyemezo cya kabiri cyari kijyanye n'idini. Nakuze ndi umukristo nkiri umwana muri Nijeriya.

Achani Samon Biaou: Urashobora kubisobanura neza? Imiterere y'amadini muri Nijeriya irashobora kuba igoye kandi yoroheje, kandi ntabwo abantu bose bashobora kuba bamenyereye imbaraga zayo.

Olumide Ogunsanwo: Yego, reka nguhe amakuru yamateka yerekeye idini muri Nijeriya. Muri Nijeriya, imibare y'amadini iringaniye rwose, aho abaturage bagera kuri 40-50% bavuga ko ari Abayisilamu naho 40-50% bakerekana ko ari Abakristo. Ariko, ikwirakwizwa ry'amadini ntirihuje kandi riratandukanye bitewe na geografiya. Kurugero, niba utuye mumajyaruguru ya Nijeriya, ushobora kuba umuyisilamu (urugero, Kaduna arenga 90% byabayisilamu); muburyo bunyuranye, niba utuye mu majyepfo, birashoboka cyane kuba umukristo (urugero, ibice bimwe na bimwe bya Lagos ni abakristu benshi). Byongeye kandi, ijanisha rito ry'Abanyanijeriya bakurikiza amadini gakondo yo muri Afurika.

Kubijyanye n'ubunararibonye bwanjye ku idini, nakuze ndi umukristo, nubwo ntari umuyoboke. Mama yari umunyedini kandi yajyanye na barumuna banjye tujya mu rusengero wenda buri cyumweru, mu gihe data yari umunyamadini ariko ntashishikazwe cyangwa ngo yinjire mu rusengero.

Achani Samon Biaou: Umukristo wo muri Nigeriya usanzwe nkawe cyangwa ni abihaye Imana?

Olumide Ogunsanwo: Abanyanijeriya basanzwe ni abihaye Imana, bivuze ko bajya mu rusengero hafi buri cyumweru, bakitabira kwiga Bibiliya inshuro nyinshi mu cyumweru, kandi akenshi bakorera imirimo y'itorero nka usheri. Byongeye kandi, kuganira ku myizerere yabo ishingiye ku idini ni igice cyingenzi mu biranga. Igihe nakuriraga muri Nijeriya, idini ntabwo ryagize uruhare runini mu buzima bwanjye, ku buryo ntigeze mvugana n'abandi.

Sinibuka icyabimuteye, ariko natangiye gukora ubushakashatsi no kwiga ibyo nshoboye byose bijyanye n'idini muri kaminuza. Natangiye gukora ubushakashatsi bwinshi. Ninjye, YouTube, Wikipedia, Reddit, na World Wide Web, kandi twari murugendo rwo gushaka ukuri.

Amaherezo naje kubona ko idini ryakozwe - ni igihangano cyabantu cyaremewe gusobanura ibintu ikiremwamuntu kitumva no kugenzura imyitwarire yabantu. Kera, abantu ntibari basobanukiwe na siyansi kubintu bisanzwe nk'imvura, umuriro, n'izuba. Kugirango dusobanure ibyo bintu, twaremye imvura, umuriro, nimana zuba. Izi mana zizeraga ko zigenzura ibi bintu bisanzwe kandi byashoboraga gutuza binyuze mumasengesho no gutamba. Mugihe abantu bakomeje gushaka ibisubizo byamayobera yisi, idini ryagiye rihinduka kugirango ritange ibisobanuro kandi ritange umutekano. Nyuma yigihe, ibigo by'amadini byagize imbaraga nimbaraga mugucunga imyizerere nimyitwarire yabantu. Ibi byabashoboje kugumana ububasha bwabo no gushinga societe bakurikije indangagaciro ninyungu zabo.

Nahise ntangira kuba abanyamadini (uzwi ku izina ry'abatemera Imana) mfite imyaka 19 cyangwa 20. Iki cyemezo cyari gisa n'icyemezo cyanjye cyo kutanywa inzoga, kandi byatumye ntandukana n'umuryango wanjye n'inshuti. Byari bishimishije ko abantu babyitwayemo nabi. Igitekerezo cyo kuba ntari abanyamadini cyari kibi cyane kuruta inzoga, birashoboka ko inzoga zitari mubiranga abantu. Izi reaction zashimangiye ko bisaba ubutwari bwinshi gutandukana no gutandukana nabantu.

Ntabwo byari bitangaje kumenya uburyo idini ryuzuye ryuzuye nuburyo ahanini ryari rigizwe. Nibimwe mubihe byubuzima aho nize byinshi.

Nasomye byose - amateka ya Bibiliya, Korowani, Ubukristo - ibintu byose inshuro nyinshi, kuva documentaire kugeza ingingo, blog n'ibitabo.

Kimwe mu bintu bishimishije cyane nabonye ni uko hakomeje ibiganiro byumvikanyweho ku bigomba kuba muri Bibiliya. Bibiliya yarahindutse mubyukuri kandi ibice byongeweho kandi bivanwaho kugirango tugere kubyo dufite uyu munsi. Habayeho ibiganiro bikomeje kubice bidafite ishingiro cyangwa byasaze cyane kubigumya. Ntabwo nigeze mbimenya kuko ntamuntu numwe wigeze abivuga mwitorero. Natekerezaga ko Bibiliya yamye imeze nkuko bimeze ubu.

Byari bishimishije gukora ubushakashatsi no kubaza ibibazo nkibi, 'Ibi ni ukuri? Kuki ibi atari ukuri? Ibi byaturutse he? Ni ubuhe butumwa abo bantu bafite? Kuki ibi byamaze igihe kinini? '

Muri make, ibyemezo byafashwe inyuma yibyo byemezo byombi - nta nzoga kuri 17/18 na kutemera Imana 19/20 - byagize uruhare mubuzima bwanjye bwose. Uyu munsi, sindanywa inzoga kandi ndacyari umuhakanamana.

Ugomba kuba witeguye gukora ibintu bitandukanye cyane nibyo abantu benshi bakora. Ibyo bisa nkibintu byingenzi biranga kwigenga mubukungu.

Achani Samon Biaou: Ibi birashimishije cyane. Turashobora kuvuga bike kuriyi ngingo? Mfite ibitekerezo bibiri bifitanye isano. Ubwa mbere, ni gute kudahuza kwawe byagize ingaruka ku mibanire yawe bwite n'umuryango n'inshuti?

Icya kabiri, ndashobora gutekereza ko kubasomyi bahuza cyane n'idini ryabo, bashobora guhagarikwa nicyo wavuze. Umuntu wumunyamadini arashobora kwigenga mubukungu? Umuntu arashobora gukuraho ko agomba kureka idini ryabo kugirango akurikirane ubwigenge bwamafaranga, nkuko wabigize.

Olumide Ogunsanwo: Ibibazo bikomeye. Ikibazo cya mbere cyari iki: Nigute kudahuza kwanjye byagize ingaruka kumibanire yanjye nabandi?

Mubyukuri, ntabwo byagize ingaruka ku 99% byimibanire yanjye. Nubwo abantu benshi bakiri abanyamadini, mubyukuri bazi neza ko atari ukuri, nubwo batabivuga. Ntibisanzwe kubantu bifuza kwishora mubiganiro byumvikana, byumvikana kubyerekeye idini kuko idini ahanini ni amarangamutima kandi umuganda udashingiye kubintu bifatika.

Siyanse ni gahunda ihamye yo guhishura ukuri binyuze mubigeragezo, kwiga, no guhuza bishingiye kubimenyetso bifatika. Ku rundi ruhande, idini ihangayikishijwe cyane n'amarangamutima na subitivitike, kandi ikunda kwibanda ku bitekerezo bidahinduka no guhagarara. Bitandukanye na siyansi, ifunguye guhuza n'imihindagurikire ishingiye ku bimenyetso bishya, idini akenshi rishingiye ku muco gakondo no ku myizerere yashizweho idashobora guhinduka.

Kwishora mu biganiro cyangwa impaka n'abanyamadini ntabwo byemewe. Ni ukubera ko imyizerere yabo ishingiye ku idini akenshi iba ifitanye isano cyane n'imyumvire yabo hamwe n'uburere. Ntabwo bishoboka ko kugerageza kubemeza ukundi bizavamo ibiganiro bitanga umusaruro, kuko imyizerere yabo yashinze imizi. Ntabwo bitanga umusaruro kuvuga ko ababyeyi babo cyangwa itorero ryabo bibeshye, kuko bishobora gusa gutera amakimbirane ninzangano mubucuti. Niba narigeze kuba mubihe umuntu ashaka kugira impaka zihariye kubijyanye, mubisanzwe mpindura ingingo. Kubwibyo, Ntabwo byagize ingaruka kumibanire yanjye myinshi kuko ubwoko bwanjye ntabwo butongana. Ibyo bivuzwe, kuba ntahaye idini bishobora kuba byaragize ingaruka ku mibanire yanjye y'urukundo, aho mugenzi wanjye ashobora kuba yarahisemo umuntu wubahaga Imana. Ariko, ntabwo nigeze mperuka numuntu nkuriya.

Kujya ku kibazo cya kabiri, cyari iki: Abantu barashobora kuba abanyamadini kandi bigenga mubukungu?

Niba urimo usoma ibi hanyuma ugahagarikwa, mbere ya byose, ntugacike inyuma. Nize ko iyo wunvise ibintu bidahuye nukuntu ubona isi, ntabwo arigihe cyo kurakara cyangwa kurakara. Ahubwo, ni umwanya wo gutekereza no gusobanukirwa impamvu ushobora kuba witwara muburyo runaka.

Niba uri umuyisilamu cyangwa umukristu wubaha Imana, ntukarakare. Ntubone ko ari igitero ku idini. Tekereza ko abandi bantu bahisemo bitandukanye nubwawe, nicyo ushobora kwigira kubyo bahisemo. Kwiga ntibisobanura ko ugomba guhinduka.

Biroroshye kugira ibihe byiza kwisi kwisi niba wemera abantu batandukanye nawe. Bitabaye ibyo, birashoboka ko uzarangiza gutongana no kunaniza umubano wawe. Mugihe usoma iki gitabo, ushobora kubona ko ntandukanye nawe. Nibyiza rwose. Nahisemo ubuzima butandukanye, ariko ntibagomba kukugiraho ingaruka. Ntugomba kurakara, ntugomba gusubiza igitabo [Smile].

Twese turatandukanye kandi ni byiza kwitoza kwemerwa. Ibitabo byin-

shi by'amadini byamamaza kwemerwa. Ibitekerezo byanjye ntabwo ari ig-
itero kuri wewe. Ndimo gusobanura amahitamo nagize, kandi nibyiza niba
warahisemo bitandukanye. Ni ngombwa kuri twe nkikiremwamuntu
kumvikana no kwemeranya kuruta kurwana.

Achani Samon Biaou: Yavuzwe nk'umuvugabutumwa, ku muntu
udasenga. Koroherana kw'abandi ni ngombwa kuko isi igenda itandukana.
Nagize icyaha cyo kutakira cyangwa kwirukana ibitekerezo byabantu kera,
cyane cyane abantu batize bisanzwe. Igihe kirenze, nahinduye imyumvire ku-
girango ngire amatsiko kuri bo, gerageza kumva uko batekereza aho guca
urubanza nkurikije uko ntekereza. Binyuze muri ibyo, nshobora gushobora
gusobanukirwa neza imiterere yumuntu nkabona aho mpumye, amaherezo
nkigira kubandi.

Olumide Ogunsanwo: Gukura birashoboka cyane ko biva muburyo
bushya, butunguranye bwo kwegera ubuzima kuruta gukora ibintu nkuko
wahoraga ubikora. Iyo wunvise inkuru yanjye kubyerekeye gukura umukristo
no kuba umuhakanamana, ntugahite ubyitwaramo uvuga ko abahakana-
mana ari babi kandi abakristo ni beza. Ahubwo, tekereza kubyo ushobora
kwigira kuriyi nkuru. Ndetse n'abakristo babiri barashobora gutandukana.
Icyangombwa ni kwihanganira, kwemerwa, no kumenya icyo ushobora kwi-
gira muburyo bwo gufata ibyemezo. Iyi niyo mpamvu yaguze iki gitabo.
Ushishikajwe no kwigenga mu bijyanye n'amafaranga, imari yawe bwite,
cyangwa inkuru z'abimukira b'Abanyafurika.

Ubuzima bwacu bushobora kuba butandukanye nubwawe, ariko kuba
waguze iki gitabo bivuze ko ufite inyungu muburyo twafashe ibyemezo kugi-
rango tugere aho turi. Koresha nk'amahirwe yo kugira amatsiko no kwiga.

Achani Samon Biaou: Uburyo bwo gufata ibyemezo byigenga no gufata
ibyemezo ni ngombwa. Ntushobora kwitega gufata ibyemezo kandi ntubi-
fate neza. Kurugero, niba ushaka gukora marato, biraba inshingano zawe ku-
menya ibitagenda neza kandi niba wishimiye izo ngaruka. Rimwe na rimwe,
abantu bumva bashaka gufata icyemezo cyangwa guhindura ikintu mubuzi-
ma bwabo. Ariko, ntibinjiza neza ko bagomba gufata inshingano kuri kiriya
cyemezo, iyo rero shit ikubise umufana, bahita batangira gushaka abandi
basangira inshingano nabo.

Olumide Ogunsanwo: Gutunga byuzuye hamwe ninshingano bya-
tumye hashyirwaho iki gitabo. Twashoboraga gukorana nabamamaji, aban-

ditsi, nabandi bantu benshi, ariko njye na Samon twafashe icyemezo cyo gufata inshingano nyinshi no kubitunga kugirango dutange igitabo. Mubyukuri, iyo ntakunda Samon cyane, naba nararemye iki gitabo wenyine. Iyo nzira, ntamuntu numwe wabishinja, ntamuhuza, gusa njye. Ndashaka ko ibihembo byanjye bihura nimbaraga zanjye, no kubona inzira igororotse itaziguye hagati yimbaraga nashyizemo nibisohoka. Nzarangiza inkuru yanjye ya kaminuza n'amanota make:

Niba ufite abana biga muri kaminuza, ubahe imbaraga zo kwiga shingiro ryo gucunga ingengo yimari yabo namakarita yinguzanyo. Nabivuze kare kubyerekeye gucunga amafaranga, ariko gucunga inguzanyo nabyo ni ngombwa. Urebye, byari kuba byiza iyo mfungura ikarita yinguzanyo mbere yo kubaka amanota yinguzanyo no kumva uburyo bwo gucunga inguzanyo nkeya. Nashoboraga kubyiga mugihe nishyuye amakarita yose, nkabona amanota kandi nkagira amanota menshi yinguzanyo.

Niba uri umunyeshuri wa kaminuza, ihatire kwiga no gukura birenze amasomo yawe yibanze. Nkiri umunyeshuri, 99% byibitekerezo byanjye byibanze kubanyeshuri. Ndangije amashuri, nasanze bishoboka ko aribyiza gukora bike byamasomo, siporo nkeya, imikoranire mike, hamwe niterambere ryumuntu. Nibyiza kuringaniza, nubwo amasomo yawe ari mabi.

Inyungu zinyuranye zituma ubuzima bushimisha, kandi ibi ntibireba abanyeshuri nurubyiruko gusa ahubwo bireba nabakuze benshi.

Achani Samon Biaou: Birakomeye! Urakoze gusangira.

3B: Amateka ya kaminuza ya Samon

Olumide Ogunsanwo: Reka tugende! Samon, ni ayahe masomo y'ubwigenge bw'amafaranga wigiye muri kaminuza?

Achani Samon Biaou: Mugihe namaze muri kaminuza, nize amasomo abiri yingirakamaro: kwinjiza no kuzamura ibiciro. Ibi bitekerezo nibyingenzi kugirango tugere ku bwigenge bwamafaranga, kandi tuzabigiramo uruhare nyuma mugitabo.

Kuruhande rwinjiza, namenyeshejwe igitekerezo cyo gukorera hanze yishuri kugirango mbone amafaranga. Nkoresheje tekinoroji yo gutezimbere, nashoboye kumenya amahirwe meza yakazi yatuma ninjiza amafaranga menshi.

Kuruhande rwibiciro, nungutse ubumenyi muburyo bwo gutezimbere ingengo yimari kandi nasanze inyungu zishobora kubaho zo kubaho nabi ntatanze ubuzima bwanjye. Inararibonye zanyigishije gucunga neza amafaranga yanjye kandi nkoresha neza umutungo wanjye.

Olumide Ogunsanwo: Optimisation nikintu kizana umunezero kubantu bamwe, nanjye ndimo. Igitekerezo cyo gushakisha uburyo bwo guhitamo kugura cyangwa gufata icyemezo, nka "Nshobora kubona ibicuruzwa byagereranywa kubiciro buke? Ni ubuhe buryo bwo gucuruza mu bwiza? Niki nigomwa muguhitamo amahitamo ahendutse? Igihe cyanjye ndikoresha neza? ndetse no kubitekerezaho?" bizana kumwenyura.

Mugihe iyi ngingo yigitabo idashobora gushimisha abantu bose, irashimisha Samon na I. Niba nawe ushobora gutsimbataza ibyo byishimo, birashobora gutanga imbaraga mugihe ugenda ugana kubwigenge bwamafaranga.

Achani Samon Biaou: Imyaka yanjye ya kaminuza yashimangiye zimwe mu mico nize nkura, nk'akamaro ko kuba umuntu utekereza wigenga no kudakurikira buhumyi imbaga. Byongeye kandi, namenye agaciro ko kugira "imitekerereze yica" - intego yo kujya hanze kugirango ngere kuntego zanjye. Mu nkuru zikurikira, nzabagezaho uburyo nakomeje ibitekerezo byanjye byigenga, nkuza imitekerereze yabicanyi, ninjiza neza, hamwe nigiciro cyiza.

Reka tuganire kubitekerezo byigenga. Igihe natangiraga kaminuza, nasabwe kwibanda gusa ku masomo. Mugihe nabanje kubyemera, nahise mbona ko ishuri ryanyoroheye, kandi nashoboraga gukora neza nimbaraga nke. Aho gukurikira buhumyi inzira gakondo, nabajije ikindi nakora. Abanyeshuri benshi bakunda gushaka akazi gasaba imbaraga nke zumubiri, ariko sinagarukiye gusa kuri ayo mahitamo. Nkurugero, nasanze akazi ko gutwara amatungo mumirima yarimo gupakira inkoko, inkoko, na gasegereti ku makamyo yerekeza mu ibagiro. Nubwo amasaha adasanzwe (mubisanzwe hagati ya saa sita z'ijoro na saa yine za mugitondo), aka kazi kishyuye inshuro ebyiri akazi gasanzwe k'abanyeshuri.

Olumide Ogunsanwo: Wumvise ute akazi ka mbere?

Achani Samon Biaou: Intsinzi yanjye mu kubona akazi ko gutwara amatungo byatewe nubushobozi bwanjye bwo gusikana no gusobanukirwa ibidukikije, ariko nanone mbyitirira amahirwe. Naje kubaza inshuti ifite akazi k'abanyeshuri niba azi andi mahirwe yose yishyura neza cyangwa meza, maze avuga akazi kishyura amadorari 15 kugeza kuri 20 kumasaha kandi hanze yamasaha yishuri. Iki gitekerezo cyanteye amatsiko, maze ntangira gushakisha byimazeyo andi mahirwe.

Akazi ko gupakira amatungo karadusabye kuva mu ma saa kumi n'ebyiri z'umugoroba hanyuma tugatwara isaha imwe mu murima uherereye mu mudugudu muto i Brittany, mu burengerazuba bw'Ubufaransa. Gukorera mu murima byampaye amahirwe yo kwitegereza no gusobanukirwa imibere-ho yabantu bo mu cyaro cy'Ubufaransa, ibyo bikaba byari bisa nkibyo nabonye nkurira mu mirima yo muri Bénin.

Olumide Ogunsanwo: Wow.

Achani Samon Biaou: Natwaraga inkoko cyangwa inkoko mu gikamyo amasaha atatu mbere yo gusubira i Brest, umujyi uri mu majyaruguru y'ubu-rengerazuba bw'Ubufaransa. Igitangaje ni uko nashoboye kubona byinshi muri aka kazi kuruta guhuza amafaranga yanjye ya bourse n'amafaranga ababyeyi banjye banyohereje ndangije icyiciro cya mbere cya kaminuza. Ubunararibonye bwanyigishije akamaro ko guhitamo amafaranga.

Olumide Ogunsanwo: Nishimiye inkuru yawe rwose kuko irerekana isomo ryingenzi. Mu nkuru yanjye ya kaminuza navuze ko nifuza ko nashak-isha ibirenze amasomo nkareba andi mahirwe. Iri ni isomo ryingirakamaro kuri buriwese, yaba afite imyaka 27 kumurimo cyangwa rwiyemezamirimo

wimyaka 38. Ni ngombwa kureba ibirenze amahirwe imbere yawe no gu-
cukumbura inzira nshya. Ihame rusange ryo gukura kugiti cyawe nugushak-
isha buri gihe no kwishora muburambe n'amahirwe agutera ubwoba. Mu-
gusunika inshuro nyinshi kurenza akarere kawe keza, urashobora guhangana
nawe kandi ugateza imbere iterambere ryumuntu. Birashobora kuba ikintu
cyose kuva kuvugira kumugaragaro kugeza kuguruka, mugihe cyose cyaguye
imipaka kandi kigatera imbere kugiti cyawe.

Birakwiye ko tumenya ko ayo mahirwe atagomba byanze bikunze gusim-
buza umwuga wawe, cyangwa ntagomba no kwinjiza ako kanya. Kurugero,
impuzandengo y'Abanyamerika imara amasaha atatu kumunsi kureba tele-
viziyo. Niba ufite umwanya munini wo kubika kuri Seinfeld nu mukino win-
tebe, urashobora kubikoresha mugushakisha amahirwe mashya no kwiteza
imbere.

Ubwanyuma, iki gice kivuga ku gutsimbataza ubushobozi bwo gutek-
ereza wenyine no gushora imari mu iterambere, tutitaye ku myaka cyangwa
icyiciro mubuzima.

Achani Samon Biaou: Igitekerezo cyawe kinyobora kumutwe wo gutez-
imbere ibiciro. Nubwo namenye gusa igitekerezo cyo guhindura amafaranga
mubushoramari nkuze, nari narabishyize mubikorwa ntabizi mumyaka ya
kaminuza. Kurugero, Nahisemo inzu ya studio yujuje ubunini busabwa, bi-
gatuma bihendutse cyane. Gusa nagombaga kwishyura € 200 kugeza 250 €
buri kwezi.

Olumide Ogunsanwo: Wow.

Achani Samon Biaou: Nanone, guverinoma yishyuye abanyeshuri 150
€ kugirango bishyure ibiciro byamazu. Ahanini, ubukode bwanjye ntacyo
bwatwaye.

Olumide Ogunsanwo: Ikibabaje, kubwanjye, namaze imyaka itatu
ntuye mu kigo mugihe namaze muri kaminuza. Umwaka wa gatatu ni bwo
natangiye kuvugana nabandi nsanga kuba hanze yikigo byari kubahenda
cyane. Sinari narigeze ntekereza ko bishoboka gutura ahitaruye gato,
byashoboraga kunkiza amadorari ibihumbi. Sinigeze ndeba hanze.

Achani Samon Biaou: Ndemeranya cyane ningingo watanze kubyerek-
eye akamaro ko kureba kure. Bamwe mu nshuti zanjye, kimwe na bamwe mu
banyeshuri bo muri Bénin, bashoboye kubona amazu mu kigo babikesheje
umubano w'ababyeyi babo na barimu. Ubu buryo bwo gushyigikira bwariho

mu Bufaransa. Ariko, kutagira iyo sisitemu yingoboka byanyemereye gushakisha ubundi buryo no kuganira nabantu, amaherezo bintera kubona amahirwe meza.

Nyuma yo kubona inzu yanjye ya studio, icyemezo gikurikira nagombaga gufata nicyo kugura. Ubwa mbere, nahisemo kutagura imyidagaduro iyo ari yo yose, kuko numvaga intego yanjye nyamukuru yo kuba mubufaransa kwari ukwibanda kumyigire yanjye.

Olumide Ogunsanwo: Imyidagaduro yawe yari ibitabo byawe [Urwenya].

Achani Samon Biaou: Yego! [Smile] Nyuma y'amezi atandatu, nafashe icyemezo cyo kugura TV. Ariko, impamvu yanjye yo kuyigura ntabwo yari iyo kureba amakuru cyangwa itangazamakuru ryigifaransa. Ahubwo, nashakaga kwiga icyongereza kuko numvise ko nshobora kubona amafaranga menshi nkora mubwongereza. Amafaranga yose nakoze muri kiriya gihe yari ishoramari mugihe kizaza.

Kimwe mu byo nakoresheje ni ukugura bisi ya bisi, ikanyemerera gutembera nijoro ku kazi kanjye ko gutwara amakamyo. Nakoraga iminsi itatu mucyumweru kuva 11PM kugeza 4-5AM hanyuma nkurikirana amasomo nyuma ya mugitondo. Ishoramari mu bwikorezi ryamfashije guhuza akazi kanjye no kwiga neza.

Olumide Ogunsanwo: Ntabwo byemewe. Kuki washoboye gutekereza gutya? Ni izihe nama wagira abandi bantu bakurikiza iyi mitekerereze?

Achani Samon Biaou: Natangiriye kumitekerereze yibitekerezo byigenga. Ntabwo natangiye ntekereza kubitekerezo byabanje "uko ibintu bigomba kumera". Ahubwo, nashizeho ingingo yo kubaza abantu kubintu byose no gukusanya amakuru ashoboka.

Byongeye kandi, nashishikaye cyane kandi nihatira gukoresha amahirwe yose yaje. Nkuko byavuzwe haruguru, nakuze nkina nabana bafite amikoro make, kubwibyo sinigeze mbuza gukora mu murima cyangwa mu mirimo iyo ari yo yose.

Nabonye ko gukurikirana ubwenge bitari byanze bikunze uburyo bwiza bwo gushaka amafaranga. Nagize amatsiko kumasomo nashoboraga kwigira mubikorwa bidafite ubwenge. Binyuze mu kazi kanjye ko gupakira amatungo, naganiriye n'abakozi bakoraga mu mirima. Abenshi bari hagati yimyaka 30 na 50 bafite imiryango yo gutunga. Nubwo nashoboraga kubona aho ubushobozi bwo kubona amafaranga runaka muri iyo myaka, nasanze inkuru zabo zifite ubushishozi budasanzwe.

Nkawe, nshyira imbere gushaka amafaranga no kwirinda gukoresha amafaranga atabishaka. Igihe nari mfite amadorari 1.000 yambere muri banki, narishimye cyane kandi nishimiye kureba uko ikura. Sinashoboraga kubyizera. Nakundaga kureba ko ikura kandi byabaye nkumukino kuri njye kugirango ndebe amafaranga nshobora kuzigama. Mugihe narangije amashuri, birashoboka ko nari narazigamye kurusha benshi murungano rwanjye.

Olumide Ogunsanwo: Ntabwo ntangaye. Urimo munzira yubwigenge bwamafaranga niba bigushimishije kubona konte yawe ya banki ikura agaciro kuruta kugura umutungo utesha agaciro nkimyenda na TV.

Kugera ku bwigenge bwamafaranga bisaba guhindura imitekerereze. Ugomba kwizera ko kugera ku bwigenge bwamafaranga bishoboka kuri wewe.

Reka tuvugishe ukuri. Amakuru yose ukeneye kwigenga mumafaranga asanzwe aboneka kuri enterineti no mubitabo, ariko ntuzabikora kugeza igihe wemera rwose ko bigerwaho kandi ufite imbaraga zihagije "kuki".

Mugusangiza inkuru zacu bwite, turizera kwerekana ihinduka ryimitekererereze twagize mbere mubuzima bidushyira munzira yo kwigenga kumafaranga. Ntabwo dutegereje ko wandukura ibyatubayeho, ahubwo, kugirango wumve akamaro ko guhindura imitekerereze yawe kugirango ugere ku ntego zawe zamafaranga.

Achani Samon Biaou: Nabitse ibyiza byanyuma. Ndashaka gusangira ubunararibonye bukomeye kuva mumashuri yisumbuye. Harimo umunyeshuri wumushinwa muri kaminuza imwe yo mubufaransa, waturushaga cyane kandi avuga igifaransa gike. Sinari nzi neza niba yariyandikishije muri gahunda y'ururimi cyangwa asanzwe yiga mu gifaransa. Nkumuntu mushya muri kaminuza, nasanze byoroshye guhuza nabandi banyeshuri mpuzamahanga. Umunsi umwe, umunyeshuri w'umushinwa yantumiye mu icumbi rye arantekera, maze tuba inshuti. Mu ruzinduko rwanjye rwa kabiri cyangwa urwa gatatu, namubajije ibibazo kugira ngo ndusheho kumumenya neza, mbona ko asa naho akuze kurusha bagenzi be.

Isomo rya mbere ryerekeye ubwiza bwimbaraga mubikorwa. Yambwiye amateka ye yukuntu yakijije kugira ngo aze mu Bufaransa, ibyo bikaba byaranshimishije cyane. Yanyeretse uburiri bwe, azamura matelas, akuramo amafaranga 25.000 by'amadolari, yose yari mu madorari, nubwo amayero ari ifaranga mu Bufaransa. Yari yarakoze mu ruganda hafi imyaka icumi kugirango abone amafaranga, kandi iki kiganiro cyanyigishije akamaro ko gukora cyane nimbaraga nyinshi mubyo umuntu akora.

Isomo rya kabiri ryerekeye ubuntu. Umunsi umwe, inshuti yanjye y'Ubushinwa yambajije uko meze, maze mvuga ko nari niteze ko amafaranga ya buruse azagera vuba, ariko kugeza icyo gihe, nshobora gusaba ababyeyi banjye ubufasha bw'amafaranga. Ibi byari mbere yuko ntangira akazi kanjye ko gupakira inkoko igihe gito. Ntatindiganyije, yampaye amadorari 1000 avuye ku gishishwa cye, ati: "Fata ibi kugira ngo udahangayika. Ntugomba kunyishura." Nabanje gutungurwa ndabyanga, ariko aranyinginga ati: "Uzabaho ute? Fata." Hari ukuntu yari yarumvise ko ndi mubibazo, nubwo ntari, kandi ubuntu bwe bwangizeho ingaruka zirambye.

Muri make, guhura kwanjye nuyu munyeshuri wumushinwa byanyigishije agaciro kakazi gakomeye, imbaraga, nubuntu. Ntabwo numva ko umuntu wakoze cyane imyaka icumi kugirango yinjize € 25.000 € yatanga igihumbi cyayo kumuntu yahuye kabiri gusa.

Olumide Ogunsanwo: Biratangaje!

Achani Samon Biaou: Hariho ikintu cyimbitse kuri cyo cyashishikarije abagiraneza benshi nubuntu nateje imbere nyuma. Ibyo byambayeho byari bikomeye kuri njye.

Guhura n'inshuti yanjye y'Ubushinwa byangizeho ingaruka zikomeye, maze mbona ko nagize amahirwe ntagomba kuzigama imyaka icumi ngo nige kaminuza. Byatumye nshima amahirwe nagize kandi bintera imbaraga zo kubikoresha neza. Amateka ye yo gukora cyane, kwiyemeza, n'ubuntu byansize ku mutima kandi bintera imbaraga zo kwihatira kugera kuntego zanjye.

Olumide Ogunsanwo: Ntibisanzwe. Umuntu wese afite ibyo ahanganye nabyo. Iyo numvise inkuru nkizo, numva ncishijwe bugufi. Twakoze indimu mu ndimu twari dufite, ariko twari dufite indimu nziza yo gutangiriraho. Ntakibazo icyo uhura nacyo cyose, hariho inzira zitandukanye zo kunoza imibereho yawe. Igihe cyose wemera ko ushobora gukora itandukaniro kandi ushobora kugerageza ibintu bitandukanye, ntugomba na rimwe kureka.

Ibindi bitekerezo wifuza kongeramo mbere yo gufunga iki gice?

Achani Samon Biaou: Mfite indi nkuru yo gushimangira akamaro ko guhindura amafaranga mu ishoramari aho guhazwa ako kanya. Nyuma yo kwimukira muri kaminuza yanjye yo mu burengerazuba bw'Ubufaransa njya mu ishuri ry'ubuhanga i Paris, nahageze mfite igitekerezo kimwe: nakora iki hano kugirango mbone amafaranga? Nari mfite buruse hamwe n'inkunga ya data, ariko ntabwo nakoresheje byinshi. Natekereje ko kwigisha abanyeshuri bo mumashuri yisumbuye i Paris bishobora kuba ikintu cyinjiza amafaranga umunyeshuri wa kaminuza nkanjye, nuko ntangira kubikora ngenda munzu zabanyeshuri.

Nkomeje kwigisha, nasanze gutwara imodoka kugirango ngere kubanyeshuri benshi bishobora kugwiza amafaranga ninjiza, nuko mfata icyemezo cyo kugura imodoka. Ntabwo naguze imodoka yo kwidagadura ahubwo nongereye amafaranga. Nahinduye kalendari yanjye yo kwigisha cyane kandi nitoza gusubira inyuma nyuma yamasomo yanjye. Imodoka nayo yari ingirakamaro mu guha inshuti zanjye kugendana mugihe twashak-aga kujya mubirori mumujyi.

Ariko, nagombaga no gufata icyemezo hagati yo kwishimana na-banyeshuri twiganaga cyangwa kurera no gushaka amafaranga. Ku wa gatatu nyuma ya saa sita, abo twiganaga banywaga byeri bakabana. Nubwo nari umwe mubanyeshuri bato, natangiye numva nkuze kandi mbona ko atari byiza guta igihe cyanjye igihe nashoboraga gukora nkabona amafaranga. Umwaka ushize urangiye, nari narazigamye amadorari 10,000.

Olumide Ogunsanwo: Itandukaniro mu nkuru yanjye rirasobanutse. Nibanze cyane kubanyeshuri kuburyo nabonye akazi kanjye ka mbere, nkumwarimu wabanyeshuri, kubera amanota yanjye yisumbuye. Nari naruhutse cyane kandi ntakaze mu gushaka amahirwe. Nyuma yaho, igihe inshuti yavugaga gukora nka valet kuwagatandatu nibwo namenye ubushobozi bwo kubona amafaranga menshi.

Gutekereza hanze yagasanduku bireba ibirenze amahirwe yo kwiga. Nubuhanga bwingirakamaro mu mikurire no kwiteza imbere. Mugushora mubihe byawe aho gushaka ibinezeza ako kanya, urashobora kubaka uru-fatiro rwo gutsinda igihe kirekire.

3C: Amahame yo Gutekereza Kwigenga & Amatsiko

Olumide Ogunsanwo: Muri buri gice cyigitabo, dusangira amateka yubuzima bwacu hanyuma tukibanda kumahame yihariye yubwigenge bwamafaranga ajyanye nizo nkuru. Iki gice kivuga ku mahame yo gutekereza kwigenga n'amatsiko.

Nyuma yo kwigira, ibitekerezo byigenga n'amatsiko ni ngombwa kugirango tugere ku bwigenge bw'amafaranga. Kugira ngo utsinde inzitizi kandi ugere ku ntego zawe, ugomba kugira amatsiko no guhanga, kandi ugomba no gutekereza wigenga ukirinda gutwarwa nabandi cyangwa kugwa muri FOMO (Gutinya kubura).

Nibyiza gutandukana no gufata inzira abantu benshi batemera, mugihe utekereza ko byumvikana kuri wewe. Ibitekerezo byigenga ni ngombwa kuko gusa urumva rwose indangagaciro zawe n'ibyifuzo byawe. Niba wemeye kuyoberwa n'ibitekerezo by'abandi, ushobora guhura n'ikibazo cyo kubona ibyo ushaka kandi ukeneye. FOMO irashobora kukuyobora munzira idahuye nintego zawe cyangwa indangagaciro. Kurugero, inshuti yawe ivuga ko agura inzu, kandi ukeka ko igihe kigeze ngo ugure inzu kuko uri kuri stade mubuzima bwawe aho ukeneye inzu. Washyizeho intego zawe kandi ni ngombwa gutekereza cyane kubikorwa kugirango ubigereho. Abantu benshi ntibazi intego zawe kandi bafite intego zabo zitandukanye, ibikorwa byabo rero ntaho bihuriye nubuzima bwawe.

Kugira ngo witoze gutekereza byigenga, ugomba kworoherwa no gutandukana nibisanzwe kandi ushobora kuba udakunzwe kandi udakunzwe. Ibi birashobora gusobanura gufata inzira itagenze cyane, ariko amaherezo, izaba inzira ihuza indangagaciro zawe.

Ubwanyuma, nubuzima bwawe, kandi niwowe ugomba guhangana ningaruka zibyo wakoze. Abantu baguhaye inama cyangwa bahinduye amahitamo yawe ntibazaba bahari kugirango bagufashe guhangana ningaruka mugihe ibintu bitagenze neza.

Suzuma ibi bikurikira: Niba umuntu akugiriye inama yo kubyara abana bane, bazakwitaho abana? Oya! Gira abana benshi nkuko ubishaka. Niba umuntu akubwiye ko ugomba kugura inzu y'ibyumba bitatu, bazishyura inguzanyo cyangwa ubukode? Birumvikana ko atari byo! Shaka inzu ifite ibyumba byinshi byo kuryamamo nkuko ubishaka, cyangwa uhitemo kutagura na gato. Ugomba guhangana n'ingaruka uko byagenda kose, none kuki utafata ibyemezo byigenga bihuye n'ibyifuzo byawe by'imbere, ibyifuzo, n'intego zawe?

Achani Samon Biaou: Ndashaka gutanga urugero rushobora kuvuguruzanya no kuganira ku idini. Hariho ibisobanuro byinshi by'amadini, bamwe bakavuga ko umuntu adafite ibikorwa kuko byose bigengwa nImana. Mugihe buriwese afite uburenganzira bwo guhitamo gahunda ye yo kwizera, bamwe bashyira imbere ibitekerezo byumvikana mugihe abandi bashyira imbere kwizera. Ninde wahisemo, ni ngombwa kumenya ko ibinyuranye nibyo wemera bishobora kuba bifite ishingiro. Uku kubimenya bizagufasha gukomeza gufungura ibitekerezo kubishobora kugerwaho bitunguranye.

Ariko, niba ukomeje igitekerezo cyuko hashobora kubaho igisubizo kimwe gusa, noneho uri mubibazo. Muyandi magambo, uragowe.

Olumide Ogunsanwo: Igitabo " Nigute Nabonye Ubwisanzure mu Isi idakwiye [1]" cyanditswe na Harry Brown ni kimwe mu bitabo byiza nasomye ku bwisanzure. Irashakisha imitego itandukanye itubuza kwidegembya, harimo umutego wukuri. Uyu mutego ubaho iyo twemera ibisubizo runaka twizeye neza 100% kandi tunanirwa kumenya ingaruka nibidashidikanywaho biterwa no gufata ibyemezo.

Ikibazo cyibanze hamwe nuburyo bumwe bwo gutekereza, nkamadini, nuko gitera abantu gutekereza neza. Ibitekerezo bishoboka, kurundi ruhande, ibintu mubishobora kubaho ningaruka, nkuko bigaragara murugero rwo kugira <1% amahirwe yo guhanuka mumodoka utanyweye inzoga kandi utwaye umuvuduko mwinshi. Kwizera byanze bikunze icyemezo ni ikimenyetso cyo kugwa mumutego udashidikanywaho. Hafi ya byose mubuzima byanze bikunze - twibwira ko aribyo.

Gutekereza wigenga ntibisobanura ko wemera ko uhora ufite ukuri. Bisobanura kwakira neza imyumvire yabandi mugihe ufata inshingano kubikorwa byawe. Nukworoherwa nubutwari bihagije kugirango ufate in-

<hr>

1. https://www.amazon.com/How-Found-Freedom-Unfree-World/dp/0965603679

shingano zicyemezo cyawe, nubwo ibisubizo bitaba byiza.

Achani Samon Biaou: Ibitekerezo byigenga ntabwo bikubiyemo umudendezo wo gutekereza wenyine ahubwo binamenya ko umuntu ashobora kwibeshya ndetse ninshingano ziva mubyemezo byafashwe. "

Mbere yo kuzuza imyaka 35, nishyuye ubukode gusa imyaka 5-6 yose, yarimo imyaka ibiri mumashuri yubucuruzi nimyaka itatu mumashuri yisumbuye na barangije. Intego yanjye muri iki gihe kwari ukugabanya amafaranga nakoresheje.

Nakoresheje amanota nabonye mu kazi kanjye guma mucyumweru kugirango mara weekend muri hoteri. Mama yansabye kugura inzu. Inshuti zanjye zashimangiye ko ndi inyuma y'ubuzima kuko nta nguzanyo nari mfite. Iyo nza gukurikiza inama zabo, nibaza aho naba ndi uyu munsi, kuko benshi muribo bagiharanira kubona ubwigenge bwamafaranga.

Ibitekerezo byanjye byigenga byamfashije kumenya ko abantu bose basaga nkaho biruka bagana kuntego idahuye niyanjye. Nubwo twaba turi munzira imwe, bamwe birukaga kwiruka mugihe abandi biruka marato. Ntibyumvikana kumva ucitse intege mugihe umuntu wiruka intera ngufi akurenze mugihe ukora marato. Ibi birerekana uburyo FOMO ikora mubuzima busanzwe. Ni ngombwa kumenya isiganwa wiruka no gukurikiza amahame yaryo. Urashobora guhora wigira kubandi, ariko ntibikwiye kwigana buhumyi ibikorwa byabo. "

Olumide Ogunsanwo: Iyi niyo mpamvu nkunda Ray Dalio cyane. Avuga kubyerekeye uburemere bwo kwizera.

Niba mfite ikibazo cyinyo yanjye, ngiye kumva amenyo, ariko ntabwo nzumva inzobere mu mirire. Ibinyuranye, niba mfite ikibazo cyimirire yanjye, ngiye kumva inzobere mu mirire, ntabwo ari amenyo.

Umuntu wese arashaka kuguha inama, ariko ntabwo abantu bose bazi ibyo bavuga. Niba nshaka inama zumutungo bwite, nzumva Samon kuko yigenga mubukungu mumyaka 30. Ntabwo numvaga umusaza wimyaka 82 ugikora kandi udakora neza mubukungu.

Niyo mpamvu tuganira kubitekerezo byigenga nyuma yo kwiyizera no kwigira. Uhinduka cyane gutekereza neza wigenga iyo wiyizeye, wiyizeye, kandi wishingikirije kugirango ufate ingamba.

Achani Samon Biaou: Ni ngombwa guteza imbere ubushobozi bwo kumenya aho ibitekerezo byigenga bidahari. Kugira ngo ubigereho, umuntu agomba kwibaza ikibazo: 'Nkwiye kwiringira ibintu runaka?' Kurugero, CNN ihora igaragaramo impuguke za Afrika zivuga zizeye ibyabaye kumugabane. Nubwo basomye cyane, gusa nabona ko ibitekerezo byabo byizewe niba bariboneye uburambe bwo kwibera no kwishora mumico nyafurika

Olumide Ogunsanwo: Reka mumare umwanya mubi. Hariho ibibi byo gutekereza byigenga, ndabizi kuko mpura nabyo buri gihe. Abantu benshi bazumva batamerewe neza cyangwa ntibakunda ibikorwa byawe. Kurugero, barashobora kuvuga ibintu nkibi, "Utuye munzu yicyumba kimwe? Ngwino, kuki utagura inzu?" cyangwa "Ese koko wigenga mu bijyanye n'amafaranga? Ngwino, birumvikana ko utigenga mu bijyanye n'amafaranga. Niba warabonye akazi kishyura $ X, ntiwagitwara?" Ugomba guteza imbere uruhu rukomeye kugirango wumve ko abantu bagutera umutekano muke no kutiyizera.

Ikibi cyibitekerezo byigenga nuko ugomba kuba mwiza mugutandukana, kunengwa, no gucirwa urubanza, ariko birakwiye kuko byibuze wemera ko ubayeho mubuzima bwawe. Niba abantu batibajije impamvu ukora ibintu bitari "bisanzwe" kandi ntibagusabe kuba "gakondo", guhuza, gukora ibintu nkuko byahoze, noneho birashoboka ko uri ntabwo mubyukuri utekereza wigenga kandi igice cyabantu benshi.

Achani Samon Biaou: Nzi ko ibitekerezo byigenga bishobora kurambirana. Twumva ko rimwe na rimwe udashaka guhangayikishwa.

Olumide Ogunsanwo: Ibitekerezo byigenga bigomba gushyirwa imbere kubyemezo bikomeye, byingenzi byubuzima. Ntibikenewe ko umara amasaha ukora ubushakashatsi ku byemezo bito nkibyo amasogisi yo kwambara. Kubyemezo nkibi, amahitamo asanzwe arashobora kuba ahagije. Ariko, kubyemezo byingenzi, ni ngombwa gutekereza wenyine kandi ntukurikire buhumyi imbaga. Umuntu agomba kuba inyangamugayo wenyine muguhitamo amahitamo adasanzwe.

Gufata ibyemezo byingenzi byubuzima bisaba gusuzuma indangagaciro zawe bwite, ibyo ukeneye, nibyo ukunda.

Achani Samon Biaou: Muri societe ishyira imbere ibyo kurya, ibitekerezo byigenga biba ngombwa cyane. Kugira ngo tubitange urugero, suzuma uru rugero:

Jye na mugenzi wanjye twaguze uburiri bwumwami wa Californiya kumazu yacu. Kubwamahirwe, kuri ubu dukoresha hafi kimwe cya gatatu cyigi-

tanda. Yateje icyuho kidakenewe kandi itugora kuba hafi yacu. Kuki twataka-
je amafaranga kuri yo? Ndashobora kwiyumvisha ko abashakanye baryama
ku buriri bumwe birashoboka ko bamara igihe kirekire kandi bagahuza neza,
kuko bahatirwa gukemura amakimbirane mbere yo kuryama kuko nta handi
bajya.

Olumide Ogunsanwo: [Urwenya]

Achani Samon Biaou: Niba abashakanye bafite uburiri bunini bwa Cal-
iforniya ya King, birashobora kuba byiza nko kuryama mubyumba bitan-
dukanye. Mubihe byacu, niyo ndambura amaboko, sinshobora gukora ku
mubiri mugenzi wanjye, kandi sibyo kuko ndi mugufi. Yashoboraga no kug-
wa ku buriri nijoro, kandi sinabimenya kugeza bukeye bwaho.

Olumide Ogunsanwo: [Urwenya rwa Hysterical]

Achani Samon Biaou: Mu buryo nk'ubwo, kuki umuntu ku giti cye
atwara mumihanda ibungabunzwe neza yahitamo kugura SUV nini? Niba
intego ari ukugaragaza imiterere cyangwa ubutunzi bwabo, noneho kugira
imodoka nkiyi bishobora kuba ikintu gikomeye.

Olumide Ogunsanwo: Uburenganzira bwo kwirata hamwe ningamba
zo kwirata biri hanze yiki gitabo.

Achani Samon Biaou: Nahuye nuwashinze kugurisha ibigo kumiriyoni
amagana yamadorari, turanywa hamwe. Yatwaye mini nto cyane Chevrolet,
mugihe natwaye imodoka nziza, nubwo ntashishikajwe cyane nimodoka.
Ariko, kubona imodoka ye byatumye menya ko ntatekereje cyane kandi
bikomeye mbere yo kugura. Numvaga ndi umuswa gato kuko ntafite
amamiriyoni y'amadorari, kandi nashoboraga gukoresha amafaranga yanjye
mubintu mpa agaciro cyane. Guhera ubu, iyo nguze uburiri bwa kabiri, ntab-
wo nzagura umwami wa Californiya, kandi ninkagura indi modoka, nzagura
imodoka nziza gusa nimbona uburyohe bwayo.

Olumide Ogunsanwo: Nibyo! Kuri iyo ngingo, reka tujye kumahame
ajyanye namatsiko.

Achani Samon Biaou: Reka duhere ku gusobanura amatsiko nkicyifuzo
gishimishije cyo kwiga ibintu birenze ibihita bihuzwa nibikorwa byawe
byubu. Kugira ngo ubyerekane, tekereza umwana ushonje wirengagije ibiryo
imbere yabo akibanda ku kibanza cy'umuhondo hasi aho. Mugihe ibi bishob-
ora kugutangaza cyangwa bikakubabaza, gusa ni ibisubizo byuko umwana
afite amatsiko menshi, bishobora no gukuraho ibyo bakeneye bakeneye kugi-

rango babone ibibatunga. Ibi birerekana imbaraga zamatsiko.

Noneho, tekereza umuntu mukuru ugaragaza ko yifuza umwuga mwiza kandi agisha inama. Niba ubababajije ku ntambwe bateye kugeza ubu n'ubwoko bw'imirimo bashishikajwe, kandi bakaba batazi neza, noneho ntibashobora kugira amatsiko ahagije. Ibi birerekana ko kubona akazi gashya bidashobora kuba umwanya wambere kuri bo. Niba umuntu ashishikajwe no kubona akazi, azafata ingamba zihamye kandi akore ubushakashatsi bwo gukusanya amakuru.

Iyo ufite amatsiko, utera iyo ntambwe yambere ugashakisha ibintu byose bigukikije, ukusanya amakuru ushobora gutunganya no kubaka. Hariho imbaraga zigutera imbaraga zo gukomeza no kureba ibirenze ibigaragara. Ibi nibyo bitandukanya abantu bafite amatsiko nabatari bo.

Tekereza kuri ibi bihe hanyuma urebe urwego rwo kudashishikazwa nibintu byoroshye kuboneka hafi yawe. Kuki ibi bibaho? Niba ushobora kumenya impamvu zitera kubura amatsiko, urashobora kubona uburyo bwo gukemura ibyo byuho.

Olumide Ogunsanwo: Abimukira n'abimukira bafite amahirwe kuko bafite amatsiko ahagije yo kwimukira mu gihugu gishya, aho bahura na societe itandukanye nibyo bamenyereye. Ubu bushya buborohereza gukomeza amatsiko. Nibyingenzi kumenya ibyiza byamateka yawe namateka. Ibinyuranye na byo, umuntu ukomoka muri Mississippi wiga muri kaminuza ya Mississippi ashobora kuba afite amatsiko yo hasi kubera gutura muri leta imwe ubuzima bwabo bwose kandi akamenyera gahunda za buri munsi.

Mugihe usoma iki gice, urashobora kubona inyungu zamatsiko nkigaragara, ariko turashaka gusobanura ko tutavuze gusa ibigaragara. Ahubwo, turabaza uburyo ushobora kwihingamo no gutsimbataza amatsiko mubuzima bwawe kubisubiramo kugirango bigufashe kugera kubwigenge bwamafaranga.

Achani Samon Biaou: Reka tuganire ku buryo twakongeza amatsiko mu bana. Amakuru meza nuko abana basanzwe babaza kuko ibintu byose ari bishya kuri bo iyo bavutse. Nkumubyeyi, ni ngombwa kutabangamira amatsiko yabo, ahubwo ni ukumurera. Shishikariza amatsiko umwana wawe ubemerera gushakisha no kwitabira nabo.

Ndi umwe muri abahezanguni bavuga ngo bareke bagerageze ibintu, ndetse nibintu "bibi", mugihe cyose batikomeretsa bikabije. Kurugero, niba barimo gukina nibintu bikarishye, reka bakine igihe cyose batazikomeretsa bikabije, nko guca amaso. Niba bakomeretse, birashobora kuba uburambe bwo kwiga kuri bo.

Olumide Ogunsanwo: Kugira ngo wongere amatsiko, tekereza kubyakubayeho mubana ufite amatsiko. Niba ufite uburambe bwiza, tekereza uburyo ushobora gukomeza no guteza amatsiko. Ibinyuranye, niba ibyakubayeho bitari byiza kumatsiko, ugomba gucengera cyane gusobanukirwa nintandaro yo kubura amatsiko.

Umuntu ku giti cye abura amatsiko kuko atabonye ibintu bibashimisha. Ibyishimo n'amatsiko biraterana, kandi mubisanzwe biganisha kubindi.

Shiraho icyerekezo cyubuzima bwawe kigushimishije, kuko ibi bizagutera amatsiko kandi bigushishikarize gushaka intambwe zikenewe kugirango ugere kuntego zawe. Nkunda amagambo ya Tony Robbins agira ati: "Iyo ufite imbaraga zihagije impamvu, ni gute bigenda bigaragara neza."

Umaze kugira intego isobanutse ("impamvu") hamwe nicyerekezo gisobanuwe neza, mubisanzwe uzarushaho kugira ishyaka no gushishoza mugushakisha ibitekerezo bishya hamwe nubunararibonye.

Achani Samon Biaou: Nabyemeye. Mugihe tudashobora gukiza kubura amatsiko, turashobora gutanga ibitekerezo dukurikije ibyatubayeho. Ku giti cyanjye, iyo numva amatsiko yanjye agabanuka, nsanga gutembera cyangwa gutembera ahantu hashya mumujyi wanjye bifasha kuganza. Kurugero, kwishyiriraho intego yo kuvumbura resitora zose mubaturanyi bawe birashobora kugutera imbaraga kuruta gusura inshuro imwe ahantu hamenyerewe kugirango uhumurizwe. Bamwe barashobora kwibaza impamvu bagomba guhindura ibintu bitavunitse. Kuberako niba udahinduye ibintu, noneho <u>uzavunika</u>.

Olumide Ogunsanwo: Wow, ibyo biraremereye.

Achani Samon Biaou: Gusubiramo kenshi muri resitora imwe kuko wumva umenyereye bishobora kuganisha kumahirwe. Urashobora kumva wicujije mugihe ubonye ko resitora ituranye igurisha verisiyo nziza yisahani imwe kubiciro biri hasi cyane, bigatuma wumva ubupfu kubwo kudashakisha ubundi buryo vuba.

Ibikurikira ni urugendo: Nishimiye gutembera kuko biguhatira kugira amatsiko. Kurugero, niba ukomoka muri Amerika ukaba usuye Uburayi, ushobora kuba ushishikajwe no kumenya amayero n'ivunjisha, kandi ibyo bishobora kugutera kumenya impamvu igipimo cy'ivunjisha gihinduka. Urugendo rufite ubushobozi budasanzwe bwo gukurura amatsiko muri wowe. Ariko, niba ukomeje guhangana namatsiko bisanzwe, urashobora gutsimbataza akamenyero ko kubaza "kuki" igihe cyose uhuye nikintu gitunguranye. Aya matsiko ahuza nigitekerezo cyo kwigira. Kurugero, kubaza "kuki abantu bakoresha amafaranga?" bizagutera inkunga yo gukomeza gushakisha no kwagura amatsiko.

Ikindi cyifuzo cyo kongera urwego rwamatsiko nugukora "crise" yubwoko. Mugihe ibi bisa nkuburyo budasanzwe, birashobora kuba ingirakamaro. Kurugero, urashobora kwimura nkana urufunguzo rwawe mugihe runaka, bizaguhatira kwitondera cyane ibidukikije. Ikigeretse kuri ibyo, gerageza gutangiza ibiganiro nabantu ubona bikurura kandi urebe uko umutima wawe wakira.

Mugihe ufite amatsiko kubandi, urashobora gufungura ubutunzi bwinshi. Kurugero, niba umuntu ukunda asa nkudashishikajwe, ushobora guhitamo kubifata kugiti cyawe. Ariko, mugushaka kubyumva neza, urashobora kuvumbura ko imyitwarire yabo ntaho ihuriye nawe, ahubwo ni ikintu kibaho mubuzima bwabo.

Olumide Ogunsanwo: Amatsiko afite agaciro haba mbere, mugihe, na nyuma yo kubona ubwigenge bwamafaranga.

Mbere yo kwigenga mu bijyanye n'amafaranga, amatsiko ni ikibatsi gishobora gukurura umunezero no kugutera imbaraga zo gutangira urugendo rugana ahazaza heza.

Mugihe cyurugendo rwa FI, amatsiko akora nkisoko yo kugutera imbaraga, agufasha kuguma kumurongo, nubwo uhuye nimbogamizi cyangwa ukeneye guhindura inzira yawe.

Nyuma yo kubona ubwigenge bwamafaranga, inyungu zamatsiko zikomeje kugaragara. Niba ushakisha inyungu n'ibikorwa bitandukanye munzira, nko gukina, kubyina salsa, cyangwa gutembera, bizoroha kwimukira mubyo ukurikirana hamwe nubwisanzure nigihe uzagira nyuma yubwigenge bwamafaranga.

Niba uri umuntu wibaza impamvu igitabo cyerekeye ubwigenge bwamafaranga cyaba kirimo igice cyerekeye amatsiko, kandi ushaka gusa gushaka "amafaranga menshi". Iki gitabo kijyanye no kugufasha kubaho ubuzima wifuza ku magambo yawe bwite, kandi ntibisobanura byanze bikunze gushaka amafaranga menshi.

Ibyo ari byo byose, Mfite inkuru nziza kuri wewe, amatsiko agufasha kubona amafaranga menshi kuko adafasha mubuzima bwawe gusa ahubwo no mubucuruzi bwawe nakazi kawe. Kurugero, niba wari umuyobozi ufite abakozi babiri, ninde wazamura: uwuzuza gusa imirimo yashinzwe cyangwa uwabaza ibibazo agashaka kumva impamvu yibikorwa?

Igitabo "Ingeso ndwi z'abantu bakomeye cyane" kigaragaza ingeso ya mbere nko guharanira inyungu. Kugira imyifatire ifatika, ubuhanga bwigenga bwo gutekereza, hamwe nibitekerezo byamatsiko nibice bifitanye isano nibitekerezo bigutera kugera kubyo wifuza.

Ninde ushobora gutsinda? Umuntu ufite amatsiko, wigenga, kandi uharanira inyungu, cyangwa umuntu wasubiye inyuma, akurikira imbaga, akazimira mu bushyo, akora ibyo inshuti zabo, umuryango wabo na societe bababwiye gukora. Biragaragara cyane - Ntabwo ngomba gusubiza.

Achani Samon Biaou: Kubura amatsiko bizagutakaza munzira y'ubwigenge bwamafaranga. Nubwo hari ukuntu washoboye kuhagera nta matsiko, ushobora kuba pansiyo wihebye. Nkuko Olumide yabivuze, amatsiko arashobora kugufasha mururwo rugendo. Urashobora kuzamurwa mu ntera niba ubonwa nkumukemura ibibazo. Ibibazo birahari kuko ibisubizo ntabwo bigaragara, ugomba rero kuba ufunguye gushakisha inzira zo guhanga kugirango ukemure ibibazo.

Olumide Ogunsanwo: Tekereza guhanga hanze yagasanduku, birashoboka cyane ko ubaho niba ufite amatsiko.

Achani Samon Biaou: Biragoye gukomeza kuba pasiporo, kuko abandi bafite amatsiko kandi bakiteza imbere, bityo amaherezo uzasigara inyuma.

Olumide Ogunsanwo: Nzasoza mvuga kubitabo bimwe bifasha kwimakaza amahame yibitekerezo byigenga n'amatsiko.

Igitabo cya mbere cyifuzo ni " Ubutwari bwo Kwangwa [2]" na Ichiro Kishimi na Fumitake Koga. Igitabo cyanditswe muburyo bwo kuvuga inkuru n'abanditsi babiri b'Abayapani kandi kivuga ku buryo ushobora kuyobora ubuzima bwawe, ndetse n'ibitekerezo by'abandi bishobora kugira ingaruka ku byishimo byawe.

Icya kabiri, ndasaba " Antifragile [3]" na Nassim Taleb. Iki gitabo kizwi

---

2. http://www.amazon.com/The-Courage-to-Be-Disliked-audiobook/dp/B07BRPW98K

3. https://www.amazon.com/Antifragile-Things-That-Disorder-Incerto/dp/0812979680

cyane cyerekana igitekerezo cyo kurwanya antifragilite, aho ikintu kibi kibaho gishobora kukugiraho ingaruka nziza. Sisitemu ikomeye irashobora kurokoka imihangayiko yo hanze, ariko sisitemu ya antifragile iratera imbere mugihe ihuye nikibazo. Ibitekerezo byigenga, amatsiko, hamwe na sisitemu ya antifragile gutekereza bijyana. Gutegura sisitemu ya antifragile bisaba urwego rutandukanye rwo gutekereza. Nassim numuntu utekereza imico itandukanye, nayo ifitiye akamaro abasomyi.

Achani Samon Biaou: Ndashaka gusaba igitabo cyanditswe na Adam Grant cyitwa " Tekereza nanone [4]". Tekereza ubwenge bwawe bumeze nka gaze isunitswe mu muyoboro akaza akagura ibitekerezo byawe. Ifasha gutandukanya ibintu dufata nkukuri. Irakwereka ko ibintu bidukikije atari ngombwa byanze bikunze ibyo twibwira.

Olumide Ogunsanwo: Birashimishije. Urakoze gusoma. Reba nawe mu gice gikurikira.

---

4.   http://www.amazon.com/Think-Again-Power-Knowing-What/dp/1984878107

4: Amateka Yumwuga Wambere namahame yo Kwifuza & Ubutwari

Olumide Ogunsanwo: Nshimishijwe no gucukumbura inkuru z'imirimo yacu ya mbere yemewe muri Amerika n'Uburayi. Akazi kacu ka mbere, imishahara, na ba shebuja bigira ingaruka zikomeye kuburyo twe, nabandi benshi, dutekereza gucunga amafaranga.

Tugiye kandi kuvuga ku mahame yo kwifuza no gutinyuka. Jya wifuza kwishyiriraho intego n'ubutwari bwo kubigana, kabone niyo waba uhuye n'ikibazo cyangwa ubwoba.

Uzahura n'ibibazo byinshi n'inzitizi. Kwifuza n'ubutwari bizakuyobora mu bwigenge bw'amafaranga n'ubushobozi bwo kubaho ubuzima bwawe bwite.

Achani Samon Biaou: Tuzabagezaho uburyo twateje imbere ibyifuzo byacu kandi twabonye ubutwari bwo kubikurikirana. Ntidushobora gutegereza kukubwira uburyo aya mahame yagize ingaruka kumirimo yacu ya mbere kandi adufasha kugera kubwigenge bwamafaranga. Reka dutangire!

4A: Amateka yumwuga wa Olumide

Achani Samon Biaou: Wari akazi kawe ka mbere kandi wabonye ute? Kandi, wagize igitekerezo kijyanye n'ubwigenge bwamafaranga mugihe wavuye muri kaminuza ukajya kukazi?

Olumide Ogunsanwo: Nize Chemical Engineering muri kaminuza, natekereje no gukora impamyabumenyi ebyiri na Economics ariko amaherezo mfata icyemezo cyo kubirwanya. Mugihe cyo kurangiza icyiciro cya mbere cya kaminuza, nasanze amasomo arambiranye, ariko nari nizeye ko akazi kanjye kazashimisha. Ndangije muri 2006 mfite imyaka 21 na GPA yo hejuru, ariko byangoye gato kubona akazi kuva ntari narigeze nimenyereza umwuga. Ibyo byatewe nuko viza yakazi yabanyeshuri yabanyamerika yateguwe kuburyo abanyamahanga bashobora gukora pratique hamwe na viza yabanyeshuri, ariko ibigo byinshi byashakaga gusa kwimenyereza abanyeshuri nyuma baza kubona akazi k'igihe cyose, bikagora abanyeshuri nkanjye. Kubera iyo mpamvu, nagombaga gushaka akandi kazi mugihe cyizuba.

Nakoze nk'umurezi ushimishije kandi byoroshye. Nafashe kandi akazi guhamagara abarangije gusaba (gusabiriza?) Inkunga y'ishuri. Byari bigoye. Twabonye ibisubizo bibi kandi bikaze. "Nundekere!" "Ntuzigere umpamagara kuri iyi nimero!" "Uyu ni nde?" "Wabonye ute nomero yanjye?" Inararibonye ntabwo zishimishije kandi ntaho zari zihuriye nimpamyabumenyi yanjye ya Chemical Engineering, ariko nagombaga gukora ibyo nagombaga gukora byose kugirango mbone amafaranga. Akazi ko guhamagara kanyoye igihe kinini, ariko byatumye noroherwa cyane no gutera no kugurisha kuri terefone.

Igihe impamyabumenyi yegereje mu mpeshyi ya 2006, natangiye gusaba akazi k'igihe cyose maze mbaza muri Honeywell UOP. Ibibazo byagenze neza, bampa akazi kanjye ka mbere nka injeniyeri yubushakashatsi. Natangiye muri Nzeri 2006 mu ruganda rutunganya inganda muri Indiana, hafi ya Chicago ku buryo nashoboraga kubona akazi buri munsi mfata bisi ebyiri. Umushahara wanjye wari 56.000 $, kandi nishimiye gutangira. Nakoresheje software mugushushanya ubwoko butandukanye bwibikoresho byo gutunganya nka guhanahana ubushyuhe, pompe, nibindi nagombaga no kujya mumurima kugirango nshyigikire gushyiramo ibikoresho nateguye.

Achani Samon Biaou: Ibyo byari i Chicago?

Olumide Ogunsanwo: Akazi kari mu ruganda rutunganya inganda muri Indiana, ariko byari hafi ya Chicago ku buryo nashoboraga kubona akazi buri munsi mfata bisi ebyiri. Sinifuzaga gufata ibyago byo kugura imodoka kuko nari kuri viza y'akazi y'agateganyo. Ngiyo inkuru yumurimo wanjye wambere nuburyo nabonye.

Achani Samon Biaou: Wow, ibibazo byabanyeshuri bimukira muri Amerika bigaragarira muguhindura ishuri ukajya kukazi. Ibigo bihitamo gutanga imyitozo kubanyeshuri bashobora nyuma guhabwa akazi byoroshye mugihe cyose badakeneye uruhushya rwakazi, nkuko bimeze kubimukira bose.

Olumide Ogunsanwo: Nukuri. Nubwo leta yemerera ibigo kuguha kwimenyereza umwuga. Byarababaje cyane. Nubwo mfite GPA ihanitse mu ishami ryanjye, nagombaga gutura indi mirimo itajyanye nimpamyabumenyi yanjye. Byari bidasanzwe, ariko urenga kuri ibyo bintu. Nuburyo bwo kwimuka bwashyizweho.

Achani Samon Biaou: Iyo uza kuba umunyamerika, ntuzigera utekereza no kubuza visa. Ndibuka igihe bamwe mu nshuti zanjye z'Abafaransa batunguwe nuko abanyeshuri mpuzamahanga bakeneye impushya zo gukora. "Ibyo ni ibiki?" barabaza, barumirwa. (Aseka).

Olumide Ogunsanwo: [Urwenya]

Achani Samon Biaou: Ku bijyanye n'akazi k'igihe cyose, wagize ingamba zo gushakisha akazi? Wafashe icyifuzo cya mbere kuko byari bigoye kubona akazi cyangwa wari ufite nkana mugutegereza akazi keza?

Olumide Ogunsanwo: Nari nkeneye amafaranga. Ndangije mu mpeshyi kandi nkeneye kubona akazi. Nyuma yumwuga wanjye ni bwo nagize ubwigenge nubushobozi bwo guhitamo akazi kenshi. Impirimbanyi zingufu hagati yumukoresha numukozi ni ngombwa kubyumva. Niba udasobanukiwe ibi, birashoboka ko umukoresha wawe afite imbaraga zose kuri wewe.

Kubisubiramo: Umwuga wanjye wambere watangiye kuva 21 kugeza 25 (narangije kaminuza mumwaka wa 2006 mfite imyaka 21, njya mwishuri ryubucuruzi muri 2010 mfite imyaka 25). Inshamake yumwuga wanjye wambere nububabare bwumutima nububabare. Nkuko nabivuze, natangiye umwuga wanjye nka injeniyeri yubushakashatsi muri Honeywell UOP, yari mugihe cyo kugurwa na Honeywell muricyo gihe. Kubwamahirwe, isosiyete ikomatanyije, Honeywell UOP, ntiyashoboye gutanga viza yakazi ihoraho, kandi nararekuwe mva kukazi kambere mumezi atatu. Byari ibintu bibabaje cyane.

Achani Samon Biaou: Wow.

Olumide Ogunsanwo: Ibi byabaye muri Mutarama 2007, nyuma gato yuko ntangira akazi kanjye muri Nzeri 2006. Numvise mfite ipfunwe n'ikimwaro. Nkumunyeshuri winyenyeri zose mubyiciro byanjye byicyiciro cya mbere hamwe numwe muri GPAs murwego rwo hejuru muri gahunda yanjye, natangajwe nuku guhinduka kwibyabaye. Gutekereza uko bizagenda ndamutse ngomba kuva mu gihugu (kubera iminsi 90 y'ubushomeri kuri viza yanjye y'agateganyo) byatangiye kuntera umutwe.

Cari igihe kitoroshye kuri njye. Nasanze ndira njyenyine mucyumba cyanjye, sinzi intambwe natera. Sinigeze numva nshimishijwe no kubiganiraho n'umuntu, cyane ko benshi mu nshuti zanjye bari banshimiye amezi make mbere. Nazindukiye ahantu hijimye aho natangiye gusobanukirwa imbaraga zimbaraga. Nabonye ko ubuzima bumeze nkikibaho, kandi nkeneye gushaka ingamba zampa umudendezo mwinshi aho kuba umutego gusa.

Nta gushidikanya ko iyi yari imwe mu ngingo zo hasi mu buzima bwanjye. Mfite imyaka 21, nari nkomeje kugerageza kumenya ibintu, kandi ndibuka ko narize amarira muminsi yashize.

Achani Samon Biaou: Wow. Nigute washoboye guhangana nicyo kibazo, kandi cyaguhinduye gute?

Olumide Ogunsanwo: Kubwamahirwe, mbere yuko habaho guhagarika akazi, ntabwo nigeze ngura ibintu bikomeye nkimodoka cyangwa inzu. Nakomeje kubaho mu buryo bworoheje busa n'iminsi ya kaminuza, nsangira inzu nabana. Igishimishije, ibi bivuze ko ubuzima bwanjye bwakomeje kuba buke. Nibanze cyane kuri gari ya moshi na bisi zo gutwara, rimwe na rimwe ntwara imodoka hamwe nabakozi dukorana.

Umwe mu bo twakoranye na carpool yari umugore w'umuperesi na we wari warize muri IIT kandi yabonye impamyabumenyi ihanitse mu bijyanye n'ubuhanga mu bya shimi, mu gihe nari narangije icyiciro cya mbere cya

kaminuza. Igitangaje, nubwo afite inshingano zimwe zakazi, yinjije amado-
rari 1.000 gusa buri mwaka kundusha, ahembwa $ 57.000. Ibi byatumye
mbona ibintu bibiri.

Ubwa mbere, byaragaragaye ko ibigo bidahaye agaciro impamyabumenyi
y'ikirenga ugereranije n'impamyabumenyi ya bachelor. Nubwo amashuri
yinyongera yamutwaye imyaka ibiri yubuzima bwe na 40.000 $, kongera
umushahara byari bike. Yakunze kwinubira ko hasigaye amafaranga make
nyuma yo kwishyura imodoka ye n'inguzanyo. Ibi byarantangaje, kuko nari
mfite uburambe butandukanye kandi nashoboye kuzigama igice kinini cy-
ibyo ninjiza.

Icya kabiri, nasanze guhitamo amafaranga yacu bishobora kugira ingaru-
ka cyane mubuzima bwacu. Nubwo imishahara yacu yari imwe, twagize
ibisubizo bitandukanye cyane. Nishyuye ubukode buke bw'amadorari 300-
$ 350 buri kwezi mugabana inzu yo hasi na nshuti yanjye Nekheel, mugihe
inshuti yanjye yo mubuperesi yari ifite inguzanyo ishobora kuba irenze
ubukode bwanjye. Mugihe nakoreshaga amadorari 75 buri kwezi mu gut-
wara abantu, yakoresheje amafaranga y'imodoka ye, harimo ubwishingizi,
gaze, no gusana.

Tekereza niba naguze inzu n'imodoka muri kiriya gihe. Nari kugwa mu
mutego. Nari gukora iki hamwe ninguzanyo yimyaka 30? Nari gukora nte
imodoka? Kugurisha igihombo gikomeye? Ibintu byari kuba bibi, bimpatira
kugurisha umutungo ndetse byashoboka ndetse no kuva mu gihugu.

Ibyo nibuka biracyari byiza mubitekerezo byanjye. Inararibonye
yarankomereye kandi ituma mbona ibigo bitizeye neza. Nari nzi ko ntashob-
ora kwishingikiriza kumashyirahamwe kuko batanyitayeho. Byanteye
gushishikazwa n'imari bwite, ubwigenge bw'amafaranga, ndetse n'izabukuru
hakiri kare. Ibyo byaranze intangiriro y'urugendo rwanjye rugana ku
bwigenge bw'amafaranga.

Achani Samon Biaou: Iyo nkuru mwasangiye irakora ku buryo bu-
dasanzwe. Bigomba kuba byarababaje cyane kandi bigoye gutsinda.

Olumide Ogunsanwo: Abantu benshi bamenyereye PTSD, igereranya
Post-Traumatic Stress Disorder. Nubuzima bwo mumutwe bugira ingaruka
kubantu bahuye nibibazo byababayeho, nkabasezerewe, bikabatera kwibutsa
ihungabana kandi bikagira ingaruka mbi mubuzima bwabo bwa buri munsi,
harimo umubano nakazi.

Ku rundi ruhande, hari igisubizo kitazwi cyane ku ihungabana ryitwa PTG, cyangwa Gukura nyuma y'ihungabana. Bivuga inzira yo gukura kugiti cyawe, iterambere, nimpinduka zishobora kubaho nyuma yo guhura ni-hungabana. Muburyo bwinshi, ndumva byari umwanya wa PTG mubuzima bwanjye.

Kugeza vuba aha, ntabwo nashoboraga kuvuga inkuru ntarize, kuko yagaruye kwibuka neza uko numvaga. Ariko, umuntu yigeze kumbwira ko uko urambuye byinshi kubyakubabaje, niko byoroshye. Ndashobora kwemeza ko ibyo ari ukuri.

Achani Samon Biaou: Wavuze ko wowe ninshuti yawe Nekheel wabaga mubutaka kugirango ubukode bugabanuke. Ndashaka gukoresha urwo rugero kugirango ngaragaze akamaro ko kwikuramo hakiri kare. Iyo abantu batangiye kubona umushahara kunshuro yambere, birasanzwe ko bumva bafite ubushake bwo gukoresha byinshi, bitewe ninjiza yabo nshya. Ariko, kugera kubwigenge bwamafaranga mubisanzwe bikubiyemo kuzirikana ibyo ukoresha kuva mbere. Uko ukoresha byinshi, niko utabona uburyo bwo gushora hamwe no guhuza igihe. Ahubwo hindura amafaranga yawe mubushoramari, nkamahirwe yo kwiga cyangwa guhuza ibyifuzo bishya byakazi.

Mu buryo bwikora kongera amafaranga yawe nkuko amafaranga yawe yiyongera arashobora kutabyara inyungu, cyane cyane niba amafaranga yawe yiyongereye adahuye nagaciro kawe.

Olumide Ogunsanwo: Hariho ingamba nyinshi zo kugera kubwigenge bwamafaranga.

Ingamba imwe ikubiyemo kwibanda ku kwinjiza amafaranga menshi, mu gihe indi yibanda ku kugabanya amafaranga ukoresha. Abantu batandukanye basanzwe bashingira cyane kuruhande rumwe cyangwa kurundi, batewe na kamere yabo, imurikagurisha, amahirwe, ahantu, ubuhanga, amateka, cyangwa amashuri.

Ariko, nibyiza gukurikiza ingamba zombi icyarimwe. Umuntu ku giti cye agomba kwihatira kwinjiza amafaranga menshi mugukomeza kwiteza imbere, kunguka ubumenyi nubuhanga bushya. Muri icyo gihe, bagomba kugabanya ibiciro bakoresheje babishaka bashingiye ku ndangagaciro zabo, bagashyira imbere ibibazanira umunezero, no kugabanya cyangwa gukuraho amafaranga atari ngombwa. Icyangombwa ni ugushaka uburinganire hagati yo kwinjiza amafaranga menshi no kugabanya ibiciro, gushimangira nkana ikintu kimwe ukurikije ubuzima bwawe bwihariye, ibihe, n'amahirwe. Aho niho hashyirwa. Nibyo.

Kurugero, niba uri umusore wimyaka 21 watangiye akazi mumujyi mushya, birashobora kuba ngombwa cyane kwibanda kugabanya ibiciro. Uzakenera kumenya amazu nogutwara ahantu hashya. Ariko, iyo umaze guhindura ibice byingenzi byigiciro, birashobora kuba byiza guhindura intumbero yawe kugirango winjize amafaranga menshi. Ibi bishobora kuba bikubiyemo gushakisha akazi, guhubuka kuruhande, kugerageza kwihangira imirimo, cyangwa imishinga yo guhanga. Ntabwo byakagombye gukuba kabiri kugabanya ikiguzi cyawe kubera kugabanuka kwinyungu mugihe hari amahirwe menshi kuruhande rwinjiza.

Urundi rugero niwaba ufite imyaka 38 y'amavuko usanzwe ukora ubukana kandi yubahiriza ingengo yimari, kandi ufite abana bane (abana bato bato, abangavu babiri bo mumashuri yisumbuye, numunyeshuri wa kaminuza). Kunoza ibiciro birashobora kuba bitoroshye muri ibi bihe, kandi birashobora kuba igihe cyo gushaka amahirwe yinyongera.

Umuryango wigenga w'amafaranga ukunze gushimangira kugabanya ibiciro, mu gihe ba rwiyemezamirimo bakunda kwibanda ku kwinjiza amafaranga menshi. Inama nakugira ni ugukurikiza ingamba zombi ariko ugahitamo guhitamo gushyira imbere imwe ukurikije ibihe byihariye.

Achani Samon Biaou: Iki kiganiro cyuzuyemo ibihe bisubirwamo. Kwimukira mucyiciro gikurikira cyumwuga wawe: wavuze kubona akazi amezi make nyuma yo kurangiza, ariko ikibabaje, wirukanwe. Byagenze bite nyuma?

Olumide Ogunsanwo: Nahise ntangira gutegura gahunda. Icyampangayikishije cyane ni uko nagombaga kuva muri Amerika mu minsi 90, bityo mfata icyemezo cyo gukomeza impamyabumenyi y'ikirenga. Ibi byampa indi viza yabanyeshuri mugihe cya gahunda, yari imyaka ibiri. Negereye umuyobozi w'ishami rishinzwe imashini nsobanura uko Honeywell UOP imeze. Nerekanye icyifuzo cyanjye cyo gutangiza gahunda ya master vuba kandi nsaba buruse yo kwishyura ikiguzi cya gahunda. Nyuma yo gukora ibikoresho byose, niyandikishije muri progaramu ya master muri Chemical Engineering hamwe na bourse ya 75%. Nkiri kwiga, nongeye gusaba akazi kandi amaherezo mbona akandi kazi, ibyo nabikoze nkora amasomo ya nijoro.

Achani Samon Biaou: Nigute washoboye kubona buruse ikomeye? Wigeze ushyikirana umwete?

Olumide Ogunsanwo: Naganiriye cyane kuko bitari byiza kwishyura impamyabumenyi ntari nkeneye rwose. Nari maze kugira impamyabumenyi imwe yo guswera muri kaminuza ya Chemical Engineering.

Achani Samon Biaou: Cyane cyane ko wari uziko kugabanuka kugaruka kwa dogiteri kwa mugenzi wawe mugenzi wawe wu Buperesi.

Olumide Ogunsanwo: Rwose. Nubwo afite impamyabumenyi y'ikirenga, umushahara we warenze $ 1.000 / umwaka kurenza uwanjye igihe nari mfite impamyabumenyi ya Bachelor gusa. Kuki natanga $ 40,000 kumpamyabumenyi y'ikirenga? Ariko, icyatumye iki cyemezo gishoboka kuri njye ni uko umwanya mushya watanze amafaranga y'ishuri agera kuri 50%. Ibi bivuze ko amafaranga menshi ya gahunda yanjye azishyurwa. Byongeye kandi, nari nkeneye isosiyete nshya gusaba viza y'akazi, kubera ko ntashakaga kongera kunyura mu nzira y'abinjira. Nemeje hamwe na HR hamwe nitsinda ryemewe n'amategeko ko bazakemura ikibazo cya viza.

Gukora umunsi wose hanyuma kwitabira amasomo amasaha nijoro byari bigoye. Iminsi yanjye yari umusazi. Nakoraga kuva icyenda kugeza kuri bitanu, ngakurikirwa nuburyo bugororotse-bwishuri kuva kuri gatandatu kugeza umunani cyangwa icyenda. Ubwo bwari ubuzima bwanjye mu myaka ibiri yakurikiye.

Achani Samon Biaou: Wow. Wari wemerewe kwiga amasomo nijoro nkumunyeshuri mpuzamahanga?

Olumide Ogunsanwo: Yego, nkumunyeshuri mpuzamahanga, nagize ihinduka ryo gufata amasomo umwanya uwariwo wose, harimo n'amasomo ya nijoro. Nemerewe kandi gukora kuri viza y'akazi y'abanyeshuri.

Achani Samon Biaou: Akazi gashya kazanye umushahara munini?

Olumide Ogunsanwo: Yego, umushahara wanjye mushya wari $ 58.000 / mwaka, urenze gato akazi kanjye ka mbere. Hamwe n'aka kazi, nahisemo kugura imodoka. Yari BMW 3 yakoreshejwe yaguze $ 17,000. Numvaga mfite umutekano muri aka kazi kuko bari bemeye gutanga viza y'akazi. Nakundaga imodoka, yari ifite inyuma yumukara imbere nimbere, ndetse nari mfite ibyapa byubusa byanditseho "OLUMIDE." Nashimishijwe cyane n'imodoka.

Achani Samon Biaou: Birashimishije.

Olumide Ogunsanwo: Nubwo nibuka neza imodoka, nsubije amaso inyuma, birashoboka ko ari rimwe mu makosa make nakoze mu rugendo rwanjye rw'amafaranga. Ntabwo byanze bikunze kubera icyemezo cyo kugura imodoka ubwacyo ariko kubera ko ntigeze mara umwanya uhagije nkora ubushakashatsi muburyo butandukanye bwo gutwara abantu hamwe nigiciro rusange cya nyirubwite (TCO).

Nagize uburambe bwiza kumurimo wa kabiri, ariko inkuru yongeye gufata intera ikaze. Viza y'akazi ya Amerika H1-B ikora kuri sisitemu ya tombora, kandi ikibabaje, ntabwo natoranijwe inshuro ebyiri za mbere nasabye. Ntabwo byangizeho ingaruka ako kanya kuko nari ngifite viza y'akazi y'abanyeshuri. Icyakora, igihe 2008-2009 yageraga, igiciro cya peteroli cyaraguye kubera ikibazo cy'amafaranga ndetse n'igabanuka ry'ibisabwa. Kubera iyo mpamvu, nasezerewe ku kazi kanjye ka kabiri mu 2009, mbere gato y'imyaka 24 y'amavuko.

Achani Samon Biaou: Wow. Na none!

Olumide Ogunsanwo: Ntabwo byari bitangaje rwose, kuko benshi mu ikipe yanjye bari bararekuwe mu gihe cy'amezi 6. Ariko nakomeje kumva mbabaye. Kubura akazi burigihe birashya. Niyo mpamvu navuze ko inkuru yumwuga wanjye wambere ari inkuru yumutima. Mfite imyaka 23, hafi yimyaka 24, nari nararekuwe mva mumirimo ibiri yambere nigeze kubona.

Inganda za peteroli na gaze zikora mukuzunguruka, kandi mugihe igiciro cya peteroli kigabanutse, ibigo bishaka kugabanya ibiciro byabyo. Numvise nacitse intege kuko ndacyashobora kwibuka ibyabaye kumurimo wanjye wambere imyaka mike mbere.

Ariko, bitandukanye no gutakaza akazi kwambere muri 2006, Nari meze neza cyane mubitekerezo no mubukungu. Nari narashoboye kuzigama hafi $ 40,000- $ 50.000 (50% yumushahara mbumbe wanjye wo kuzigama) mumyaka ibiri, nuko meze neza mubukungu.

Nari nkiri mu nzu imwe yo hasi na Nekheel. Ubukode bwanjye ntabwo bwazamutse cyane. Natanze amadorari 300- $ 350 / ukwezi gukodeshwa kuva mfite imyaka 21 kugeza 25.

Kuberako nashoboye gucunga neza amafaranga yanjye, nashoboraga gutegura no gufata ibyemezo bivuye mububasha bugereranije. Nari naratsimbataje imitekerereze ikaze kandi niteguye gufata ingamba. Ku bw'amahirwe, ntabwo nagombaga kuva mu gihugu kuko nari ngifite viza y'abanyeshuri muri gahunda ya databuja. Nari nzi mu mutima wanjye ko Ubwubatsi bwa Shimi butari ubwanjye, niyo mpamvu natekereje gukurikirana impamyabumenyi ebyiri mu by'ubukungu muri kaminuza n'impamvu nabuze ishyaka ry'akazi kanjye ka mbere.

Aho gukomeza gusaba akazi kenshi no guhangana na sisitemu ya tombora itateganijwe, navuze ko nayitwaye mpitamo kujya mu ishuri ry'ubucuruzi no guhindura ubuzima bwanjye. Ntabwo nari nzi neza icyo nashakaga gukora nyuma yishuri ryubucuruzi, ariko nari nzi ko bizaba birimo guhuza imari, ikoranabuhanga, nubucuruzi. Natangiye gusaba amashuri yubucuruzi muri 2009, kandi nzakomeza gucukumbura muri kiriya gice gikurikira.

Achani Samon Biaou: Wow. Iyi nkuru irababaza cyane. Wari uherutse kurangiza, ufite imyaka 20, kandi nyamara wari umaze kubona byinshi.

Olumide Ogunsanwo: Ntamuntu numwe wanyitayeho. Ababyeyi banjye ntibari bahari. Nari umwimukira mu gihugu nabuze akazi inshuro ebyiri mfite imyaka 23.

Achani Samon Biaou: Abantu baba mu bihugu bikiri mu nzira y'amajyambere barashobora kwanga inkuru yawe bavuga ko kuba muri Amerika bimaze kuguha ubuzima bwiza, ariko buri wese afite ibibazo bye bwite, ataye ku kuntu ubuzima bwe bugaragara neza.

Uburayi na Amerika biratandukanye cyane. Biragoye kwiyumvisha ibintu mubufaransa aho umuntu ashobora kurekurwa kabiri mugihe cyambere nkumwuga we, kubwimpamvu ebyiri:

1. Biragoye rwose kurekurwa keretse iyo sosiyete iri hafi guhomba. Isosiyete ntisanzwe igabanya kugumana inyungu.

2. Niba wirukanwe, mubisanzwe ufite iminsi irenga 90 kugirango ubone akazi gashya. Sinshobora kwibuka igihe nyacyo, ariko ni ubuntu.

Olumide Ogunsanwo: Yego, no kubimukira?

Achani Samon Biaou: Yego, ni ubuntu. Inzitizi yonyine mu Bufaransa ni ugushaka akazi. Nta sisitemu ya tombora, kandi niba ufite akazi kurwego rumwe ninyigisho zawe, ubona uruhushya rwakazi.

Wavuze ko watangiye gutekereza kubisabwa mwishuri ryubucuruzi ufite imyaka 23/24. Ibinyuranye, ntabwo nasabye ishuri ryubucuruzi kugeza mfite imyaka 29. Abantu benshi mubufaransa ntibaha agaciro impamyabumenyi ya MBA. Hariho kandi imyizerere yiganje ko ugomba kuba ufite uburambe bwakazi kandi mubisanzwe ukaba hafi yimyaka 30 yo gusaba. Ibihe n'ibitekerezo biratandukanye, kandi ibintu biratinda cyane muburayi. Urugero, mu Budage, abanyeshuri benshi ba kaminuza ntibarangiza amasomo yabo bagatangira gukora hagati yimyaka 20. Ubuzima bwibigo bukunda guhagarara neza muburayi, mugihe bushobora guhinduka cyane muri Amerika.

Reka mvuge muri make amarangamutima y'ingenzi yumvikanye nanjye numvise inkuru yawe: Icya mbere, gutungurwa no kumenya ko ugomba kwirwanaho kuva ako kazi ka mbere. Icya kabiri, kwiyemeza kuyobora ubuzima bwawe muburyo butandukanye ukurikirana ubuzima bushya cyangwa kuvugurura binyuze mumashuri yubucuruzi.

Ni iki kindi abantu bakwiye kumenya kuri wewe muri iyo myaka yo hambere gifitanye isano n'ubwigenge bwamafaranga?

Olumide Ogunsanwo: Urudodo rwibanze mu nkuru yanjye ni uko ndi umuntu witanze. Noneho, igihe nafashe icyemezo cyo kujya mwishuri ryubucuruzi, nagiye muri byose. Byabaye ibyo nshyize imbere, hafi nkakazi k'igihe cyose. Nabyuka kare, nkiyuhagira, nkerekeza ku ishuri kwiga. Nagumye mu kigo kuko nari nkiri umunyeshuri wa master, kandi amasomo yanjye yari nimugoroba. Nazanaga ibitabo byanjye bya GMAT mubyumba by'ishuri nkiga kugeza amasomo yanjye atangiye nijoro. Iyo ufite intego, ni ngombwa kugenda inzira zose kugirango bishoboke.

Ndi ubwoko bwumuntu ushobora kwiyemeza byimazeyo no gukoresha igihe cyanjye n'imbaraga zanjye zose. Igihe nahanze amaso kugera ku manota arenga 700 kuri GMAT, byanyeretse ko ngomba kwiga hafi buri munsi. Impamvu imwe gusa nabonye ko ifatwa nkibidasanzwe ni igihe abantu batunguwe nukuntu niteguye kugera igihe nasangaga inzira zanjye.

Kurugero, bizadutwara hafi amezi 3-5 kurangiza no gusohora iki gitabo kuko twiyeguriye kandi dushishikajwe nibikorwa. Rimwe na rimwe, nibyiza gushiraho ibyo wemera ukurikije ibyingenzi kuri wewe mbere yo gushaka ibyemezo byo hanze. Niba wishingikirije kubituruka hanze, birashobora kugutera kwibaza kubitera imbere.

Teza imbere imyizerere yawe yimbere udashingiye kubyemejwe nabandi.

Achani Samon Biaou: Uranyibukije ingingo twaganiriyeho mugitangiriro kubyerekeye ibyo tudashaka ko abantu bakura muri iki gitabo. Isi yaremye inyandikorugero n'ibitabo byo gukinisha abantu gukurikira. Biragoye kwiyumvisha uburyo gukurikiza ibyo bitabo byimikino bishobora kuganisha ku bwigenge bwamafaranga. Mu nkuru yawe, ntabwo washakishije ibitekerezo byabandi kubyimbaraga nziza zo kwitegura GMAT. Wari uzi akamaro kayo kuri wewe, nuko uhitamo gukoresha imbaraga nyinshi.

Olumide Ogunsanwo: Nukuri, kurikiza injyana yawe karemano kugeza aho wumva ufite imbaraga. **Nta gitabo cyo gukinisha, igitabo cyemewe, igitabo kiyobora cyangwa inyandikorugero mubuzima. Igisigaye ni ukuba wenyine kandi ukigira mwiza buri munsi. Ibindi byose ni ugusebanya.** Ntushaka kuba 70 hamwe no kwicuza cyane. Ubu ni igihe cyo gukora ibintu.

Sinzi ibinyuranyo byibyabaye ntabuze akazi. Ndashidikanya ko naba narakomeje kuriyi nzira kugirango mbe umuyobozi wa Engineering ufite uburambe bwimyaka 17 yubushakashatsi. Ubuzima bwaba bumeze bute?

Ibintu byose byagenze neza kuko nahatiwe gufata ibyago kugirango mbeho. Ntabwo abantu bose bashobora kugira ingaruka zimwe zansunikiraga gufata ibyago, ariko barashobora kwikinisha kugirango bakire ingaruka.

Achani Samon Biaou: Abantu bamwe ntibashobora kumva icyo ushaka kuvuga mukugira ingaruka. Bisobanura iki ku mwana w'imyaka 18 ukomoka mu muryango ukize muri Gana gufata ibyago? Cyangwa kumunyamerika usanzwe ufite ubuzima bwiza, bworoshye, budahangayitse kugirango agire ibyago? Bisobanura iki gufata ibyago kubantu basanzwe bamerewe neza?

Olumide Ogunsanwo: Nzagerageza gusobanura. Icya mbere, abantu bagomba gutekereza kubuzima bwabo bagategura gahunda kubyo bashaka kugeraho. Iyi gahunda irashobora kuba ikubiyemo intego zijyanye n'imibanire, ubuzima, kwihangira imirimo, umwuga, imari, uburambe, cyangwa ikindi kintu cyose bashaka kwibandaho.

Harashobora kuba inzira nyinshi ushobora gufata kugirango ugere kuri buri cyiciro cyintego. Kurugero, hashobora kubaho inzira enye cyangwa eshanu ushobora gufata kugirango utezimbere umubano wawe. Izi nzira nyinshi zose zifite urwego rutandukanye rwingaruka zijyanye nazo.

Muri buri cyiciro cyintego, birashoboka ko inzira nyinshi zo kubigeraho. Kurugero, hashobora kubaho inzira enye cyangwa eshanu zitandukanye kugirango tunoze umubano, buriwese ufite urwego rutandukanye rwingaruka ziterwa. Abantu benshi bakunze guhitamo uburyo bwo kwibumbira hamwe, bakurikiza inzira yashyizweho mubisanzwe aribwo buryo bworoshye (gukurikira imbaga). Igitekerezo cyanjye cya mbere kwari ugushishikariza abantu gutekereza gufata ibyago byinshi byabazwe, cyane cyane iyo basuzumye neza kandi bakumva ingaruka zishobora kubaho. Ni iki cyo gutakaza? Abantu benshi, cyane cyane abo mu Burayi cyangwa muri Ameri-ka, barashobora kwihanganira ibyago byinshi kubera inshundura z'umutekano hamwe n'inyuma zishobora kuboneka.

Mu ngero wavuze, aho umuntu ameze neza mubukungu, cyane cyane bijyanye nubukungu bwe. Ubuzima bukubiyemo ibirenze imari. Nubwo iki gitabo gisa nkicyibanze ku bwigenge bwamafaranga, mubyukuri kijyanye no kurema no kubaho ubuzima wifuza. Kubaho ubuzima ushaka ni inzira irenze imari. Uwo muntu arashobora kuba agifite intego zijyanye nubusabane, nko gushaka uwo mukundana, cyangwa intego zubuzima, nibindi. Kubwibyo, barashobora gushushanya inzira bagashaka uburyo bwo gufata ibyago byin-shi kuko bakemuye gusa ibijyanye nubukungu.

Achani Samon Biaou: Igihe cyose ikintu kitagoranye bihagije, ndashaka izindi ntego. Niba utumva ko ufite ibyago bihagije, urashobora kwishyiriraho intego zikaze kubyo usanzwe ukora.

Igihe cyose hari ikintu kitumva ko gihagije, ndashaka intego nshya. Niba wumva udafata ibyago bihagije, urashobora kwishyiriraho intego zikomeye mubyo ukurikirana ubu. Kurugero, igihe nakoraga mubudage, nagize amahirwe yo gutembera mubihugu bitandukanye, harimo na UAE. Nyuma yo kumara igihe muri UAE, numvise nifuza ikintu gishya kirenze akazi kan-jye. Nibwo nahisemo kugura mudasobwa i Dubai no kuzigurisha muri Bénin. Ntaho byari bihuriye n'akazi kanjye, kuko nari nsanzwe mbona ama-faranga, ariko nabonye ari ikibazo gishya.

Olumide Ogunsanwo: Rwose, kandi hano haribintu bimwe byubuzima aho ushobora kwakira ibyago byinshi: umubano, ubuzima, iterambere ryu-muntu / gukura / uburezi, kwihangira imirimo, imari yumuntu, ibidukikije, nubunararibonye.

Muri make, imyaka yambere yumwuga wanjye yaranzwe no kubabaza umutima nububabare. Gutakaza akazi kenshi mfite imyaka 23 byerekanaga ko nkeneye gushushanya inzira nshya mubuzima bwanjye. Niyo mpamvu nahisemo gusubiramo ubuzima bwanjye no gusaba ishuri ryubucuruzi.

4B: Amateka yumwuga wa Samon

Olumide Ogunsanwo: Samon, byagenze bite urangije kaminuza?

Achani Samon Biaou: Nyuma yo kurangiza kaminuza, natangiye gusaba imirimo itandukanye, kandi nari nshishikajwe cyane no kubona akazi mu Bwongereza. Nari numvise inkuru zabantu bava mubufaransa "bahunga" bajya mubwongereza kugirango babeho neza. Byasaga nkibintu bitandukanye aho, abantu bose bavuga icyongereza kandi bakora ubucuruzi muburyo budasanzwe. Mboherereje umwirondoro wanjye kurubuga nka monster.com kandi nsaba ibigo mubufaransa.

Olumide Ogunsanwo: Intego yawe yibanze cyane cyane gushakisha amahirwe mpuzamahanga hanze yUbufaransa, cyane cyane mubwongereza?

Achani Samon Biaou: Yego, ikiruta byose, nashakaga gukorera ahantu nshobora gukoresha icyongereza. Ubwongereza bwasaga nkaho ari amahitamo asanzwe, ariko nanone natekereje kubandi buryo nka Scandinaviya, Ubusuwisi, cyangwa Ubudage, aho naje kurangirira.

Olumide Ogunsanwo: Icyo gihe wari umuhanga mu cyongereza icyo gihe? Icyongereza cyawe ubu kirashimishije.

Achani Samon Biaou: Icyo gihe, ubumenyi bwanjye bwicyongereza bwari kurwego rwagati.

By the way, Sinzi neza niba narabagejejeho inkuru yukuntu nize icyongereza. Nari narumiwe rwose. Ntabwo nakurikije integanyanyigisho yigishijwe mwishuri. Igihe nari mfite imyaka icumi, nifuzaga cyane kumva no kuvuga icyongereza cyo muri Amerika. Naguze kaseti za kaseti ndetse nsura ikigo ndangamuco cyabanyamerika muri Cotonou kugirango nishire mu rurimi.

Nsubiye mu gushakisha akazi, numvise ko "francophone-ness" yanjye yagabanije isi yose. Iyo nashakaga gusoma amakuru, yahoraga mu gifaransa. Tekereza kubona isi yawe yose igarukira ku rurimi rutari Icyongereza.

Olumide Ogunsanwo: Hariho itandukaniro rigaragara hagati ya Afrika yubufaransa na Afrika ya Anglophone. Yakuriye muri Nijeriya, Icyongereza ni rwo rurimi rw'igihugu, bivuze ko iyo urebye ejo hazaza hanze ya Nijeriya, Ubwongereza cyangwa Amerika akenshi byari amahitamo y'ibanze, Kanada nayo ikaba bishoboka. Ururimi rufite ingaruka zikomeye kumahirwe yejo hazaza.

Niba uri umubyeyi usoma iki gitabo kandi ukaba ushishikajwe no kwigenga kumafaranga wowe ubwawe / cyangwa abana bawe, byaba byiza ubahaye impano yindimi nyinshi. Urugero, mushiki wanjye, kubera ko yari umunyanijeriya, yandikishije abana be mu ishuri ry'igifaransa akiri muto. Bavuga neza Igifaransa kuva mu bwana, bibaha amahirwe menshi kuri bo.

Nijeriya ikikijwe n'ibihugu bivuga igifaransa, bityo rero twagombaga kwiga amasomo menshi y'igifaransa, nubwo icyo gihe ntigeze mfatana uburemere kubera abarimu badahagije n'amasomo. Ariko, niba ufite uburyo, byaba byiza guha abana bawe impano yambere yindimi nyinshi. Ni ibihe bitekerezo byawe kuri ibi?

Achani Samon Biaou: Mfite ibitekerezo birenze urugero. Nizera ko umuntu wese ubishoboye, agomba kwigenga mu bijyanye n'amafaranga hakiri kare, akabafasha gufata uburere bw'abana babo, niba bahisemo kubyara, nk'akazi. Niba mfite abana, nifuzaga ko byibura baba bafite indimi ebyiri mu myaka 10. Ibi bikubiyemo gutura nkana mu bihugu batiga ururimi mu ishuri gusa ahubwo banishora mu muco. Ururimi ntabwo ari igitekerezo cyihariye; ifatanye cyane n'umuco. Kurugero, tekereza umunyanoruveje wiga kandi uvuga Yoruba muri Noruveje. Bashobora kuvuga kenshi kubintu nka "Ikirere ni cyiza uyu munsi, kandi ndishimye cyane." Nta kibi kirimo, ariko Abanyanijeriya ntibakunze kuganira ku kirere mu biganiro bisanzwe. Mu kwibiza mu muco, gusobanukirwa mu buryo bwimbitse kandi hafi ya byose bigerwaho, aho guhindurwa gusa.

Olumide Ogunsanwo: Ndabyemera rwose. Ubuzima bugenewe uburambe, kandi umuntu arashobora gushima byukuri ibyo yiboneye mugihe ashobora guhuza nabantu mururimi rwabo. Nibyoroshye nkibyo. Tutibagiwe nibyiza byumwuga nubukungu, aribyo bitekerezo bya kabiri.

Achani Samon Biaou: Nibyiza, reka dusubire ku nkuru yukuntu nasitaye ku kazi. Muri kiriya gihe, guhitamo akazi kwanjye ntabwo kwatewe ahanini no gutekereza ku bijyanye n'amafaranga, kandi sinitaye cyane ku mishahara. Icyangiriye akamaro ni ukuba ahantu heza ho gukorera no kugira ikintu gifatika cyo gukora. Nubwo umushahara watekerezwaga, sinari nzi ko hashobora kubaho itandukaniro rikomeye mumishahara hagati yinshingano. Nashyize CV yanjye kuri Monster nandika ibaruwa isaba icyongereza. Amaherezo, nari maze kubona icyifuzo cya Accenture mu Bufaransa, cyishyura amayero 32.000 ku mwaka.

Mu buryo butunguranye, nakiriye umuhamagaro wa Deutsche Telekom Consulting mu Budage. Amasosiyete y'Abafaransa ntabwo yigeze atwara abakandida cyangwa ngo yishyure amafaranga yingendo kubazwa mubufaransa. Ariko, Deutsche Telekom Consulting yankuye i Paris njya i Bonn kugira ngo mbaze, nta mpungenge z'igiciro cy'itike.

Nibwo bwa mbere nasuye Ubudage, kandi nishimiye ayo mahirwe. Mu biganiro nabajije mu Bufaransa, nari nitezwe ko nzagaragara, nta biganiro bijyanye n'amafaranga y'urugendo, kandi rwose ntabwo nahawe ifunguro rya sasita. Ndibuka ko nakiriye inyemezabuguzi y'ibiryo kuri kimwe mubazwa mu Bufaransa.

Igihe ikiganiro cyagendaga gitera imbere, amaherezo twatangiye kuganira ku mushahara, barambaza ibyo ntegereje. Numva nshize amanga, nasabye € 38,000, byari birenze 25% kurenza itangwa na Accenture. Natekereje ko nzaba umukire baramutse babyemeye. Icyantangaje kandi ndishimye, umukozi wa HR yarashubije, yumva asaba imbabazi ati: "Yoo, urabizi, tuzaguha € 45,000. Ngiyo intangiriro y'imishahara hano."

Olumide Ogunsanwo: [Urwenya]

Achani Samon Biaou: Nahagaritse isegonda. Ibi byari hejuru ya 50% kurenza ibyo natanze mubufaransa. Ibibazo byinshi byuzuye mu bwenge bwanjye. "€ 45,000?" "Kuki ari hejuru cyane?" "Ibyo bishoboka bite mu gihe amayero 32.000 yari asanzwe afatwa nk'umushahara munini mu Bufaransa bwateye imbere kimwe hakurya y'umupaka?" "Kuki ntari nzi ibi?" "Nzaba umukire bangahe?" "Hoba hari ifatwa?"

Ako kanya, nuzuye amatsiko kandi nicuza kuba ntarashakisha amahirwe hanze y'Ubufaransa mbere. Nariyemeje kutazakora ikosa nk'iyo niyemeje kwimukira mu Budage. Niyemeje gushakisha amahirwe ahandi hantu harenga akarere kanjye.

Nishimiye cyane ibyiringiro byo kuba umukire. Inshuti zanjye z'Abafaransa n'Igifaransa mu Bufaransa zagize ishyari cyangwa ntabimenyeshejwe igihe bambazaga impamvu nahitamo kwimukira mu Budage. Bambajije kandi niba natekereje ku ngaruka zo kwimukira mu gihugu nk'iki.

Nubwo ntateguye neza, natekereje ko niba abandi bimukira bashobora gutera imbere, nanjye nashoboraga kubimenya. Nagize amatsiko yo kumenya ahandi hantu. Mubiganiro byanjye, sinigeze mbona umuntu wambaye swastika cyangwa ngo mpure nikintu kidasanzwe.

Olumide Ogunsanwo: [Urwenya] Nta bishushanyo bidasanzwe.

Achani Samon Biaou: Nizeraga ko nzaba meze neza mu Budage. Nabonye abandi Birabura bake mpura nabaturage benshi ba Turukiya. Mfite amatsiko y'ubuzima bwo mu Budage, nabajije hirya no hino. Abantu bamwe basobanuye ko bikomeye, amahoro, n'ubutabera. Abandi bavuze ivanguramoko n'imbogamizi zo gutera imbere nk'Umwirabura mu buyobozi. Nanzuye ko Ubudage, kimwe n'Ubufaransa ndetse n'ibindi bihugu byo mu Burengerazuba, byari bifite abantu biyubashye ndetse n'ingero z'ivanguramoko. Imbaraga nkizo zishobora kuba muri Nijeriya mu moko atandukanye.

Olumide Ogunsanwo: Mu gice cyabanjirije iki ku myaka yacu ya kaminuza, byagaragaye ko twabigambiriye kandi dufite icyerekezo kinini ku mahirwe. Kuki utigeze wegera gushakisha akazi ufite imitekerereze imwe? Birasa nkaho gushakisha akazi utabigambiriye.

Achani Samon Biaou: Nishimiye ko wabajije icyo kibazo. Mugihe cyo gushakisha akazi k'abanyeshuri muri undergrad, mubyukuri nabigambiriye kandi ntinyuka. Ariko, kubijyanye no gushakisha akazi nyuma yo guhabwa impamyabumenyi, mugihe natekerezaga Ubwongereza n'Ubudage, nakomeje gusaba imyanya y'itumanaho isanzwe muri ibyo bihugu. Mu Bufaransa, nasabye ibigo bizwi nka Accenture na Alcatel.

Nashyize Ubwongereza n'Ubudage mubushakashatsi bwakazi kuko nashakaga gukoresha ubumenyi bwanjye bwicyongereza gukoresha. Ariko, nasobanuye gusa inyungu zamafaranga kuko ntari numvise neza imibare icyo gihe. Nyuma niho nasobanukiwe byimazeyo ubwigenge bwamafaranga. Icyamfashije muri urwo rugendo ni uguhuza amatsiko no guhiganwa. Nubwo buri gihe ntari mfite igitekerezo gisobanutse kubyo nashakaga, niteguye kugerageza ibintu bishya. Aya matsiko yanshyize mumwanya wo kuvumbura amahirwe atunguranye.

Niba udasunitse mukarere kawe keza kandi ugakomeza kugira amatsiko, ntuzigera umenya amahirwe ahari. Nahoraga nizera ko nshobora gukurikirana umwuga uwo ari wo wose nifuzaga. Ubwose, abasanzwe babikora, bafite inyungu zidasanzwe?

Olumide Ogunsanwo: Yego. Watekereje uti: "Kuki ntashobora no kubikora?"

Achani Samon Biaou: Mubyukuri, kuki utabikora kandi ukabikora neza?

Ngarutse ku bunararibonye bwanjye mu Budage, ninjiye muri Deutsche Telekom Consulting mu 2006 mfite imyaka 24, kandi nishimiye umushahara wanjye 45,000. Ariko, nahuye nibintu bibiri bitunguranye munzira. Icya mbere, ihungabana ry'umusoro mwinshi mu Budage ugereranije n'Ubufaransa. Igitangaje, narangije kubona hafi yinjiza kimwe cyangwa wenda bike. Icya kabiri, amezi abiri cyangwa atatu gusa mumirimo yanjye mishya, nahawe amahirwe kumushinga mpuzamahanga wamezi atatu muri Afrika yepfo. Kwemera umukoro byatuma umushahara wiyongera, kandi nari nizeye ko kwiyongera gake kuva kumushahara wanjye wambere winjiza hafi € 2000 / ukwezi (€ 24,000 / umwaka) mubudage nkagera kuri € 2500 / ukwezi (€ 30.000 / umwaka).

Olumide Ogunsanwo: Ngiyo umushahara muto. € 24,000 net kuva kumayero 45,000 €. Ibyo birasaze.

Achani Samon Biaou: Natanze amafaranga menshi mu misoro, harimo umusoro usanzwe winjiza, umusoro w'ubufatanye mu gushyigikira iyubakwa ry'iburasirazuba mu burengerazuba bw'Ubudage, n'umusoro w'itorero utabishaka. Nkumukirisitu udakora imyitozo, nahisemo guhitamo umusoro witorero.

Olumide Ogunsanwo: Dufatiye ku buryo bushyize mu gaciro, ni byiza gutangaza ko udafitanye isano n'iryo torero kandi ugatanga umusanzu ku ijana wahisemo, aho kugira ngo leta igennye amafaranga yawe. Bisa naho ari ibisazi ko bari kubikora.

Achani Samon Biaou: Nyuma y'amezi atatu ninjiye muri Deutsche Telekom Consulting mu Kwakira 2006, natangiye umukoro mpuzamahanga nko mu mwaka mushya, kandi umushahara wanjye winjije hafi inshuro eshatu kugera ku 7000 ku kwezi. Mbere y'umwaka wa 2007, nari maze gukusanya amayero arenga 100.000 yo kuzigama ku mushahara wanjye na bonus. Isosiyete yatanze icumbi muri hoteri, itwikira imodoka zikodeshwa kugirango dusure abakiriya, kandi itwemerera gukoresha tagisi. Nashoboye kuzigama amafaranga atari make.

Olumide Ogunsanwo: Wamaze igihe kingana iki muri hoteri? Amaherezo waje kwimukira mumazu yibigo?

Achani Samon Biaou: Nagumye muri hoteri yo muri Afrika yepfo hanyuma nyuma i Dubai. I Dubai, twari dufite amafaranga dushobora gukoresha mu gukodesha ikibanza. Jye na mugenzi wanjye twakodesheje inzu y'ibyumba 3 hanze y'ahantu heza cyane hitwa ikirwa cya Palm Jumeirah.

Ibintu ntibyari byumvikana kuri njye. Amezi make gusa mbere, nari umunyeshuri mubufaransa, igihugu cyateye imbere. Hanyuma nimukiye mu Budage mbona ko Ubufaransa bufite ubukungu buto, ibyo sinari narigeze mbimenya kubera ko Ubudage budakunze kuvugwa ku isi y'igifaransa. Ntabwo yigeze ibara kuri njye. Mu Budage, natangiriye ku modoka y'isosiyete, Mercedes C-Class, hamwe n'amavuta yakoreshejwe. Nari nagiye muri Afrika yepfo na Dubai, ninjiza amafaranga arenze ayo abantu basanzwe binjiza mumyaka 20 yimyuga yabo mubufaransa cyangwa mubudage. Kuki ibi byose byambayeho? Nari nishimye bidasanzwe ariko mfite amatsiko yukuntu byagenze.

Olumide Ogunsanwo: Umushahara wa 3X wariyongereye kubera amafaranga mpuzamahanga atoroshye?

Achani Samon Biaou: Yego, hari amafaranga atandukanye, harimo n'amafaranga atoroshye. Byongeye kandi, nk'umukozi ukorera hanze y'Ubudage amezi arenga atandatu mu mwaka, nagize amafaranga yo kuzigama kubera ko ntasoreshwa mu Budage.

Mu mwaka wa mbere muri Deutsche Telekom, nagize ingendo ndende, mpura n'abantu benshi bashya, kandi nongera ubumenyi bwanjye bw'icyongereza. Namenyereye kuguma muri hoteri nziza cyane mfite imyaka 23. Muri Nzeri 2022 ni bwo naguze ibikoresho, mva mu bikoresho bya kaminuza byari byarakoreshejwe kugeza icyo gihe.

Olumide Ogunsanwo: Kubasoma inkuru yawe bakibwira ko ari amahirwe gusa, ni ayahe mahame bashobora kuyakuramo?

Achani Samon Biaou: Icyangombwa ntabwo ari ukugereranya urugendo rwawe nuwundi kandi ukagerageza kwanga ibyo bagezeho nkamahirwe. Inzira ya buri wese irihariye, kandi abantu bamwe bashobora kuba baratangiye urugendo rwubwigenge bwamafaranga nyuma yubuzima. Abandi bashobora kuba baravutse bigenga mubukungu kuko ababyeyi babo bari abaherwe.

Olumide Ogunsanwo: [Urwenya rwa Hysterical]

Achani Samon Biaou: Amahame yo kwibandaho ni amatsiko no kwifuza. Itegereze ibintu bibera hafi yawe kandi wihatire gushakisha amahirwe mashya.

Ntugomba gukurikira inzira imwe nabandi. Komeza amatsiko kandi uhatane, burigihe uharanira kwikuramo wenyine. Biroroshye kwirara mubihe byubu n'ibidukikije, ariko ndashishikariza abasomyi kutagabanya ibyo bashobora kugeraho. Nibintu nyamukuru biva mu nkuru yanjye.

Olumide Ogunsanwo: Abantu bakabije babona ibisubizo bikabije. Nshobora kutavuga ko nkabije, ariko hari ikintu cyiza kijyanye no kugerageza guhindura impinduka nziza mubuzima bwawe. Niba usanzwe unyuzwe n'aho uri, ntushobora gufata ingamba. Ariko nkuko inkuru ya Samon ibigaragaza, amatsiko no gutwara byamuteye gukoresha neza amahirwe abonye. Kuruhuka ntabwo bishoboka ko biganisha ku bwigenge bwamafaranga.

Ihame rimwe nakuye mu nkuru yawe ni ugushaka cyane amahirwe, kugira amatsiko, no kuba witeguye gufata ibyago bibarwa.

Niba wari umwana w'abafaransa bo muri Caucase wakuriye i Paris, ukikijwe ninshuti zabafaransa kandi wize mubufaransa gusa, ushobora kumva ufite ubwoba bwo kwimukira muri Arabiya Sawudite cyangwa UAE. Umutekano n'ingaruka byaba impungenge zikomeye. Ibinyuranye, kuba abimukira bitanga inyungu zidasanzwe zo gukoresha. Mumaze kwimuka ahandi, mumenyereye imico itamenyerewe kandi neza mugerageza ibintu bishya. Kurugero, Samon yari umwimukira wari umaze kwibonera ubuzima bwo mu cyaro no mu mijyi yabaga muri Bénin mbere yo kwimukira mu Bufaransa. Aya mateka yamworohereje kwakira imishinga mpuzamahanga muri Afrika yepfo cyangwa UAE, kuko yarihindagurika kandi ntatinye gushakisha ibidukikije.

Ibintu byose wanyuzemo mubuzima bwawe byaguhinduye uwo uriwe. Emera amateka yawe kandi uyakoreshe kugirango ejo hazaza heza. Amateka yawe ninyungu zawe bwite. Nimbaraga zawe zidasanzwe zisi ziteza imbere uburinganire.

Niba warakuriye mubidukikije wagombaga gukora amasaha menshi mwishuri burimunsi, ushobora kubibona nkibibi. Nyamara, icyerekezo cyiza kwari ukuzirikana ibyiza bitangaje byubuzima bwo kugenda, igihe cyinyongera cyo kwitegereza, n'umwanya wo guhura nabantu no gutembera mubice bitandukanye byigihugu. Nta kuri gufatika, hariho gusa ibisobanuro bikomeza gusobanura ubuzima. Noneho, kuki utakwifata neza mubuzima bwawe kugirango wihe imbaraga? Ibi bizagira akamaro kuruta kwitotomba no gushinja abandi kubibazo byawe.

Achani Samon Biaou: Nabyemeye. Kandi, amafaranga ubwayo ntacyo yari atwaye kuri njye icyo gihe. Ni ngombwa kwibuka ko niba intego yawe yonyine ari amafaranga cyangwa ibintu bifatika, ntuzigera wumva unyuzwe, kandi uzabura kwishimira agaciro nyako amafaranga ashobora gutanga.

Olumide Ogunsanwo: Nzongeramo ubundi buryohe kuri ibyo. Tekereza umuntu ufite ubuhanga mu by'imari bwite. Nubwo batangira hagati yimyaka 20, birashobora gutwara imyaka 10 kugeza 15 kugirango bigere kubwigenge bwamafaranga. Ku bantu basanzwe, birashobora no gufata imyaka 30 kugeza kuri 50. Muri iyo myaka, ni ngombwa kubona umunezero no kunyurwa mubuzima no guhumuriza roza.

Ntabwo rero bitwaye niba uri umuhanga mubukungu bwawe cyangwa joe usanzwe ugerageza kumenya ibyibanze, bizatwara imyaka yubuzima bwawe kugirango wigenga mubukungu! Niba uhindutse cyane kubijyanye nubukungu, urashobora kubura imyaka mirongo yubuzima bwawe mugihe utegereje ubwisanzure bwamafaranga. Amafaranga ntagomba kuba intego nyamukuru. Ishimire URUGENDO munzira yo kwigenga kumafaranga kuko urugendo nubuzima bwawe.

Achani Samon Biaou: Nari igitambo cyibi muburyo bwinshi. Abantu bibwira ko kwishimira ubuzima bwabo bisobanura guta cyangwa gukoresha amafaranga menshi. Ntabwo aribyo. Hariho inzira nyinshi zo kubona kunyurwa no gukora ibintu bitazibagirana muburyo bwawe kandi bitabangamiye ejo hazaza hawe.

Olumide Ogunsanwo: Hari izindi nkuru wifuza gusangira zagize ingaruka kumafaranga yawe bwite, ubwigenge bwamafaranga, uko ubona, cyangwa icyerekezo?

Achani Samon Biaou: Nibyo rwose. Mfite inkuru yo muri imwe mubikorwa byanjye bya mbere byo kwihangira imirimo nifuza gusangira. Ubunararibonye bwamfashije kumva ibyiza byo kugira inzira nyinshi.

Nkuko mubyibuka, data yagize uruhare mubucuruzi bwinshi, kuburyo buri gihe nabonaga ari ibisanzwe gushakisha imishinga itandukanye. Mu 2007, amezi make gusa mu kazi kanjye, umushahara wanjye wo mu rugo wikubye inshuro eshatu kuva ku € 2,500 mu Budage ugera ku € 7,000 kugeza ku 9000 ku kwezi nk'umuntu woherejwe muri Afurika y'Epfo, Dubai,

Maleziya, n'ahandi. Byongeye kandi, nari mfite amafaranga make yo guturamo kuva isosiyete yanjye yatangaga amacumbi kandi ikishyura amashanyarazi n'amazi. Ibi byanyemereye kuzigama igice kinini cyibyo ninjije, bikubye hafi inshuro zirindwi ibyo nashoboye mu Budage kubera amafaranga make ajyanye namasezerano yanjye yo hanze.

Olumide Ogunsanwo: Ntibisanzwe!

Achani Samon Biaou: Nari mfite imyaka 27 kandi nari maze imyaka itatu nkora muri DT igihe natangiraga kumva ndambiwe. Natekereje kwagura umushinga wo kwihangira imirimo nakurikiranye nkumunyeshuri mubufaransa mugihe cyibiruhuko. Icyo gihe, nazanaga mudasobwa mvuye mubufaransa muri Bénin nkayigurisha mfashijwe n'inshuti. Nari muri UAE kandi mfite igishoro kinini kiboneka, kuburyo natekereje ko nshobora guhindura ibi mubucuruzi bunini. Aho kugura mudasobwa zigendanwa mu Bufaransa, twahisemo kuzigura muri UAE aho zihendutse cyane.

Icyakora, twahuye n'ibibazo bimwe na bimwe. Mwandikisho muri UAE yari QWERTY, mugihe clavier yo mu gifaransa yari AZERTY. Byongeye kandi, insinga z'amashanyarazi muri UAE zari zitandukanye n'iza Benin n'Ubufaransa. Twari dukeneye gushakira ibisubizo ibyo bibazo mbere yo gutwara mudasobwa zigendanwa ziva muri UAE zerekeza muri Bénin kugurisha.

Twahavuye tumenya ubukungu bwikiguzi cyo kugura mudasobwa zigendanwa no kwishyuza insinga ariko dusigarana ikibazo cyimiterere ya clavier. Noneho inshuti yanjye yansabye gushushanya inyuguti zigifaransa kuri clavier ya UAE muri Benin!

Olumide Ogunsanwo: [Smile] Uransetsa? Ibyo bisa nkibisazi 100%.

Achani Samon Biaou: Amaherezo, twahisemo kugura stikeri no kuzishyira kuri clavier ya QWERTY nkigisubizo gifatika. Twafashe umwanzuro dutangira ubucuruzi, dushyiramo sosiyete ifite € 20.000 (€ 10,000 buri umwe). Uruhare rwanjye kwari ukugura mudasobwa zigendanwa muri UAE no kujya muri Bénin kuzigurisha. Kubisabwa bitubahiriza igihe, twohereza ibicuruzwa mudasobwa zigendanwa dukoresheje ubwato. Kugira ngo ibiciro byindege bigabanuke, nanyura i Nairobi hamwe na Kenya Airways.

Olumide Ogunsanwo: Oh, mbega ibyiza. Nigute wakemuye ingendo hamwe na mudasobwa zigendanwa nyinshi? Wabigenzuye? Wagize ubwoba ko bazarimbuka?

Achani Samon Biaou: Mu ntangiriro, natwaye mudasobwa nyinshi mu mizigo y'intoki maze ngenzura mu nsinga. Ubucuruzi bumaze gukura, natangiye kugenzura muri mudasobwa zigendanwa, ndayipakira imyenda kugirango nirinde ibyangiritse. Twakurikiraniraga hafi ibiciro ahantu hatandukanye kandi twohereza mubufaransa cyangwa Dubai bitewe nibiciro byiza. Amaherezo, twatangiye no kugura mubushinwa. Ubucuruzi bwateye imbere, bwinjiza amadolari arenga 200.000 yo kugurisha buri mwaka kandi bwiyongera hafi icumi mu nyungu mu myaka ibiri gusa.

Namenye ko nubwo watsinze amafaranga ukoresheje inzira imwe, utagomba guhagarara aho. Urashobora gukomeza kwiga no gucukumbura amahirwe mashya.

Nari meze neza, kandi ntabwo nabikoze byanze bikunze amafaranga. Nabonye kamarampaka ndakurikira. Ntabwo nabikoze hamwe na mudasobwa imwe gusa ahubwo no murwego runini hamwe na mudasobwa amagana.

Nyamara, amaherezo ubucuruzi bwahuye nibibazo. Twakoze "ikosa" ryo kuba inyangamugayo dutanga imisoro no kwishyura ubwiteganyirize bw'abakozi bacu muri Bénin. Umunsi umwe, abashinzwe imisoro baraza bagaragaza ko ubucuruzi bwinshi muri ako karere bwatangaje gusa 10% by'ibicuruzwa byabo. Batanze umushinga wimisoro urimo ubugororangingo bwimyaka yashize. Twatunguwe ariko twumva nta mbaraga dufite. Ntabwo twashoboye kurwanya sisitemu, twahisemo gusesa ibarura no guhagarika ubucuruzi.

Nubwo bimeze bityo, inararibonye yangaragarije isi yo kwihangira imirimo. Tugomba gushaka abakozi, gucunga ibarura, no kunoza ibiciro byubucuruzi. Nibintu byingirakamaro byo kwiga byabaye mbere yuko njya no mwishuri ryubucuruzi.

Achani Samon Biaou: Imyitwarire yinkuru nugushakisha amahirwe mashya mugihe wumva utuje kandi umurongo wawe wo kwiga wagabanutse. Ntukumve neza kandi utanyuzwe; burigihe uharanira kongeramo ikintu gishya. Isi yuzuyemo amahirwe n'amahirwe bitagira akagero. Hariho umunezero w'imbere no kunyurwa biva mu kwiga ibintu bishya no guteza imbere ubumenyi bushya, nubwo bidahita bivamo inyungu zamafaranga.

Olumide Ogunsanwo: Nibyiza. Urakoze gusangira inkuru yawe.

4C: Amahame yo Kwifuza & Ubutwari

Olumide Ogunsanwo: Noneho tumaze gusangira inkuru zacu bwite, reka duhindure ibitekerezo byacu kandi twinjire mumahame yihariye ashobora kwihutisha urugendo rwo kwigenga mumafaranga. Muri iki gice, tuzasesengura amahame yo kwifuza no gutinyuka, tugabanijwemo ibice bitatu. Icya mbere, tuzasobanura aya mahame. Icya kabiri, tuzaganira ku buryo bashobora gutanga umusanzu mu kugera ku bwigenge bw'amafaranga. Hanyuma, tuzatanga ibyifuzo byibitabo kugirango turusheho gucukumbura aya mahame.

Reka duhere ku cyifuzo, nicyifuzo gikomeye cyo gukora ikintu gisaba kwiyemeza nakazi gakomeye. Ni gute icyifuzo gifitanye isano n'amahame twaganiriye mbere, kandi nigute gishobora gushyigikira guharanira ubwigenge bw'amafaranga?

Ubwa mbere, twavuze kubyerekeye kwiyizera no kwigira. Utezimbere imitekerereze ikuraho imyizerere igarukira kandi itera kwizera mubushobozi bwawe bwo kugera kubintu byose. Ufite kandi inshingano zonyine kubuzima bwawe. Ibikurikira, amatsiko yawe akuyobora gushakisha amahirwe mashya no gutekereza wigenga, nta bwoba bwo kubura (FOMO). Urashimishwa kandi ukagira amatsiko kubyo ubuzima bushobora kuba.

Ibikurikira, utezimbere icyifuzo cyaka cyo kurema ubuzima wifuza, burimo kwigenga mubukungu. Icyo cyifuzo cyaka ni icyifuzo. Mubisanzwe bituruka ku kwiyizera, kwigira, amatsiko, no gutekereza kwigenga. Kwifuza biba ingenzi cyane kubantu batishoboye, abo hanze, abimukira, abanyenduga, bake, n'abimukira. Nkumuntu wo hanze, gusobanukirwa ibidukikije bishya no kumenya ibishoboka ni ngombwa. Kuba umuntu ukomeye, bigufasha gutekereza no guharanira ubuzima bushya.

Achani Samon Biaou: Ndabyemera rwose. Ku ikubitiro, amafaranga akenewe mu bwigenge bwamafaranga arashobora gutera ubwoba. Kurugero, niba winjiza $ 12,000 buri kwezi ukizera ko ukeneye miliyoni y'amadolari kugirango ugere ku bwigenge bw'amafaranga, birasanzwe gutekereza ko bidashoboka ukareka utabanje no kugerageza.

Kwifuza ni imitekerereze igushoboza kwizera ubushobozi bwawe bwo kwishyiriraho no kugera kubyo wifuza. Kwifuza bifitanye isano rya bugufi nibitekerezo byigenga kandi bishimangirwa no kwishyiriraho intego. Kurema icyerekezo cyubuzima bwawe gikubiyemo inzozi zawe n'ibyifuzo byawe, ugomba kuba ushobora gutekereza muburyo butandukanye nabandi.

Ariko, nta ntego, kwifuza byonyine nta cyerekezo kandi biganisha ku mbaraga zidakoreshwa. Mu buryo nk'ubwo, nta kwifuza, ushobora kwishyiriraho intego nto ziganisha ku bushobozi butuzuye.

Olumide Ogunsanwo: Byasobanuwe neza. Kwifuza gukora nk'ikiraro hagati yibitekerezo byigenga kuva kumutwe uheruka no gushyiraho intego, tuzabiganiraho mugice gikurikira. Robert Kiyosaki agira inama [1] abantu guhangana nabo bahindura imitekererze yabo "Sinshobora kuyigura" ngo "Nabigura nte?". Ubu buryo bushobora gukoreshwa cyane mumahirwe n'imbogamizi wirinda kuvuga ngo "sinshobora kubikora" cyangwa "Ntibishoboka" Ahubwo, abantu bifuza cyane bizera ubushobozi bwabo kandi bafata ingamba kugirango ibintu bishoboke.

Mugura iki gitabo, umaze kwerekana ko ushishikajwe no kugera kubwigenge bwamafaranga. Ariko, ntabwo bizabaho wenyine. Fata ingamba uyumunsi, ntabwo ejo, vuba kandi rwose ntabwo uri "ejo hazaza". Fata ingamba uyumunsi kugirango wishyire munzira yo gutsinda.

Achani Samon Biaou: Niba ushaka gutsimbataza icyifuzo, dore ibyifuzo bimwe byibitabo. Gutangira, " Imbaraga zo Kwifuza [2]" by Jim Rohn ni umutungo mwiza. Iki gitabo cyibanze kubyutsa imbaraga zikomeye muri wowe kugirango urusheho kwifuza.

Olumide Ogunsanwo: [Smile] Uzi ikidasanzwe, Samon? Nari ngiye gusaba igitabo kimwe. Ntabwo byemewe kuko tutigeze duhuriza hamwe cyangwa ngo tuganire kubyifuzo mbere yubu.

Achani Samon Biaou: Yego rwose. Nigitabo cyubushishozi budasanzwe. Mu gitabo cye, umwanditsi asobanura icyifuzo nk'imitekererze aho kuba igikorwa gusa. Avuga ko icyifuzo nyacyo atari icyifuzo cy'igihe gito ahubwo ko ari icyifuzo cya disipulini, ubushake, ndetse no kwifuza cyane. Ni ngombwa kwemeza imitekererze aho uhora utekereza kubyo uzakurikiraho

---

1.   https://www.goodreads.com/quotes/645564-i-can-t-afford-it-shut-down-your-brain-it-didn-t

2.   https://www.amazon.com/Power-Ambition-Awakening-Powerful-Within-ebook/dp/
B09FNP7GCX

byingenzi, aho gukemura ibibazo byawe. Niba utsinze neza marato, ntugahagarare aho; intego ya triathlon.

Olumide Ogunsanwo: Ubwiza bw'ihame ryo kwifuza ni uko mugihe dukunze kubiganiraho mu rwego rw'ubwigenge bw'amafaranga, bufite ibikorwa bigera kure mu iterambere ry'umuntu ku giti cye. Kwifuza birashobora kuguha imbaraga zo gutangiza umushinga, gushaka umufasha, cyangwa kugera kuntego iyo ari yo yose wihaye. Imitekerereze, ubuhanga, hamwe nubushobozi byatsinzwe muguharanira ubwigenge bwamafaranga burigihe bisuka mubindi bice byingenzi byubuzima, nkumubano, ubuzima, kwihangira imirimo, nibindi byinshi.

Achani Samon Biaou: Nkuko bivugwa, uri sosiyete ukomeza. Kuzenguruka hamwe nabantu badafite icyifuzo birashobora kukubuza gutwara, nubwo mubisanzwe ufite icyifuzo gikomeye cyo gutsinda. Niba muri iki gihe utekereza guhindura impinduka zikomeye, birashobora kuba byiza kumarana umwanya ninshuti zigeze ku ntego zikomeye cyangwa zikaba zikurikirana. Kuba hamwe nabantu bahuje ibitekerezo kandi babishishikariye birashobora kugutera imbaraga, gutanga ubushishozi bwagaciro, no gutanga inkunga mugihe uharanira kugera kubyo wifuza.

Olumide Ogunsanwo: Tekereza ninde wamamaje imvugo isanzwe, "uri impuzandengo yabantu batanu mumarana igihe kinini"?

Achani Samon Biaou: Ninde?

Olumide Ogunsanwo: [Urwenya] Jim Rohn. Nanjye byarantangaje. Nibyo, Jim Rohn umwe wanditse igitabo wasabye. Uruzinduko rwawe hamwe nurwego rwawe rwo kwifuza birahujwe.

Amahame menshi arahuzwa. Kurugero, twaganiriye ku kwiyizera ibice bike bishize. Niba ufite kwizera gukomeye, birashoboka cyane ko ukora ibikorwa byubutwari. Noneho, turimo gushakisha icyifuzo. Kuba umuntu ukomeye, bisaba ubutwari. Ibi bitekerezo birashobora gutangwa muburyo butandukanye mugitabo, ariko ni itandukaniro ryibihimbano. Intego yacu nukugutera imbaraga zo kwiteza imbere no kurera iyo mico kandi ukizera ubushobozi bwawe kugirango ugere kukintu kidasanzwe mubuzima bwawe.

Achani Samon Biaou: Nibyo rwose. Ni ngombwa gutandukanya ibyifuzo bidafite ishingiro no kwiyemeza kwiyemeza, kuko ibya nyuma biherekejwe nindi mico yingenzi nko kwicwa. Kwifuza guterwa nishyari ntibishobora guhuza intego zawe zukuri.

Mugihe utangiye, ni ngombwa guhitamo ikintu wita mubyukuri, kuko niyo wishimira intsinzi yundi kandi ukaba wifuza kubigana, ntushobora gushora imbaraga zikenewe niba udafite ishyaka ryukuri kuri ryo. . Muyandi magambo, niba icyifuzo cyawe kidafite ubushake nyabwo, urashobora guharanira gukomeza gushishikara no kwiyemeza mugihe cyose.

Olumide Ogunsanwo: Iki gice kijyanye no kwifuza gikurikira kimwe kubitekerezo byigenga kubwimpamvu. Iyo utekereje ku gice kibanziriza iki kandi ukemera ibitekerezo byigenga, birashoboka cyane ko wifuza cyane ibintu byumvikana nawe nkumuntu ku giti cye. Kuguma kuri wewe ubwawe nuburyo busanzwe buzagukorera ibyiza.

Achani Samon Biaou: Niba ufite ishyaka rikomeye kukintu gikomeye kuri wewe, birashoboka ko uzageraho ukagera kuntego ugamije. Ibinyuranye, niba ukurikirana ibyifuzo byawe gusa kuko ugirira ishyari abandi cyangwa ushaka kumenyekana kubandi, ushobora kugera kumwanya wifuza, ariko ntushobora kumva ko byuzuye.

Olumide Ogunsanwo: Rwose, intego zawe zikomeye zigomba kuva imbere kandi zigufitiye akamaro. Noneho, ndashaka gutanga ibyifuzo. Nabanje kujya gutanga igitekerezo "Imbaraga zo Kwifuza," ariko kubera ko umaze kubivuga, nzabisimbuka. Ahubwo, ndasaba " Ibikoresho bya Titans [3]", na Tim Ferriss. Igitabo cyerekana abahanzi bo ku rwego rwisi kuva mubice bitandukanye. Binyuze mu nkuru zabo, abasomyi barashobora kubona ubushishozi bwagaciro, atari mugukoporora ibikorwa byabo gusa, ahubwo babigiraho. Urashobora gutangira kubona ko niba abandi bageze kubintu bikomeye, noneho nawe ushobora kwishyiriraho intego zikomeye. Kuki utura ubuzima udashaka kubaho mugihe abandi babaho ubuzima bwinzozi zabo?

Ibyo bisoza ihame ryo kwifuza. Turashobora kuvuga ubutwari ubutaha?

Achani Samon Biaou: Nibyo , reka dukomeze mubutwari, imwe mumutwe nkunda. Ubutwari butandukanya inkoko itinyitse nintare itinyutse mubice byinshi byubuzima. Yahawe agaciro nkabantu mu binyejana byinshi, kandi birakwiye. Ubutwari nimbaraga zo mumutwe zidutera imbaraga zirenze ibyateganijwe, byaba bikubiyemo gutangira ikintu gishya cyangwa kwihangana mubibazo dushobora guhura nabyo. Iraduha imbaraga zo guhangana n'inzitizi, akaga, n'ingorane imbonankubone, bidushoboza ku-

3.   https://www.amazon.com/Tools-Titans-Billionaires-World-Class-Performers/dp/1328683788

bitsinda hamwe no kwihangana kutajegajega, kabone niyo twahura n'ingo-
rane.

Olumide Ogunsanwo: Birakomeye! Ubutwari bugira uruhare runini
mu rugendo rugana ku bwigenge bw'amafaranga, bwuzuyemo kuzamuka no
kumanuka, kuzenguruka, no gusubira inyuma. Nta butwari, biroroshye gu-
cika intege no kureka. Ariko, nubutwari, urashobora gutsinda ibyo bibazo,
ugakomeza gushishikara, kandi ugakomeza gutera imbere ugana kuntego za-
we. Ubutwari nicyo gisobanura gutandukanya abagera ku bwigenge bwa-
mafaranga nabatigera bagerageza cyangwa bareka gukurikirana inzira. Biny-
ibukije amagambo yavuzwe na Phil Knight, washinze Nike: "Abanyabwoba
ntibigeze batangira, kandi abanyantege nke bapfira mu nzira. Ibyo biradusi-
ga."

Intego yacu nukugirango umenye ubuzima bufite intego kuri wewe kan-
di witegure kujya murugendo kuko wemera ko bikwiye. Ubutwari nicyo ki-
gusunikira kwihangana mururwo rugendo.

Achani Samon Biaou: Twese dufite ubwoba, ariko ubutwari
nubushobozi bwo kumenya ayo marangamutima, kumva uburyo bitugiraho
ingaruka, no gukomeza kugenda nubwo bimeze bityo.

Olumide Ogunsanwo: Ubwoba nibice byanze bikunze byo gukora ib-
intu byingenzi. Emera ubwoba, intege nke, gushidikanya kandi ukomeze
gutera imbere utitaye.

Achani Samon Biaou: Ni ngombwa kumenya ko umuntu w'intwari
atari umuntu utabona akaga, ahubwo ko ari umuntu ubibona kandi akemera
ubwoba bishobora kuzana. Ariko, bafite imbaraga zimbere zibaha imbaraga
zo guhangana nubwoba nubwoba bwabo. Ntugomba kuba umuntu
udasanzwe kugirango ugire ubutwari; ukeneye gusa kwiga kugenzura ama-
rangamutima yawe no kumenya ingaruka ziterwa no guhangana nikibazo.
Wibuke ko kunanirwa kwukuri kutagerageza na gato, kandi muguhangana
nubwoba bwawe no gufata ingamba, ushobora gutungurwa nibyo ushoboye
kugeraho. Ndemera iki kibazo. Nshobora guhomba, ariko nzakomeza kandi
ndabikemura nonese.

Reka nsangire anecdote kugirango ngaragaze ingingo: Hari umuyobozi
nabasirikare be bitegura gutsinda ikirwa. Binjiye mu bwato bwabo bagera ku
nkombe, ariko abasirikare bari buzuye umunezero ndetse no gushidikanya.
Komanda yahise ayobora ingabo imbere mu gihugu maze abasiga aho kugira

ngo bahagarare. Yagarutse ku nkombe ari kumwe n'abasirikare b'intwari cyane maze atwika amato yabo, akuraho ibishoboka byose ngo asubire inyuma. Ibi byahatiye abasirikare bose kurwana biyemeje kutajegajega. Komanda yumvise ko ubutwari bw'abasirikare be bwiyongera niba bazi ko nta kundi bari kubigenza uretse kurwana.

Olumide Ogunsanwo: Ntabwo dusubira inyuma. Tujya imbere cyangwa turapfa! Byendagusetsa.

Achani Samon Biaou: Igihe ingabo zabonye ubwato bwabo bwaka, abasirikare bagize impinduka mumutwe. Baracyafite ubwoba, ariko bari bafite icyemezo kiva mubisobanutse. Kurwana cyangwa gupfa. Ubutwari ntibusobanura byanze bikunze kubura ubwoba, ahubwo ni ubushobozi bwo kwemeza ko iyi ari inzira nziza no gutera imbere wiyemeje.

Olumide Ogunsanwo: Samon, ubu ni igihe cyiza cyo kumenyekanisha igitekerezo cyo mu gitabo cya MJ DeMarco cyitwa " Unscripted [4]", cyitwa FTE (Fuck This Event). Bibaho iyo umuntu ku giti cye ageze aho amenya ko yakubise hasi kandi akeneye guhindura byihutirwa ubuzima bwe agakurikira icyerekezo gitandukanye.

Nabuze akazi kenshi mbere yimyaka 24. Nahise mbona ko ibigo bidafite inyungu zanjye kumutima. Nari nzi ko ngomba gukora ikindi kintu mubuzima bwanjye. Ikibazo abantu benshi bakeneye kwibaza ni iki: Urashaka gutegereza ko FTE yawe ibaho? Urashaka gutegereza isosiyete yawe ikurekura? Ukeneye gutegereza kugeza igihe ukubise hasi, cyangwa urashobora gutera intambwe igaragara <u>NONAHA</u> kugirango ugere ku ntego zawe nta kintu kibabaje cya FTE?

FTEs byanze bikunze bibaho. Isosiyete ukorera ntabwo ari umuryango wawe, uko bakubwira kose. Ntabwo bafite inyungu zawe kumutima. Bazagushakisha amahirwe yose babonye. Baragukoresha gusa akazi kawe.

Achani Samon Biaou: Nubwo amasosiyete rimwe na rimwe avuga ko buri wese muri sosiyete ari mu butumwa asangiwe, ni ngombwa kwibuka ko buri muntu afite inshingano ze bwite, kandi amaherezo akaba ashinzwe umwuga we n'imibereho myiza. Mugihe abo mukorana bashobora kuba inshuti kuberako ibintu bisangiwe, buri wese azakenera inzira ye mugihe ibintu bihindutse.

---

4.   https://www.amazon.com/UNSCRIPTED-Life-Liberty-Pursuit-Entrepreneurship/dp/
0984358161

Olumide Ogunsanwo: Ubutwari burakenewe kugirango utangire uru-gendo rugana kuntego zawe. Ariko, niba ubuze, FTE amaherezo izaguhatira gukora ikintu uko byagenda kose. Reka kandi tuganire ku kamaro ko kubara ingaruka zibarwa. Ubutwari no kuguma muri zone yawe nziza ntibishobora kubangikana. Gukurikiza uko ibintu bimeze ntabwo bizaganisha ku bwigenge bw'amafaranga, kandi akarere kawe keza kazagufasha gukomeza kuguma mu bihe. Ubutwari niwo muti.

Achani Samon Biaou: Amagambo yawe anyibukije igisigo cyigifaransa kivuga ngo: **"Vaincre sans peril, on triomphe sans gloire"** (**Niba utsinze nta kaga, noneho uratsinda nta cyubahiro**) . Iyo uri mukarere kawe keza, uba watsinze umukino aho ntakibazo.

Olumide Ogunsanwo: Ninkaho baca umugani ngo, " Kina imikino yubupfu kandi utsindire ibihembo byubupfu. "Kuguma muri zone yawe nz-iza ni nkaho gukina umukino wubupfu. Ukurikiza neza inzira zawe zifite umutekano n'inzira zateganijwe kandi ukemeza ko kuzamura 3% byumwaka byemewe kandi ko ubuzima bwawe muri rusange "ari byiza." Ariko kuki utura ubuzima bwiza mugihe ushobora kubaho ubuzima butangaje?

Nubwo uteganya kugera ku bwigenge bwamafaranga kuri 40 ukarangiza ukabigeraho kuri 48, ibyo biracyari byiza kuruta uko ibintu bimeze. Imiterere ishobora kuba yarakomeje gukora kugeza 75. Ntabwo ari imibare gusa; nibi-jyanye no kwihatira kwishimira ejo hazaza no kuba intwari no kwifuza bihag-ije kugirango ureme ejo hazaza.

Gufata ibyago byabazwe ni ngombwa kubwigenge bwamafaranga. Sa-mon yavuze mbere uruhare ubwoba bugira. Urashobora gutinya gushakisha amahirwe mashya no kwishyira hanze, ariko akazi kawe gatwara ibyago. Wigeze usuzuma neza izo ngaruka? Bigenda bite iyo sosiyete yawe ifashe icyemezo ko batagikeneye serivisi zawe? Uhereye kubitekerezo byumvikana gusa, birumvikana gukumira ibyago byawe kandi ugakomeza kuba maso. Mugusuzuma neza ingaruka zijyanye nibihe urimo, urashobora gushishikarizwa gufata ibyago byinshi bibarwa.

Achani Samon Biaou: Amagambo meza rwose. Nigute ubutwari bushigikira urugendo rwo kwigenga mumafaranga? Tekereza ubutwari nk'amavuta agutera kugera ku ntera y'ubwigenge bw'amafaranga kandi agakomeza kuzamuka.

Olumide Ogunsanwo: Ntutegereze FTE cyangwa ibintu byo hanze biguhatira gushira amanga. Byagenda bite se niba udafite uburambe bwa FTE kugeza nyuma mubuzima? Urashobora kwisanga ufite imyaka mirongo itandatu, ukamenya ko ukeneye gufatana uburemere umutungo wawe kandi ko ikiruhuko cyizabukuru hasigaye imyaka icumi gusa. Icyo gihe, urashobora kwicuza kuba utarafashe ingamba mbere. Tangira nonaha! Nubwo waba ukuze gato, ntabwo bitinda gutangira. Ntabwo uri mu marushanwa n'umuntu uwo ari we wese.

Biroroshye gushira amanga mugihe wunvise ingaruka nyinshi. Umuntu wintwari ntabwo ari umuntu ushinja buhumyi kurugamba; ni umuntu usuzuma neza ingaruka kandi agahitamo gutera imbere kuko yizera ko inyungu ziruta ikiguzi. Ariko kugirango umenye niba inyungu ziruta ikiguzi, ugomba guhumura amaso, ukareba, kandi ugasobanukirwa nubucuruzi bwikibazo cyawe.

Achani Samon Biaou: Olumide yazamuye ikibazo cyukuntu wakora iki gikorwa cya FTE mubuzima bwawe. Niba ushaka gutsimbataza ubutwari, kwigira, no kwiyizera mu bana bawe, nibyiza kubaha amahirwe yo kumara umwanya kure yawe kandi kure yubuzima bwabo. Wibuke anecdote kuby-erekeye ubwato bwaka navuze kare? Tekereza guta umwana wawe ahantu runaka nta buryo bwo kuguhamagara ngo agufashe. Bagomba gushaka uko babaho bonyine.

Abantu bamwe bashobora gutekereza ko iki ari igitekerezo kibi kuko umwana ashobora guhahamuka ubuzima. Ariko dore ikintu: nukubakingira isi nyayo, mubyukuri ubateza ihungabana rikomeye mubuzima bwabo. Uri-mo kubabuza kwibonera isi uko iri, kurema uburambe bwiza. Mugihe we-mereye abana kubona urwego runaka rwubwigenge no guhura nibibazo, urashobora kubaha amahirwe yingenzi yo gukura.

Olumide Ogunsanwo: Yego, byose bisubira mu gusuzuma ingaruka. Gupfobya ibyago byo kutabaha ubwigenge buhagije, kwihaza, no kwiyizera bitera ibyago byinshi. Mu kutabaha ibyo bikoresho, ntushobora kubishyira-ho kugirango batsinde ejo hazaza. Birababaje.

Achani Samon Biaou: Tekereza kuri ibi - mugihe urinze cyane abana bawe kandi ukababuza guhura nibibazo, uba ubashizeho kunanirwa mugihe kirekire. Ni ngombwa kubareka bagahura nibibazo no kumenya ibintu bonyine.

Kurugero, tekereza aho abana bawe binjira mumasoko yumurimo ariko bagaharanira kubona akazi. Niba uhisemo kubashakira akazi muri sosiyete yawe, utabishaka ubangamira intsinzi yabo y'igihe kirekire. Kubikora, ubangamira ubushobozi bwabo bwo gutsimbataza ubumenyi bwingenzi no kunguka uburambe bwingirakamaro bukenewe mukwihaza. Byongeye kandi, bigenda bite mugihe utakiriho kugirango ubatangeho ingwate? Ni ngombwa kubemerera guhangana nibibazo no guteza imbere ubwigenge, kabone niyo byaba bisaba guhura nigihe gito. Nubwo bazungura ubutunzi bwawe, birashoboka cyane kubusenya kuko batize kwigenga.

Nkumuntu mukuru, ubutwari bivuze kuba ushobora kuvugana na shobuja no kukwunganira. Kurugero, urashobora kuvuga wizeye, "Hey, ibi nabigezeho, kandi ndizera ko nkwiriye kuzamurwa mu ntera." Urashobora kandi kuvuga ko niba ibintu bitagenze neza, uzashakisha andi mahirwe. Kugira ubutwari bwo kunganira no gushakisha amahirwe yakazi hanze yumwanya wawe wubu ni ngombwa, cyane cyane niba wemera ko uhembwa make, udahabwa agaciro, cyangwa udakoreshwa.

Olumide Ogunsanwo: Cyangwa birashoboka guhura icyarimwe icyarimwe! (Aseka)

Achani Samon Biaou: Mu kiganiro cyakazi, ushobora guhura nuwabajije ugerageza kuguhatira amarangamutima. Gira ubutwari bwo kunenga imyizerere yabo no kwihagararaho wenyine. Ntutinye kuvuga, "Mbabarira, ariko nkurikije ibyo mbona mu mibare hano, bisa nkaho mvuze ukuri. Urashobora gusobanura impamvu itera imyizerere yawe?"

Olumide Ogunsanwo: Mugutsimbataza icyifuzo binyuze mubikorwa bito, bya buri munsi, ushimangira ubushobozi bwawe bwo kugera ku ntego nini, nko kubona ubwigenge bwamafaranga.

Achani Samon Biaou: Ndashaka gusaba igitabo " Kora Ibintu Bikomeye [5]" byanditswe na Steve Magnus. Irasobanura kunesha ubwoba ikanagaragaza agaciro ko gukomera muri siporo no mubindi bice nkuburyo bwo guhangana nibibazo. Magnus, umuhanga n'umutoza ku bakinnyi bitwaye neza cyane, ashimangira akamaro ko gukorana n'ubwenge n'umubiri kugira ngo bigerweho neza. Magnus atanga igitekerezo cyo kwibanda ku kubaka imbaraga zimbere binyuze mu nkingi nyinshi, harimo:

- Kwakira ukuri mukwemera uko ibintu bimeze no guta façade

5.   https://www.amazon.com/Hard-Things-Resilience-Surprising-Toughhess/dp/006309861X

iyariyo yose.

- Kumva umubiri wawe no kumenya uko isubiza ibibazo n'ibibazo.

- Gusubiza umubiri wawe aho guhubuka gutinya ubwoba nibihe byindege.

- Gushiraho umwanya wo gufata ingamba utekereje no gutsimbataza kwihangana no gukomera.

Olumide Ogunsanwo: Igisubizo cyikora, ariko igisubizo ni nkana. Ni microcosm y'ubwigenge bwamafaranga: Imiterere yimiterere yubuzima nubuzima nkana.

Achani Samon Biaou: Inkingi yanyuma Steve Magnus aganira ni ukurenga kubura amahwemo. Itangazamakuru no kwamamaza akenshi biteza imbere ubworoherane no kwinezeza nkintego nyamukuru, ariko iyi mitekerereze irashobora kubangamira iterambere ryumuntu. Kurugero, mugihe umwana ananiwe mubibare, ababyeyi bagomba kwirinda kubabwira ko bakiri bakomeye.

Olumide Ogunsanwo: [Urwenya] Cyangwa rimwe na rimwe ababyeyi bashinja mwarimu.

Achani Samon Biaou: Kurenga kubangamirwa ni ngombwa kuko utabikoze, ntacyo uzageraho mubuzima. Rimwe na rimwe, ntituzumva neza inshingano, ariko tugomba kugira ubutwari bwo gusunika kure.

Olumide Ogunsanwo: Mfite ibyifuzo bibiri byibitabo. Iya mbere ni " Inkweto z'inkweto [6]" na Phil Knight, washinze Nike. Iki gitabo kiratanga inkuru ishimishije yukuntu yatangije Nike n'inzitizi yahuye nazo, harimo ibibazo byamafaranga, amakimbirane yemewe namategeko, n'amarushanwa akaze. Twese dushobora kwigira kubutwari no kwihangana yerekanye murugendo rwa Nike. Kwihangira imirimo ni imwe mu nzira nziza ziganisha ku bwigenge bw'amafaranga, kandi iki gitabo gitanga ibitekerezo bidafite ishingiro byo kubaka umushinga.

Icyifuzo cya kabiri ni " Umunsi Uhindura Ubuzima Bwawe [7]" by Jim

---

6.   https://www.amazon.com/Shoe-Dog-Phil-Knight-audiobook/dp/B01CRJA470

Rohn. Igitabo gitanga ingero zabantu bageze mugihe cyingenzi mubuzima bwabo aho bamenye ko bakeneye impinduka. Bakubise hasi hasi baza kubona ko bagomba kwegera ibintu bitandukanye bagana imbere. Nahuye nibi mfite imyaka 21 na 23 igihe natakaje akazi kombi, kandi iki gitabo gitanga ingero zitandukanye zabantu bahura na FTEs nibihe bikomeye.

Intego yacu mukwandika iki gitabo nukugutera imbaraga zo gutekereza kurenza uko umeze ubu no gufata ingamba mubuzima wifuza. Turashaka kuguhatira kwibaza uti: "Ubu ni bwo buzima nifuza kubaho?" hanyuma uhindure. Twumva ko rimwe na rimwe bisaba ibintu bibabaza kugirango utere imitekerereze nkiyi, ariko turizera ko igitabo cyacu gishobora kuba umusemburo wimpinduka nziza mubuzima bwawe. Wimure ibirenze kwinezeza no mubuzima bugushimisha byukuri. Hamwe nibyo, dushobora gufunga iki gice, tukakubona mugice gikurikira.

---

7.   https://www.amazon.com/That-Turns-Your-Life-Around/dp/B01M7VOBM8

5: Amateka yishuri ryubucuruzi namahame yo kwishyiriraho intego & Iterambere ryumuntu

Olumide Ogunsanwo: Mfite ibintu byiza nibuka ku gihe cyanjye mu ishuri ry'ubucuruzi, kandi nshimishijwe no gusangira inkuru no kuganira ku buryo kwagura imari y'abantu bishobora guha inzira ubwigenge bw'amafaranga.

Achani Samon Biaou: Muri iki gice, tuzasesengura ibyatubayeho mu myaka y'ishuri ry'ubucuruzi, byatubereye umusemburo witerambere ryumuntu ku giti cye kandi dushushanya inzira nshya mubuzima bwacu.

Olumide Ogunsanwo: Byongeye, tuzaganira ku mahame yo kwishyiriraho intego no kwiteza imbere. Kwishyiriraho intego zikomeye no kwiteza imbere kugirango ugere kuri izo ntego. Igitangaje. Reka tugende!

5A: Amateka yubucuruzi bwa Olumide

Achani Samon Biaou: Olumide, mu gice kibanziriza iki, twaganiriye ku mwuga wawe wa mbere, harimo gutakaza akazi nabi ndetse n'icyemezo cyawe cyo gusubizamo ubuzima ukurikirana ishuri ry'ubucuruzi. Urashobora gusangira uko urwo rugendo rwagenze?

Olumide Ogunsanwo: Rwose. Icyifuzo cyanjye cyo gukurikirana ishuri ryubucuruzi cyashinze imizi mu cyifuzo cyo kurushaho kuyobora ubuzima bwanjye no kwishyiriraho inzira ndende. Reka nshushanye ishusho kugirango nsobanure uko numvise muri kiriya gihe. Tekereza uri mu modoka irimo abantu 10, buri wese aguha icyerekezo n'ibitekerezo bitandukanye. Bamwe barangaza byoroheje, mugihe abandi bakubuza kubona ndetse bakagusunika bakagutera imigeri. Biba bigoye kuyobora no kuyobora ubuzima bwawe mugihe hari ibintu byinshi bituruka hanze. Aba bantu bahagarariye imikazo itandukanye mubuzima bwawe, nka ba shebuja, abo mukorana, cyangwa umuntu wese ufite uruhare. Nubwo ushobora kuba umushoferi, imodoka yagenewe gusa abantu batanu ntarengwa, cyangwa wenda na babiri gusa kubijyanye nimodoka ya siporo. Muri uku kugereranya, intego nyamukuru nugutwara imodoka utuje, ufite amaboko yombi kumuziga, hamwe nibisamaza bike, bikagufasha kongera kuyobora ubuzima bwawe.

Nashakishije ibigo byinshi, kandi nizeraga ko ishuri ryubucuruzi rizatanga reset, ikanyemerera kwiga ibintu bishya, guhuza abantu, no kubona akazi gahembwa neza. Dore uko urugendo rwanjye rwishuri rwubucuruzi rwagenze:

Context: Hari muri 2009, kandi nari mfite imyaka 24. Nisanze mubihe bitoroshye kubera ibintu bibabaje kumurimo wanjye wambere, nkuko nabivuze mumutwe ubanza. Nakomeje gukurikirana impamyabumenyi y'ikirenga nijoro nk'inzira yo kuguma muri Amerika.

Guhitamo ishuri: Kuba narabaye muri Nijeriya kugeza mfite imyaka 17 hanyuma muri Amerika, nashakaga guhura nibindi bitandukanye nabaga muburayi. Mugihe nari nasuye Uburayi inshuro nke mbere, sinari narigeze mbayo. Amahirwe yo kwiga ishuri ryubucuruzi ryiburayi byasaga nkibishimishije, kandi nanjye nari mfitanye isano na Oxford kuva data yari yarize kaminuza muri mirongo irindwi. Nibanze cyane cyane kumashuri yu Burayi ashyizwe hejuru cyane nka LBS, Oxford, Cambridge, na INSEAD, hamwe namashuri make yo muri Amerika nkabigenewe.

Ibikorwa: Ninjiye mu myiteguro ya GMAT, mbona ibitabo n'amasomo yose akenewe. Iminsi yanjye yarahindutse, ntangira kubyuka, kwiyuhagira, no kujya muri IIT kwitegura GMAT umunsi wose, hakurikiraho amasomo nijoro. Birashobora kumvikana kimwe kandi birambiranye, ariko nishimiye inzira kuko nari nzi ko mpindura ubuzima bwanjye. Nakoze neza kuri GMAT kandi ndangiza izindi ngingo zose zisabwa MBA, harimo amabaruwa yerekana ibyifuzo.

Ibisubizo: Ndibuka neza ko nakiriye imeri ya Oxford ku ya 11 Ukuboza 2009, hamwe n'umurongo udasobanutse "Gahunda ya Oxford MBA 2010/ 11." Nkinguye imeri, mbona igitekerezo cyo kwinjira. Nari nuzuye amaranga-mutima kandi hafi ya ndira amarira y'ibyishimo. Nabyinnye hafi yicyumba cyanjye (kuko kubyina nimwe mubyifuzo byanjye, nkuko byavuzwe mu-mutwe ubanza). Byari ibihe byiza kandi bihindura ubuzima! Nari nzi ko ubuzima bwanjye butazigera bumera.

Urugendo rwanjye rwo gusaba ishuri ryubucuruzi ahanini rwabaye wenyine. Ntabwo namenyesheje ababyeyi banjye gahunda zanjye zo gusaba, cyangwa sinigeze niga mu matsinda cyangwa ngo nsangire umuntu wese inyandiko zanjye zo gusaba. Ntabwo nashakishije kandi inama kumashuri yubucuruzi. Ntabwo byari byonyine byonyine, nari nkeneye amabaruwa yerekana ibyifuzo byabahoze dukorana hamwe nabarimu banjye (induru kubantu bose banditse ibaruwa isaba ishuri ryubucuruzi). Ntabwo nasaba ubu buryo umuntu wese uyumunsi. Nabikoze kubera ko ntari nzi umuntu wanyuze muriyi nzira cyangwa ufite MBA muri kiriya gihe, kuko benshi mu-rungano rwanjye bari mu kigero cy'imyaka 20 bagatangira umwuga wabo.

Natekereje kuri ibi byabaye nyuma yimyaka, natekereje niba guhitamo amashuri yuburayi byatewe nicyifuzo cyanjye cyo kuba i Burayi cyangwa kubwo kutishimira gahunda yabanyamerika. Nari nkibabazwa nibyabaye bi-jyanye no gutakaza akazi kandi numvaga ko sisitemu y'Abanyamerika yanten-gushye. Kubwibyo, icyemezo cyanjye cyo kwimukira i Burayi gishobora kuba igice cyo guhunga Amerika aho kuba ikintu gikurura Uburayi.

Achani Samon Biaou: Hano hari byinshi byo gupakurura. Reka dusubiremo icyemezo cyawe cyo gukurikirana ishuri ryubucuruzi. Wavuze ibyiyumvo byatewe na sisitemu y'Abanyamerika, icyifuzo cyo gutura i Burayi, no guhuza amarangamutima na nyoko wa so, Oxford. Ariko, ntabwo wavuze mu buryo bweruye ubwigenge bwamafaranga nkimpamvu itera. Urashobora gusobanura neza ibitekerezo byawe kubyerekeye ubwigenge bwamafaranga muri kiriya gihe?

Olumide Ogunsanwo: Nashimishijwe nubukungu bwumuntu kuva nkiri umwana. Ibi byarakomeje nyuma yo kubona akazi kanjye ka mbere aho natangiriye gukora urupapuro rwerekana amakuru yo kuzigama no gucengera muri blog yimari yumuntu hagati ya 2006 na 2010. Nasomye blog nyinshi nka Get Rich Buhoro Buhoro [1](JD Roth), Ikiruhuko cyiza cya mbere [2](Jacob Lund Fisker) na Amafaranga yanjye Blog (Jonathan Ping) [3]. Nasomye kandi izindi mbuga zidakora ubu, nka thesimpledollar.com, all-financialmatters.com, netbanker.com, bargaineering.com, nibindi byinshi. Urugendo rwa FIRE (Independence Financial and Retire Early) rwari ruto muri kiriya gihe, kandi iryo jambo ubwaryo ntabwo ryamenyekanye cyane. Kubera iyo mpamvu, nabonaga izi blog nkumutungo wimari bwite aho kuba inkomoko yumuriro.

Achani Samon Biaou: Niki cyagukwegereye kuri blog blog yimari yicyo gihe?

Olumide Ogunsanwo: Nashimishijwe no gusoma kubyerekeye imari yumuntu no kuvumbura uburyo bwo gukora neza namafaranga mbere yishuri ryubucuruzi. Igihe natangiraga gahunda yo gusaba ishuri ryubucuruzi, intego zanjye zibanze zahindutse kwibanda cyane ku kubona akazi keza gashoboka ninjiza menshi. Ubwigenge bw'amafaranga ntabwo bwari bweruye mubitekerezo byanjye; Nari mpangayikishijwe cyane no kongera ubushobozi bwanjye bwo kubona amafaranga.

Achani Samon Biaou: Rero, kugirango gusa usobanure abaduteze am-atwi, mugihe wabuze akazi ugatangira gusaba ishuri ryubucuruzi mugihe wari usanzwe ukurikirana gahunda ya master, intego yawe nyamukuru kwari ukugarura kugenzura no guhindura ubuzima bwawe. Mugihe wari ushishika-jwe nubukungu bwawe, kugera kubwigenge bwamafaranga ntabwo byari in-

---

1.   http://getrichslowly.org

2.   http://earlyretirementextreme.com

3.   https://www.mymoneyblog.com/

tego yihariye kuri wewe mugihe winjiye mwishuri ryubucuruzi.

Olumide Ogunsanwo: Nibyo. Ubwigenge bwamafaranga ntabwo arikintu nakurikiranaga cyane cyangwa nkumva neza icyo gihe. Iyo uza kumbaza ibyerekeye muri 2009, ntabwo nari gusobanukirwa icyo gitekerezo. Nubwo nari nzi icyo gukira bisobanura, igitekerezo cyubwigenge bwamafaranga ntabwo cyaganiriweho cyane cyangwa cyiganje muri kiriya gihe.

Achani Samon Biaou: Nigute uburambe bwishuri ryubucuruzi?

Olumide Ogunsanwo: Byari byiza! Nize amasomo abiri yigenga yubukungu mugihe namaze mwishuri ryubucuruzi.

Ubwa mbere, kongera imari yawe yumuntu ningirakamaro kugirango uzamure ubushobozi bwawe. Ntugomba byanze bikunze kujya mwishuri ryubucuruzi cyangwa kubona impamyabumenyi ihanitse, ariko ni ngombwa kwibanda ku iterambere ryumuntu no kwagura ubumenyi bwawe kugirango uzamure amafaranga.

Isomo rya kabiri nubusobanuro bwo kwimenyekanisha kubantu bashya hamwe nuburyo bushya bwo kwagura inzira zawe. Aya masomo yombi arahujwe kuko kwagura uko ubona isi byongera ubushobozi bwawe bwo gukura kugiti cyawe, ari nako bizamura ubushobozi bwawe bwo kwinjiza. Mugihe kongera igishoro cyumuntu bishobora kugerwaho muburyo butandukanye (urugero, urashobora gukoresha YouTube, Coursera, nibindi), guhura nabantu no kugira uburambe bushya nuburyo bwiza bwo kwagura ibitekerezo byisi hamwe n amahirwe yo kwinjiza. Ayo ni amasomo abiri yingenzi kubantu bashishikajwe no kwigenga kwamafaranga kuriyi nkuru. Izi nizo nzira ebyiri zingenzi kubashaka kumenya ubwigenge bwamafaranga kuva inkuru yanjye. Nubwo utitabira ishuri ryubucuruzi, aya mahame arashobora gukoreshwa muburyo butandukanye.

Achani Samon Biaou: Nibyiza.

Olumide Ogunsanwo: Noneho, reka twibire muburyo burambuye kubyambayeho muri Oxford na MIT.

Bitandukanye nabanyeshuri benshi barangije bafite itandukaniro rikomeye hagati yicyiciro cya mbere cya kaminuza nicyiciro cya kabiri cya kaminuza, natangiriye muri Oxford mfite imyaka 25 gusa, nyuma yimyaka ine gusa ndangije icyiciro cya mbere cya kaminuza. Byasaga nkaho niyongereye uburambe bwa kaminuza kuko nari muto cyane.

Muri Oxford, nafashe icyemezo cyo kutongera amakosa nakoze nkiri umunyeshuri wa kaminuza, aho nibandaga gusa ku masomo. Ahubwo, nari mfite intego yo kurushaho kuzenguruka no gukoresha neza amahirwe yose ishuri ryubucuruzi ryatanze. Kubera iyo mpamvu, nagize uruhare rugaragara muri guverinoma zitandukanye zabanyeshuri, clubs, nitsinda.

Natorewe kuba Uhagarariye Icyiciro cya MBA mu gice C, kimwe mu bice bitatu muri gahunda yacu MBA igizwe n'abanyeshuri 80 buri umwe. Byongeye kandi, nabaye Co-Perezida w'itsinda rya Afurika na Visi Perezida w'Ubucuruzi / Ububanyi n'amahanga. Ugereranije n'iminsi yanjye ya kaminuza muri IIT, nagize uruhare runini mubikorwa byinshi kandi buri gihe nahuze. Nari nkumwana mububiko bwa bombo, byari ibintu bitangaje kandi narabikunze!

Mvuye mubuhanga bwubuhanga, nari mfite imipaka mike kubitekerezo byubucuruzi nkimari, ubukungu, no kwamamaza. Nariyemeje gukoresha neza igihe cyanjye muri Oxford, kugeza aho nzajya niga amasomo amwe inshuro nyinshi kumunsi (kubera ko amasomo yigishwaga ukundi kubindi bice bibiri bya MBA mubihe bitandukanye). Nabonye ko arumwanya wo gukuramo ubumenyi bushoboka bwose. Igihe kimwe, umwarimu wanjye wa macroeconomic yanabajije impamvu niga icyiciro kimwe inshuro nyinshi. Nasobanuye ko nashakaga kwifashisha itandukaniro muguteganya no gukuramo ubumenyi buke buriho. Byongeye kandi, nabonye ko abanyeshuri ba MBA (EMBA) bagize amahirwe yo kwiga amasomo menshi mugihe cyizuba, nuko ngenzura amasomo menshi ya EMBA. Kwiga, gukura, no guhuza nabantu muri Oxford byari ibintu bishimishije kuri njye.

Mfite ibintu bitabarika nibuka ibihe byanjye. Urugero rumwe rwihuse ni igihe namenyaga ko gahunda zinyuranye zishuri ryubucuruzi rya Oxford - MBA, MFE (MSc yimari), EMBA, nuburezi bukuru - hari ukuntu bitandukanije. Nafashe iyambere mugutegura ibirori aho abanyeshuri bo muri izi gahunda zose bashobora guhurira. Byari ijoro ry'akabari, kandi twagize ibihe byiza!

Ntabwo nari umunyeshuri muri Oxford gusa; Nari narashinze imizi muri ecosystem ya MBA, nitabira cyane kandi mpuza numuyoboro utandukanye wabantu banyuze mubyabaye.

Abanyeshuri ba Oxford baba muri kaminuza, batitaye kuri gahunda zabo. Kubera ko nasabye hakiri kare gahunda ya MBA, nari mfite amahitamo menshi ya kaminuza yo guhitamo. Intego yanjye yibanze kwari uguhitamo bihendutse, ntabwo rero nitaye cyane kubindi bintu. Amaherezo, Nahisemo Worcester College kuko yari ifite ubwoko bwicyumba cyihariye kijyanye nin-gengo yimari. Yari akazu gato kari hejuru yinzu, aho nashoboraga gukora ku mpande zombi iyo narambuye. Nta kabati kariho, ku buryo naguze aka-bati gahagaze muri Argos mbere yuko ishuri ritangira. Nubwo umwanya mu-to, Worcester yaje kuba kaminuza idasanzwe ifite ikiyaga cyiza nimbwa. Mu kiruhuko cya Noheri, ndetse nateguye ingendo za Worcester kubanyeshuri twiganaga MBA. Nakunze rwose Worcester.

Achani Samon Biaou: Hariho byinshi byo gupakurura. Nigute kandi ryari MIT yaje mwishusho?

Olumide Ogunsanwo: Mugihe nigaga muri Oxford, gahunda yanjye yambere yari iyo kurangiza mpita ntangira akazi. Ariko, mu gihembwe cya kane 2010, nagiranye ikiganiro na Michael Sun, uwo twahuye binyuze mu nama ya leta y'abanyeshuri. Yambwiye ibijyanye na MIT MSMS (MS in Management Studies) gahunda y'umwaka umwe, ishobora gukurikiranwa nyuma yo kurangiza gahunda yacu muri Oxford. Mu bihe byinshi, gahunda zitari MBA zo muri Amerika zimara umwaka umwe, mugihe amashuri yubu-curuzi yabanyamerika afite gahunda yimyaka ibiri. Mu rwego rwo kwita ku banyeshuri mpuzamahanga ba MBA, MIT yateguye iyi gahunda yo kuba-ha umwaka w'inyigisho z'ubucuruzi muri MIT. Igitekerezo cyaranshimishije, ariko ntabwo nabyemeje rwose kuva natekerezaga ko nzarangiza Oxford nk-abona akazi i Burayi.

Nubwo nashidikanyaga, nahisemo gusaba uko byagenda kose kuko ntari mfite byinshi byo gutakaza, kandi buri gihe nashoboraga gufata icyemezo nyuma. Byongeye kandi, sinari narigeze mbona akazi kubera ko nari maze amezi atatu muri Oxford (ninjiye muri Oxford muri Nzeri 2010 nsaba MIT mu Kuboza 2010).

Achani Samon Biaou: Impamvu nyamukuru yawe yo kwiga ishuri ryubucuruzi kwari ukubona akazi kahindura inzira y'ubuzima bwawe kandi kakaguha kugenzura byinshi. Nigute MIT yahuye nibi, cyane cyane urebye gutenguha kwa sisitemu yuburezi y'Abanyamerika?

Olumide Ogunsanwo: Icyo nikibazo cyiza. Impamvu nyinshi zagize uruhare mu cyemezo cyanjye cyo kwitabira MIT.

Ubwa mbere, nkuwahoze ari injeniyeri, mubisanzwe nakunze MIT, ariko sinashakaga kubyishimira cyane. Nasabye mpitamo gusuzuma uko ibintu bimeze ari uko nabonye icyifuzo. Nizera ko ari byiza gukoresha imbaraga zo mumutwe gusuzuma amahitamo ufite aho gutekerezaho cyangwa kwifuza amahitamo adashobora kubaho.

Icya kabiri, kujya muri MIT byambereye uruzitiro rwo gushakisha akazi. Abanyeshuri muri gahunda yumwaka umwe MBA, nkiyiri muri Oxford, rimwe na rimwe bahura ningorane zo kubona akazi kuko bafite igice cyigihe ugereranije nizo muri gahunda yimyaka ibiri yabanyamerika. Byongeye kandi, impamyabumenyi ya MBA ntabwo ihabwa agaciro cyane hanze y'Amerika, kandi abanyeshuri bo mu mwaka umwe wa MBA ntabwo bafite amahirwe yo kwimenyereza icyi. Mu kwitabira MIT nyuma ya Oxford, nshobora kugabanya ibyo bibazo, nubwo bivuze kuba umushomeri umwaka wongeyeho.

Icya gatatu, nabonye buruse ya MIT, yagize itandukaniro rikomeye. Hatariho iyo nkunga y'amafaranga, sinzi neza niba naba nemeye icyifuzo. Nishimiye amahirwe yo kubaka urundi rusobe rwinshuti mugihugu gishya no kuba muri kaminuza ebyiri zitangaje.

Nsubije amaso inyuma uyu munsi, muri 2023, nyuma yimyaka cumi n'ibiri, kwitabira MIT numwe mubyemezo byiza nafashe. Nahuye nabantu benshi beza nubaka umuyoboro wubucuruzi wa kabiri. I Oxford, twari dufite umuryango w'abanyeshuri ku isi, aho abantu barenga 90% bari abanyeshuri mpuzamahanga batari Ubwongereza. Ibinyuranye na byo, muri MIT, yari yibanze cyane ku Banyamerika, aho munsi ya 40% by'abanyeshuri biga mu bucuruzi ari abantu mpuzamahanga batari Abanyamerika. Ishuri ry'ubucuruzi rya Oxford Saïd (SBS) ryinjijwe muri Oxford kandi igice cyimashini imwe mugihe MIT Sloan yari itandukanye kandi ahanini yigenga na MIT. Oxford yashimangiye ubuziranenge bw'amasomo, mu gihe MIT yafashe ingamba zuzuye mu burezi. Kurugero, muri Oxford, kwitabira amasomo ntabwo byagize ingaruka kumanota yanjye muri rusange, ariko kumasomo menshi ya MIT Sloan, byagize igice kinini (30-50%) byamanota yanjye. Ibiciro muri MIT byari hejuru, harimo amafaranga y'ishuri, ibitabo, n'ubukode bw'amazu yanjye muri MIT Tang Hall ($ 800) ugereranije na Worcester College i Oxford (£ 275 cyangwa $ 440).

Ndumva mfite amahirwe yo kwitabira Oxford na MIT, byari ibintu bidasanzwe! Nakundaga kuvuga ko igihe cyanjye muri Oxford cyari umwaka mwiza w'ubuzima bwanjye, none ndavuga ko buri mwaka mbamo ubu ari umwaka mwiza w'ubuzima bwanjye.

Kubwamahirwe, ibiciro bifitanye isano namashuri yubucuruzi yabanyamerika yazamutse cyane mubihe byashize, kuva ku $ 150.000 kugeza 250.000 $ muri gahunda yimyaka ibiri. Iki giciro kinini cyane ntabwo gishobora kuba gifite ishingiro kubantu benshi. Nagiye mwishuri ryubucuruzi kuko byahindura ubuzima bwanjye, ariko ubu ndatekereza ko ari uburiganya buke kandi ntibukwiye kubantu benshi. Ntabwo **nagira** inama abantu benshi kujya mwishuri ryubucuruzi keretse bafite impamvu zisobanutse kandi inyungu zishoramari zirumvikana.

Achani Samon Biaou: Ibyo birashimishije. Igihe nigaga mu ishuri ry'ubucuruzi, nashakaga no gukoresha neza uburambe. Nahisemo gukurikirana icyiciro cya gatatu cya kaminuza mu burezi kuva nari nsanzwe nishyura MBA, kandi nta yandi mafaranga yongeyeho. Tugarutse ku nkuru yawe, wavuze ushaka "guhindura ubuzima bwawe." Urashobora gusangira byinshi kubitekerezo byawe mugihe cya Oxford na MIT?

Olumide Ogunsanwo: Igihe natangiraga ishuri ry'ubucuruzi, nari mfite intego ebyiri z'ingenzi: kubona akazi keza gashoboka no kwiga byinshi bishoboka mu masomo yanjye. Kubaka umuyoboro no guhura nabantu ntabwo byari kuri radar yanjye ubanza.

Mubyukuri, niba ngomba guhitamo hagati yo kujya mu kabari ka nijoro cyangwa kwiga ibizamini biri imbere muri Oxford, nahitamo kwiga 80% yigihe. Nsubije amaso inyuma, mbona ko ibyo bishobora kuba atari inzira nziza, ariko byagenze neza amaherezo. Impamvu narangije guhura nabantu benshi batangaje nuko natangiye gusabana cyane no kwitabira ibirori nibirori byabereye Oxford (mbere yuko nsubira inyuma ngo nige byinshi). Byongeye kandi, uruhare rwanjye muri guverinoma yabanyeshuri yari inzira nziza yo gusabana no guhura nabantu benshi.

MIT yari itandukanye na Oxford kuko nahisemo kutitabira amatsinda kuko nari maze gukora byinshi muri Oxford. Muri MIT, nibanze cyane ku gushaka akazi no kwishora mu matsinda yangiriye akamaro, nko gufasha gutegura inama ya Afurika MIT Sloan 2012.

Achani Samon Biaou: Niki cyaguteye icyifuzo gikomeye cyo guhuza imiyoboro? Byari ingamba nkana?

Olumide Ogunsanwo: Nta gahunda yo guhuza abantu. Nashakaga gusa kuba mubintu byose binkikije. Niyo mpamvu ninjiye mu matsinda menshi muri Oxford kandi njya mu bikorwa bitandukanye. Byari ibisazi. Ntabwo nabikoze kuri "rezo," nabikoze kuko nashakaga kugira uburambe bwuzuye kandi nkoresha neza igihe cyanjye ahantu hihariye nka Oxford. Ibi binyibuk-ije inkuru ivuga akamaro ko kuba umwizerwa kuriwe.

Nabwirijwe kwandika isomo muri MIT kuko gahunda yanjye yari im-pamyabumenyi ya MSc. Ingamba zanjye za mbere kwari uguhitamo ingingo yamfasha kubona akazi. Natekereje kwibanda ku rwego rwa peteroli na gaze, nkurikije amateka yanjye nkaba injeniyeri yimiti mu ruganda, byaba inzira "yoroshye" yo kubona akazi murwego rwingufu. Natangiye kwandika theisis yanjye kuriyi, ariko, theisis yarandambiye, nsanga narebye neza kuri ecran ibyumweru. Amaherezo, naravuze nti "reba ibi!" maze mfata icyemezo cyo guhindura inzira no kwandika kubintu byanshimishije cyane: sisitemu y'imikorere ya terefone. Itandukaniro ryahise risobanuka kandi buri mwanya namaraga kumutwe wanjye wabaye umunezero. Nashishikaye gukora ubushakashatsi ku bice bishya kandi niga byinshi kuri ecosystem igendanwa. Urashobora rwose gusoma igitabo cyanjye hano [4] niba ubishaka.

Ntabwo nari nkwiye guta igihe nandika theisis murwego rwingufu. In-yandiko ishobora kuba yari shiti uko byagenda kose. Nari nzi neza ko ntakunda urwego rwa peteroli na gaze. Nkunda ikoranabuhanga na terefone zigendanwa, ariko nagerageje guhitamo akazi.

Ndimo kubagezaho iyi nkuru kugirango ngaragaze ibyiza byo kwakira umwihariko wawe, utuje, wamabara kandi ukananira icyifuzo cyo guhuza na bland, beige, hagati-yumuhanda ugereranya amahame agenga umuryango rusange. Mbere mu gitabo navuze nti: **Ba wenyine kandi wigire mwiza buri munsi** . Ndashaka noneho kunoza ayo magambo nshyiramo amahame twabonye: **Iyemere ubwawe, ube nyamwigendaho, shiraho intego zikom-eye zishingiye ku ndangagaciro kandi utezimbere buri munsi kugirango ugere ku ntego zawe.**

Ugomba gufata ibikorwa bihuye nindangagaciro zawe zidasanzwe, in-tego ninyungu zawe. Ubuzima ni bugufi cyane kuburyo tutabyishimira.

Achani Samon Biaou: Nishimiye rwose nuance mwazanye kurangiza. Abasomyi bamwe bashobora kumva batandukanijwe no kuba bo ubwabo no gufungura uburambe bushya. Ibisobanuro byawe bifite agaciro kuko ntab-wo utanga inama yo kwirinda gufungura ibintu bishya, ahubwo ushimangira

---

akamaro ko gukora ibintu bikuzanira umunezero. Aho niho ushobora rwose gutera imbere no kugera kumikorere yibisubizo.

Olumide Ogunsanwo: Rwose, niyo ngingo yiki gitabo. Twabivuze mbere ko FIREDOM itareba imari gusa, ahubwo ni ukubaho ubuzima wifuza. Nigute ushobora kubaho muri ubwo buzima niba udashoboye gukora ibintu ushaka? Niyo mpamvu ubwigenge bwamafaranga bufite agaciro. Iyo ugeze aho ufite amafaranga ahagije yo kumara ubuzima bwawe bwose, uba ufite amahirwe menshi yo gukora ibyo ushaka. Hatariho ubwigenge bwamafaranga, uzakoresha imbaraga zawe zo mumutwe nigihe cyawe ugerageza gushaka amafaranga no gukora ibyo abandi bakubwira gukora.

Isomo ryingenzi kuri FI kuva muriki gice cyubuzima bwanjye nukwongera imari yawe yumuntu kugirango wumve byinshi kubyerekeranye nuburyo isi ikora no kongera ubushobozi bwawe bwo kwinjiza. Iyereke abantu bashya n'ibitekerezo. Witondere kandi utere intambwe hanze yakarere kawe keza kugirango ugerageze ibintu bishya. Nari guhitamo guhitamo kuguma i Chicago no kwiga ishuri ryubucuruzi muri kaminuza ya Chicago Booth cyangwa Kellogg y'Amajyaruguru. Ariko nihehe kwishimisha no gutangaza muri ibyo? Byaranshimishije cyane kujya muri Oxford, kwambara subfusc yanjye (ikoti yikizamini cya Oxford), no kwandika ibizamini byanjye ku nyubako nziza y'Amashuri y'Ibizamini.

Nari gushobora gufata akazi i Londres, ariko byaranshimishije cyane kwinjira muri MIT no kwibonera ibidukikije bishya rwose. Sinari narigeze ndangiza Oxford igihe natangiraga muri MIT. Nagiye muri MIT kugirango nze muri matriculation, nsubira muri Oxford kurangiza, hanyuma nsubira muri MIT gutangira amasomo. Byari byiza. Ntabwo natuye mundane, nahisemo adventure.

Nabwirijwe kwihanganira no kugerageza ibintu bitandukanye kugirango mpindure ubuzima bwanjye. Ariko, ntugomba kumva ko ukeneye guhindura ubuzima bwawe bwose kugirango wemere amarangamutima. Nubwo waba usanzwe ufite akazi gahamye cyangwa ubucuruzi bwatsinze, urashobora kwiteza imbere ugahitamo kwihanganira gushakisha amahirwe hanze yakarere kawe keza.

Achani Samon Biaou: Urakoze gusangira inkuru ishimishije. Yaba wowe cyangwa njyewe ntabwo twakurikiranye MBA dufite intego imwe yo kugera kubwigenge bwamafaranga. Twari dufite disiki y'imbere yo kuba indashyikirwa, gukura kugiti cyacu, no gushakisha uburyo bushya. Washakaga guhindura inzira y'ubuzima bwawe. Aho kuguma i Chicago no guhora usaba akazi, wizeye ko ibintu bizagenda neza, wafashe umwanzuro ushize amanga wo kuva mukarere kawe keza ugakora ikintu gitangaje.

Olumide Ogunsanwo: Kuva muri Amerika byagize ingaruka zikomeye kuva ntari mfite ikarita y'icyatsi cyangwa pasiporo yo muri Amerika. Ariko nari niteguye gushyira mu kaga kuko nashakaga guhindura ubuzima bwanjye. Rimwe na rimwe, ugomba kuba witeguye gufata ibyago.

Achani Samon Biaou: Birasa nkaho kwiyemeza ari urudodo rusanzwe mumateka yawe. Wari ufite iyo moteri n'umuriro, kandi ntabwo wigeze ureka. Nubwo ibyifuzo byakazi bitagenze neza, winjiye muri Oxford wiyemeza kurenga kwibanda kubanyeshuri gusa. Abantu bamwe bashobora kuba bafite icyifuzo cyo guhinduka, ariko ntibashobora kuba biteguye gushyiramo ingufu zikenewe. Gukurikira urutonde rwabandi ntibishobora guhuza intego zawe, kandi niyo byabikora, bisaba imbaraga zumuntu kugikora.

Olumide Ogunsanwo: Urwo rumuri rwambere nubushake nibyingenzi kugirango utere imbere. Ndibuka ko nabajijwe itariki impamvu niyemeje cyane mumyaka myinshi ishize. Natunguwe kuko natekerezaga ko aricyo abantu bose bifuzaga. Ndashaka gukora ibintu bidasanzwe. Ndashaka kugira icyo mpindura. Ndashaka kubaho ubuzima nishimira aho ndi inyangamugayo.

Samon, uvuze ukuri rwose. Ni ngombwa kugira uwo muriro w'imbere, izo mbaraga zo kwiteza imbere no gukora ikintu gifatika mubuzima bwawe. Shakisha icyo kibatsi muri wowe kandi ukoreshe kugirango utware intego zawe. Ntukemure ubuzima butuzuye; tekereza ubuzima ushaka kandi ukore ibishoboka kugirango ubireme. Reba nawe mu gice gikurikira!

5B: Amateka yishuri ryubucuruzi rya Samon

Olumide Ogunsanwo: Samon, Nshimishijwe no kuvuga urugendo rwawe rwubucuruzi. Reka duhere ku ntangiriro. Niki cyaguteye guhitamo gukurikirana ishuri ryubucuruzi?

Achani Samon Biaou: Natangiye kubanza gutekereza ku ishuri ry'ubucuruzi mugihe nakoraga muri Deutsche Telekom Consulting mu Budage no gutembera mu bihugu bitandukanye kugira ngo ngishe inama imishinga. Nabonye ko umurimo wa tekiniki nakoraga udahabwa agaciro nkuko nabitekerezaga. Uruhare rwanjye rwarimo kubaka imanza zubucuruzi no gutegura imiyoboro ya radio kubakoresha itumanaho rishya mugihe ibihugu byongeraga abakoresha mobile.

Nubwo akazi kanjye ka tekiniki kari gafite ubuhanga, naje kubona ko ntari mu byumba byafatirwaga ibyemezo bikomeye. "Abajyanama b'ubuyobozi" ni bo bagize ubwo burenganzira, mu gihe akazi kanjye kwari ukubashyigikira. Nashakaga kugira icyicaro kumeza aho hafatwaga ibyemezo.

Olumide Ogunsanwo: Yabonye. Wari umwe mubagize tekinike ariko ukumva ko itsinda ryubucuruzi ryakoze akazi gashimishije.

Achani Samon Biaou: Nukuri. Mu mishinga yanjye mu bihugu nka Afurika y'Epfo, Libiya, na UAE, nabonye imbaraga ebyiri zagize uruhare mu cyemezo cyanjye cyo kwiga MBA. Ubwa mbere, mu matsinda ya Deutsche Telekom, hari "Abajyanama ba Tekinike" na "Abajyanama mu bucuruzi." Nari mu itsinda rya "Technical Consultants", nshinzwe gusesengura software no gutanga inyongeramusaruro "Abajyanama b'Ubucuruzi" bakoraga ku iteganyagihe. "Abajyanama b'Ubucuruzi" bakunze kuvugana n'abayobozi b'abakiriya, bari urwego cyangwa babiri munsi y'umuyobozi mukuru.

Icya kabiri, twakunze guhura n "abajyanama mu micungire" bava mu masosiyete nka BCG na McKinsey rimwe na rimwe bakoreraga abakiriya bamwe. Aba bajyanama mu micungire ya BCG na McKinsey bari guhura cyane n'umuyobozi mukuru w'isosiyete yacu y'abakiriya kandi bagasuzuma imirimo yatanzwe na Deutsche Telekom "Abajyanama b'Ubucuruzi," batanga inama ku byemezo by'ingenzi.

Mu buryo bumwe, numvise nakuweho kabiri mubikorwa byo gufata ibyemezo nibaza ku ngaruka nyazo z'umurimo wanjye ku ishusho nini. Ijambo ry'ubucuruzi ryakoreshejwe n'amakipe ya BCG / McKinsey cyangwa ndetse na Deutsche Telekom yacu "Abajyanama b'Ubucuruzi" ntabwo nari nzi. Ntabwo nabuze kumva ko imisanzu yanjye itari iy'agaciro.

Ibi byatumye nibaza niba nkeneye amahugurwa y'inyongera kugirango ntere imbere mu mwuga wanjye. Nibajije niba nkwiye kunguka ubumenyi bwinshi kubijyanye nubucuruzi n'imari. Nakagombye gusoma ibitabo gusa? Muri 2010, navumbuye igitekerezo cya MBA nubushobozi bwayo bwo kongera ubumenyi bwanjye no gufungura amahirwe mashya yumwuga. Nyuma y'amezi make, natekereje cyane gusaba porogaramu. Nizeraga ko kuzuza ubuhanga bwanjye bwa tekinike no gusobanukirwa neza ubucuruzi bizamfasha kurushaho gufasha abakiriya no kugira ingaruka zikomeye.

Olumide Ogunsanwo: Samon, reka dufate vuba vuba mumateka yawe hanyuma tuvuge kubyerekeye iterambere ryumuntu. Ishuri ryubucuruzi ryari rifite agaciro kuri twe, ariko ntirishobora kuba inzira nziza kubantu benshi. Abantu bamwe barashobora guhitamo inzira zindi zo gukura kwabo.

Turi mubihe abantu bashobora kwigira kumurongo nka YouTube, Udemy, edX, Coursera, Tik Tok nizindi MOOC nyinshi (amasomo manini afunguye kumurongo) hamwe nurubuga. Nigute umusore yakagombye guhitamo hagati yo kwiga amasomo yubuntu, kurihira amasomo kumurongo, cyangwa kwiyandikisha muri gahunda yemewe kugirango yongere ubumenyi nubumenyi? Hamwe nuburyo bwinshi butandukanye bwo kwiga burahari, nigute bashobora gukora ibicuruzwa no kumenya ibyiza bihuye nibyo bakeneye?

Achani Samon Biaou: Inama nagira umusore yaba iyo gutangira kwishyiriraho intego hanyuma ukamenya ubuhanga numuyoboro ukenewe kugirango ugere kuri iyo ntego. Noneho, reka tuganire kubibazo byawe. Ku bwanjye, nashakaga kugira ingaruka no gutanga serivisi zubujyanama kubakiriya, nuko mbona ko kugisha inama ubuyobozi arinzira igaragara. Namenye ko ibigo byinshi byubujyanama bisaba MBA. Iyi nzira yo gutekereza igomba gutandukana kuri buri wese bitewe nubuzima bwe. Kurugero, niba umuntu asanzwe afite impamyabumenyi yicyiciro cya kabiri cya Oxford, arashobora gukoresha umuyoboro wabanyeshuri kugirango abone akazi adakurikiranye MBA ahubwo akunguka ubumenyi binyuze mumahuriro nka Udemy.

Gutezimbere ubuhanga nigikorwa gihoraho, ntabwo ari ukunguka ubumenyi rimwe gusa. Hariho inzira zitandukanye zo guteza imbere ubuhanga no kwiteza imbere:

Ubwa mbere, kunguka ubunararibonye mukorera muri societe izobereye mukarere ushaka kuba indashyikirwa. Niba ushaka kumenya impapuro ziringaniye, kora mumasosiyete akora impapuro ziringaniza.

Icya kabiri, tekereza kwiyandikisha muri gahunda yimpamyabumenyi nka MBA cyangwa amasomo ashingiye kuri cohort, aho ushobora gusabana nabarimu na bagenzi bawe hanyuma ukigira kubyo babonye.

Ubwanyuma, urashobora guhitamo kwihagararaho, amasomo adahuza cyangwa gukoresha ubundi buryo bwo kwiga burahari.

Olumide Ogunsanwo: Iterambere ryumuntu ninzira idasanzwe kuri buri muntu, kandi ni ngombwa kumenya uburyo bwo kwiga no kwiteza imbere bikwiranye nibihe byihariye. Wibuke ko ufite inshingano zo kwiteza imbere, ntabwo ari sosiyete yawe, ntabwo ari shobuja kandi rwose ntabwo ari abarimu bawe cyangwa abigisha. Isosiyete yawe ntabwo ikwitayeho kandi ibikoresho byose byo kwiga batanga bizagufasha kuba umukozi mwiza, ntabwo bigufasha kugera kuntego zawe zubuzima no kubaho mubuzima bwubwisanzure.

Rero, ugomba kwishyiriraho intego zikomeye (igice kiri imbere, 5C, kizatanga amakuru arambuye yuburyo bwo kwishyiriraho intego) no gushyiriraho gahunda yiterambere ryumuntu kugirango ugere kuri izo ntego. Iyi gahunda izaba ikubiyemo ibikorwa bya buri munsi, bikagira akamenyero ko kwiteza imbere. Kubwamahirwe, ntugomba guhitamo hagati yuburyo butandukanye bwo kwiga kuko ntabwo butandukanye. Urashobora gutanga umwanya kumahitamo menshi icyarimwe, nko kureba amashusho ya YouTube mugihe wiga amasomo kuri edX cyangwa gukurikirana progaramu ya master no kuzuza imyigire yawe hamwe na Coursera.

Amakuru meza nuko amahitamo menshi yo kwiga agenda ahendwa, kandi mubyukuri, amasomo menshi ni ubuntu. Nyamara, impamyabumenyi za kaminuza nka MBA zirashobora kuba zihenze, ni ngombwa rero gutekereza ku bundi buryo no kugaruka ku ishoramari mbere yo kubikurikirana.

Amakuru mabi nuko ukeneye gushimishwa no gushishikarizwa kwiga ubumenyi bushya no kubaka ubushobozi bwabantu. Igipimo cyo kurangiza MOOCs muri rusange ni gito, kuva kuri 5% kugeza 15%. Niyo mpamvu twashimangiye kwishyiriraho intego zikomeye no gushyiraho icyerekezo cyubuzima buzaza bugushimisha. Iyo wishimiye byimazeyo ejo hazaza hawe, birashoboka cyane ko wiyemeje iterambere ryumuntu kumunsi.

Ibyo ari byo byose, hamwe nibyo, Samon, reka dusubire ku nkuru yawe.

Achani Samon Biaou: Natangiye gukora ubushakashatsi no gutegura GMAT nsaba amashuri menshi yo muri Amerika. Nakiriye ibaruwa yo kwangwa na MIT, imwe mubyo nahisemo mbere kubera ubuhanga bwayo. Byari inkoni ikomeye. Ariko, nahise mbona ibaruwa yo kwemererwa na Stanford, yumvaga ari icyemezo kuko amashuri yombi yari afite gahunda zikomeye zubuhanga.

Ibintu bibiri by'ingenzi nakuye mu bunararibonye bwanjye bwo gusaba ishuri ry'ubucuruzi ni:

Ubwa mbere, nakomeje kugira amatsiko kandi nitondera ibyo abandi bakora. Amatsiko yanjye yerekeye "abajyanama b'ubucuruzi" muri Deutsche Telekom hamwe n'abajyanama mu micungire ya BCG na McKinsey byatumye nshishikazwa na gahunda za MBA. Nakunze kugerageza kwitabira inama zubuyobozi aho McKinsey cyangwa BCG berekanaga abakiriya kugirango ndebe isesengura ryabo. Nifuzaga kumenya ibyo ntazi ko ntari nzi. Benshi mu nshuti zanjye kuva kwishuri ntabwo bari bafite urwego rumwe rwamatsiko.

Icya kabiri, ni ngombwa guhora duharanira ibyiza kandi ufite ikizere ko ushobora kugera kubintu byose. Ntabwo nigeze mbona abajyanama ba McKinsey cyangwa BCG nkaba bari murwego rwo hejuru cyangwa nizeraga ko umwuga wabo utanshoboye. Byari ikibazo cyo kumenya niba nshobora gushimishwa n'akazi bakoze. Niba mbona bishimishije, nabona uburyo bwo kwinjira muri ibyo bigo. Kwiyizera ni ngombwa.

Olumide Ogunsanwo: Ni ngombwa kwitoza gushimira no gushimira kubyo ufite, ariko ntibivuze ko ugomba kwirara. Ugomba gukomeza gushakisha amahirwe yo kunoza imiterere yawe. Samon, inkuru yawe irabigaragaza neza. Wari ufite akazi gakomeye muri Deutsche Telekom, uzenguruka isi, kandi winjije neza. Wishimiye uburambe, ariko wari ugifite icyifuzo cyo gukura no gutera imbere. Kuringaniza gushimira hamwe nubushakashatsi bwamahirwe ni ngombwa. Kugaragaza ugushimira utabanje gushakisha amahirwe biganisha ku guhagarara, mugihe gushakisha amahirwe udashima bitera kutanyurwa no kwitotomba.

Achani Samon Biaou: Ndabyemera rwose. Nari mfite icyo nise "imitek-ererereze idahwitse." Ntabwo nigeze noroherwa mumwanya ntari munsi ya underdog. Nahoraga nshakisha ibibazo kandi nihatira kuzamuka hejuru no kurenga imipaka yanjye. Mugihe cyurugendo rwanjye mumashuri yubucu-ruzi, nize ibintu bike byingenzi:

Kwishyiriraho intego ni ngombwa mugihe utangiye ikintu gishya. Niba urwana no kumenya intego zawe, wibande ku kwiga cyangwa gushakisha amasomo agushimishije. Kuri njye, intego yanjye yari iyo guhindura ibye-mezo, kandi icyo gihe, amafaranga ntabwo aricyo kintu cyambere nshyize imbere. Nubwo ninjiza neza muri Deutsche Telekom, nari nzi ko nkeneye kuringaniza ubumenyi bwanjye. Ariko, nasanze iyi ntego yagutse cyane. Nsubije amaso inyuma, nasanze abantu biga mwishuri ryubucuruzi kubwim-pamvu eshatu zingenzi: amasomo, iterambere ryumwuga, hamwe n amahir-we yo guhuza.

Olumide Ogunsanwo: Yego, umaze gutangira ishuri ryubucuruzi, wabonye ko hari ingamba zifatika zurugendo rwa MBA. Urashobora guhi-tamo kwibanda kubanyeshuri, kubona akazi, cyangwa kubaka umuyoboro. Ibi binyibukije igitekerezo cyintego yo guhuza n'imikorere igushiraho kandi twaganiriye mugihe nandika iki gitabo.

Achani Samon Biaou: Yego, reka tuganire kubyerekeye kwishyiriraho intego. Mugihe ushaka inama kubandi banyuze mubyabaye nkibyo ugiye gutangira, ni ngombwa kumva imiterere n'intego bari bafite icyo gihe. Iyo mbajije inama zijyanye no guhitamo hagati y'ibiro byo mu burengerazuba cyangwa bwo mu burasirazuba bwo hagati ya BCG, buri gihe nageragueje kumva icyo uwo muntu yatezimbere mugihe bahisemo.

Olumide Ogunsanwo: Ntugafate inama udasobanukiwe nimpamvu yabyo kandi utabihuje nibihe bidasanzwe. Ibihe byabo byihariye ntibishobo-ra kukureba.

Achani Samon Biaou: Yego, naganiriye nabantu kugirango bumve in-tego bafite mumashuri yubucuruzi. Nifuzaga kumva uburyo ibikorwa byabo mwishuri ryubucuruzi bihuye na gahunda zabo nyuma yubucuruzi.

Olumide Ogunsanwo: Iyo umunsi urangiye, ni ngombwa kwibuka ko ari ubuzima bwawe, kandi ni wowe ukeneye gufata ibyemezo bihuye n'intego zawe n'indangagaciro zawe. Ariko ugomba gufata ibyemezo bishingiye kumyumvire yuzuye yimiterere yuzuye.

Kurugero, mugihe uhisemo ifunguro, ntushobora kujya muri resitora yambere hanyuma ugahitamo gufata ibyokurya. Wakora ubushakashatsi kuri menus ziva muri resitora zitandukanye, ukareba inyungu zawe, ugahitamo ifunguro rihuza nibyo ukunda. Ubu buryo buteganya ko ufata icyemezo cyuzuye usuzumye amahitamo yose ahari, aho kugirango uhitemo amahitamo make ashingiye kumakuru make.

Achani Samon Biaou: Igihe natangiraga gahunda ya MBA, sinari nzi neza uburyo bwo gushyira imbere amahirwe atandukanye kuri Stanford. Nashakishije inama kubanyeshuri twiganaga basa nkudafite ikibazo. Natangiye mubaza intego zabo zo kwitabira Stanford n'amahitamo bagize kugeza ubu. Mubiganiro byacu, nungutse ubushishozi bukurikira:

Icyambere, nibyiza kubaka umubano nabarimu nabarimu. Nubwo waba utazi neza ibishobora kuva muri ayo masano, nibyiza ko uhuza nabo mukwitabira amasaha yakazi cyangwa mugutegura amateraniro yikawa.

Icya kabiri, nibyiza gukoresha amahirwe yo gucukumbura inzira zitandukanye. Nabonye ko bamwe murungano rwanjye barimo kwimenyereza umwuga mumishinga shoramari (VC) hamwe namashuri yabo ya MBA. Nshimishijwe nibi, nasabye kandi nemerewe kwimenyereza umwuga wa VC. Nubwo intego yanjye ya mbere yari iyo kubona akazi ko kugisha inama ubuyobozi, nakomeje gufungura ubushakashatsi ku bindi bice.

Olumide Ogunsanwo: Wabonye ayo mahirwe kuko wari ufite amatsiko. Twaganiriye ku kamaro k'amatsiko yo kugera ku bwigenge bw'amafaranga mbere. Ndashaka kongera gushimangira uburyo ari ngombwa gucukumbura ibintu birenze ibyo wibandaho. Ingamba imwe yo kurushaho kugira amatsiko nukwishora hamwe nabantu benshi bakora ibintu bishimishije.

Achani Samon Biaou: Abantu bamwe bazi neza icyo bashaka, ariko niba udashidikanya, ni ngombwa kwicisha bugufi kubyo uzi nibyo utazi. Nyuma yo kurangiza MBA, intego yanjye yari iyo kwinjira mubijyanye no kugisha inama ubuyobozi, ariko nakomeje gufungura andi mahirwe yamfasha kugera ku ntego nyamukuru yo kuba mu nshingano zo gufata ibyemezo.

Kurugero, mugihe cyo kwimenyereza VC, nagize uruhare mubikorwa bya Venture Capital. Namenye ko kubona imyanya yifuzwa mubitangira akenshi bisaba gukora nkumufasha wa VC hanyuma nkimukira muri imwe mubigo byatsinze portfolio. Hatariho kwerekanwa, ntabwo nari kumenya kuriyi nzira. Amaherezo, ntabwo yahinduye inzira yanjye, nubwo nari mfite ibyifuzo byo kugisha inama, tekinoroji nini, na VC. Ariko, kubera ubwo bumenyi, nshobora gupima neza ibyifuzo.

Olumide Ogunsanwo: Ngiyo inkuru yuzuye yukuntu wagiye utekereza gusaba Stanford kugeza mubyukuri gusaba, kwemerwa, no gufata ingamba zo gukoresha neza umwanya wawe uhari. Noneho, urashobora kutunyura mu gusoza iki gice cyubuzima bwawe? Nigute washoje igihe cyawe kuri Stanford? Niki cyabaye mugice cya nyuma cyuburambe bwishuri ryubucuruzi, kandi niki cyaguteye guhitamo itangwa rya BCG?

Achani Samon Biaou: Reka mbabwire indi nkuru yihuse kubyerekeye itangira ryishuri ryubucuruzi. Nahisemo gukurikirana impamyabumenyi ihuriweho nuburezi kugirango ndusheho guha agaciro igishoro cyanjye. Amafaranga y'ishuri kuri Stanford yari hejuru yikubye 200 ugereranije nishuri ryose nishyuye mumashuri yisumbuye yose. Naje kwishyura amadorari arenga 100.000 y'ishuri wenyine muri Stanford, mugihe amashuri yanjye mu Bufaransa atigeze arenga ama euro make ugereranije.

Olumide Ogunsanwo: Oh, Nziza yanjye!

Achani Samon Biaou: Nifuzaga gukoresha neza igihe cyanjye kuri Stanford, nuko mbonye imeri ivuga kubyerekeye guhitamo icyiciro rusange, nasanze ari amahirwe meza yo no gukomeza impamyabumenyi, nkurikije gahunda zanjye z'ejo hazaza. kubaka amashuri. Bamwe mu bo twiganaga bangiriye inama yo kwirinda gufata byinshi kandi bishobora kwangiza uburambe bwanjye bwa MBA, ariko nasobanuye mu cyubahiro ko intego yanjye atari iyo kwishimira uburambe gusa ahubwo ko nagura amahitamo yanjye ejo hazaza.

Noneho, kwimukira mugice cya nyuma cyurugendo rwishuri ryubucuruzi. Nize amasomo abiri akomeye kuri Stanford. Umwe muribo yitwaga "Interpersonal Dynamics," aho twaganiriye mu ibanga mumatsinda mato kugirango tumenye uko abandi batubona. Andi masomo yari "Gucunga imishinga ikura," yakoresheje amashusho yigisha ubumenyi nko guhagarika abakozi, gushaka abakozi bashya, no gutanga ibitekerezo bibi.

Igishimishije, aya masomo yombi yaje kuba ayagaciro cyane mubijyanye no kwiga, ndetse kuruta amasomo yimari. Byatumye menya ko nashoboraga kwiga ayo mafaranga nubuhanga bukomeye njyenyine, ariko ubuhanga bworoshye nakuye muri ayo masomo yombi ntagereranywa.

Isomo nakuye muri inararibonye ni uko iyo winjiye mu bidukikije bishya, ni ngombwa kugira intego zisobanutse no gufata ingamba zijyanye n'izo ntego. Shakisha abandi musangiye intego kandi wigire kubyo babonye kugirango wirinde ahantu hatabona.

Olumide Ogunsanwo: Inkuru yawe yerekana rwose urukundo rwawe rwo gukora neza. Winjiye mubihe bishya mwishuri ryubucuruzi rya Stanford uhita utangira gushaka uburyo wakoresha igihe cyawe kugirango ubone ibyiza.

Kugirango ugere ku bwigenge bwamafaranga, ni ngombwa kwibanda mugutezimbere ubuzima bwawe. Ariko, ibi birashobora kubaho nyuma yo kwishyiriraho intego zigushimisha no gufata ingamba kugirango umenye igikwiye guhinduka cyangwa gutezimbere kugirango ugere kuri izo ntego. Ingeso ya mbere mu gitabo giteye ubwoba "Ingeso ndwi z'abantu bakora cyane" zirimo gukora - iyo mico isa no gutezimbere. Ubundi buryo ni ukwemera ubuzima uko bumeze, bushobora kugorana kugera kubwigenge bwamafaranga.

Achani Samon Biaou: Kubwamahirwe, societe ikunze kudutera inkunga yo kwirinda gufata ibyemezo, biganisha ku kwinezeza. Kurugero, algorithms nkiyakoreshejwe na Amazon itanga ibitabo na resitora ukurikije ibyo twakunze kera. Iyi mitekerereze itugora gushyira mubikorwa bikomeye bisabwa kugirango tugere kuntego zacu, mugihe tugenda turushaho kwishingikiriza kubandi kugirango badufatire ibyemezo.

Ariko, mugukurikiza iyi mitekerereze, dushobora gutakaza ubwoba bwo kumenya amatsiko no kwishingikiriza kubandi kubwibyishimo byacu. Ubwanyuma, ni twe ubwacu kwifatira ibyemezo no gufata inshingano z'ubuzima bwacu.

Olumide Ogunsanwo: Uzi icyakubera cyiza kuko wumva neza kurusha umuntu wese ugushiraho ibitekerezo. Niba uhora ushakisha kwemeza no gushyigikirwa hanze, ushobora kurangirira kure aho ushaka.

Hariho amahame menshi akomeye mumateka yawe. Twaganiriye ku kwishyiriraho intego, kandi nakongeraho iterambere ryumuntu kuko ntabwo abantu bose bifuza kujya mwishuri ryubucuruzi cyangwa gukurikirana izindi mpamyabumenyi. Iki gice kivuga ku ishuri ryubucuruzi, ariko amaherezo ni ukongera umutungo wawe wabantu, ubuhanga, numuyoboro kugirango ugere kuntego zubuzima.

Achani Samon Biaou: Bamwe mu nshuti zanjye kuri Stanford bifuzaga kwinjira mu gutangira, mu gihe nari nshishikajwe no kugisha inama ubuyobozi, VC, cyangwa uruhare runini rw'ikoranabuhanga nka Google na Microsoft. Igishimishije, benshi mubantu nabonaga bafite imyumvire isobanutse yicyerekezo ntibakurikiranaga imyanya mumasosiyete manini. Ahubwo, bari bagamije gutangiza ibyabo bwite cyangwa kwinjira mubigo byambere.

Nibwo namenye kubyerekeye "gatatu magana." Inshuro eshatu ni itegeko rigufasha guhitamo gutangira kugirango winjire mumahirwe menshi yo kubona amafaranga menshi mugihe gito. Iri tegeko ni intego yo gutangiza amafaranga yinjiza buri mwaka yiyongera 100% cyangwa arenga buri mwaka, munzira yo kwinjiza miliyoni 100 z'amadolari, hamwe nabakozi batageze ku 100. Niba winjiye muri sosiyete nkiyi kurwego rwubuyobozi cyangwa hejuru hamwe nuburinganire bwuzuye, urashobora kugira imigabane ifite agaciro ka miriyoni mumyaka 5-7 mugihe isosiyete yaguzwe cyangwa ikajya kumugaragaro. Benshi mu bo twigana mu ishuri ry'ubucuruzi bibanze ku gushyira mu bikorwa iri hame no gushaka akazi mu gutangira.

Olumide Ogunsanwo: Ubuzima ntibukurikira inzira yagenwe. Ihishura bishoboka aho kuba deterministically. Ukurikije ibisobanuro byawe magana atatu, rwose ni ingamba zishobora guteza ibyago byinshi hamwe nibihembo byinshi ugereranije no kwinjira mu kigo kinini cyikoranabuhanga.

Achani Samon Biaou: Ntabwo nize nka magana atatu kuko ntabwo nigeze mvugana nabantu bahagije ngo basobanukirwe intego zabo zamafaranga nuburyo batekereza ko bashobora kuzigeraho. Ntabwo nabajije ibyo bibazo kuko ibitekerezo byanjye byari bike. Iyo ufite amatsiko, urashobora kubona uburyo bwo gukusanya amakuru ashobora kuba atagaragara, ariko bisaba gutekereza.

Olumide Ogunsanwo: Mubyukuri, iki gitabo ni icy'umuntu wese ufite amatsiko kandi ushaka gutangira cyangwa kwihutisha urugendo rwabo mu bwigenge bw'amafaranga. Jye na Samon turi abimukira b'Abanyafurika, ndakeka rero ko benshi mubasomyi bashobora kuba abimukira, abato, abimukira, cyangwa abo hanze, nubwo amahame akoreshwa kuri bose. Nka bantu bo hanze, dushobora kungukirwa cyane no gutsimbataza amatsiko kuko abandi bagize ecosystem basanzwe bahujwe neza kandi bamenyereye. Ni twe tugomba kumenya uko umukino ukinwa, ushobora kuba ingorabahizi. Ariko, mugira amatsiko no kubaza ibibazo, turashobora gusobanukirwa byimbitse kubidukikije n'imikorere yabyo, amaherezo bizadufasha gutsinda.

Achani Samon Biaou: Mu mezi yanjye ashize ku ishuri ryubucuruzi, namaze umwanya munini ntekereza kubyo nashoboraga gukora neza kandi mfata umwanya wo kuruhuka no kugirana ubucuti.

Olumide Ogunsanwo: Samon, wari ufite intego ebyiri: intego yigihe gito-hagati yo kuba umujyanama wubuyobozi nintego ndende yuburezi yo kubaka amashuri.

Achani Samon Biaou: Yego, ubanza intego yanjye yari iyo kuba umujyanama wubuyobozi. Ariko igihe nandikaga inyandiko yanjye yo gusaba, natangiye gutekereza kubyo nifuza mubuzima bwanjye, bintera guteza imbere intego ya kabiri yo kubaka amashuri no kugira ingaruka nziza muburezi. Uku gutahura kwanteye inkunga yo gukomeza icyiciro cya kabiri cya kaminuza mu burezi, nizera ko kizampa ubumenyi bukenewe kugira ngo ngere ku ntego zanjye.

Ariko, igihe nageraga kurangiza urugendo rwishuri ryubucuruzi, ibyo nshyize imbere byatangiye guhinduka. Nabonye ko icyo nifuzaga rwose ari ukuba mu mwanya nshobora gufata ibyemezo bifatika aho kugira inama abandi gusa. Kubaza impamvu kugisha inama arinzira yonyine yo kugira ingaruka, numvise nkeneye guteza imbere ubuhanga bwanjye bwite kugirango mpindure impinduka. Noneho, nabonye ubujyanama nk'ahantu ho guhugura aho nashoboraga kubona ubumenyi bukenewe kugirango mpindure uburezi. MBA ndangije MBA, kugira ikirango cya Stanford byambereye ingirakamaro kuruta kongeramo ikirango cya BCG mubyo nkomeza.

Ntabwo numvise nkeneye kwemezwa hanze. Nanyuzwe aho nari ndi kandi nshimira amahirwe yaje. Uru rugendo rwanyigishije gushyira imbere ingaruka no kwibanda ku gukora itandukaniro rifite ireme kwisi.

Olumide Ogunsanwo: Samon, dushobora gucukumbura ibyo wavuze kubyerekeye kwemeza? Ndumva dufite gahunda yo kuvura nonaha. Ushaka kuvuga iki nukwemeza ikirango?

Achani Samon Biaou: Rimwe na rimwe, itandukaniro riri hagati yabagera kubintu nabatabeshya ntabwo ari ukubura ubumenyi gusa ahubwo no kubura ikizere. Benshi mu nshuti zanjye bizeraga gusa ko bashobora kwinjira muri Stanford nyuma yo kubikora. Ntibari bafite icyizere mbere yibyo.

Ibiranga kaminuza bitanga urwego runaka rwicyizere. Ariko, sinkeka ko aribwo buryo bwiza bwo kwigirira icyizere kuko bushingiye ku kwemeza hanze. Uburyo bwanyuma bwicyizere buturuka kukumenya ko wuzuye kandi uhagije muri wewe. Mugihe ukura ugakora ugana kuntego zawe, urabona ko ntawundi wakuruta, kandi ushobora guhinduka ikintu cyose wifuza kuba cyo.

Olumide Ogunsanwo: Ibyo byari byiza cyane. Mugihe usoma iki gitabo ugasuzuma imyirondoro yacu, ushobora kumva ufite ubwoba bwibimenyetso byo hanze nka Samford ya Stanford na BCG cyangwa amashuri yanjye muri Oxford na MIT. Ariko, ni ngombwa kwibuka ko kwiyizera no kwihesha agaciro bituruka imbere, ntabwo bivuye kubyemeza hanze.

Iki gitabo kivuga ku bwigenge bw'amafaranga, ariko nkuko twabivuze mbere, kivuga no ku iterambere ryumuntu. Gukura kugiti cyawe bitangirana no kwitegereza no gutsimbataza imitekerereze ikomeye. Kwiyizera no kwihesha agaciro bishobora kumvikana, ariko ni ngombwa mu iterambere ryumuntu. Utarinze kwiyizera, ushobora guhura n'inzitizi mugihe wivumbuye kandi wishyiriyeho intego. Ugomba kugira kwizera muriwe kugirango utangire urugendo. Nubwo gushaka ubufasha ninkunga ari ngombwa, ugomba kwifatira ibyemezo byawe bwite kandi ukizera ubushobozi bwawe bwo kugera kuntego zawe.

Achani Samon Biaou: Isomo ryingenzi nakuye muburambe bwubucuruzi bwishuri ryubucuruzi kwari ukugirira ikizere, kubanza kubyemeza hanze ariko nyuma nkabyemeza imbere. Nkuze, natangiye kubona abantu bose bangana. Iyi mitekerereze yatumye nishyiriraho intego ndende, nko kugera ku bwigenge bw'amafaranga no kubaka amashuri muri Afurika. Ariko, sinashakaga kwishingikiriza kubandi kugirango ngere kuri izi ntego. Icyizere nagize cyatumye mbona ko nari ingenzi bihagije kugirango menye inzira yanjye. Byagaruye kumva umudendezo nari mfite nkiri umwana, bimpa ubushobozi bwo gukurikirana ikintu cyose nashakaga.

Olumide Ogunsanwo: Nibisubizo Samon yagezeho binyuze murugendo rwe rwishuri ryubucuruzi. Ariko, ni ngombwa kumenya ko kwiga ishuri ryubucuruzi cyangwa kubona impamyabumenyi y'ikirenga bidakenewe ku-

girango ugere kuri iki gisubizo. Icyangombwa ni ukumva agaciro kawe, ku-
menya ubushobozi bwawe nkumuntu, kandi ugakoresha ibyo kugirango
ugere kuntego zawe nicyifuzo mubuzima. Reba mwese mu gice gikurikira!

5C: Amahame yo kwishyiriraho intego & Iterambere ryumuntu

Olumide Ogunsanwo: Reka duhindure ibikoresho hanyuma tuganire ku mahame yihariye ashobora kwihutisha urugendo rwubwigenge bwamafaranga. Tuzaganira ku mahame yo kwishyiriraho intego niterambere ryumuntu mubice bitatu. Icya mbere, tuzasobanura aya mahame. Icya kabiri, tuzareba uburyo bashobora kwihutisha inzira yubwigenge bwamafaranga. Icya gatatu, tuzagusaba ibitabo bimwe ushobora kwiga byinshi kubyerekeye guteza imbere no gukurikiza aya mahame.

Reka duhere ku kwishyiriraho intego. Gushiraho intego ni inzira yo kumenya ikintu ushaka kugeraho no gukora igishushanyo mbonera cyerekana inzira zawe. Twaganiriye ku mahame nko kwiyizera, kwigira, amatsiko, ibitekerezo byigenga, kwifuza, n'ubutwari. Twakoze kandi ku gitekerezo cya FTE iyo umuntu ageze munsi yigitare akamenya ko ari ngombwa guhinduka vuba. Noneho, igihe kirageze cyo guhuza ibitekerezo byawe nubutwari bwo gushyiraho icyerekezo kinini, kwishyiriraho intego zikomeye, no gufata ingamba za buri munsi kugirango ugere kuri izo ntego.

Icyerekezo nigishusho gisobanutse kandi gishimishije cyibyo wifuza ko ejo hazaza hawe hasa. Iyi leta yifuza izaza iragutera imbaraga kandi igutera imbaraga zo kugera kubikorwa byawe. Kugira ngo ukore icyerekezo, ugomba kwibaza ibibazo bijyanye n'ubuzima wifuza. Urugero:

Ni ubuhe buryo bwo kubaho ukeneye? Ni izihe mico ushaka muri mugenzi wawe? Urashaka gutura he? Ni uwuhe muryango wifuza kuba muri bo? Urashaka gukora iki? Urashaka gukorana nande? Ni ubuhe bwoko bw'ubunararibonye n'ibitekerezo ushaka gukurikirana? Ni ubuhe buryo bwo kwiga n'amahirwe yo gukura kugiti cyawe ushaka?

Icyerekezo kizaza nigishushanyo kinini cyibyo ushaka. Ibikurikira, ugomba gushyiraho intego ndende kugirango ugere kuri iyerekwa. Reka tumare umwanya munini-wibiza mubice byamafaranga byintego zawe z'igihe kirekire. Izi ntego z'igihe kirekire zizaba zirimo ubwigenge bwawe bwamafaranga (FI) agaciro kateganijwe nigihe ntarengwa gikenewe kugirango ugere kuntego. Urashobora kugereranya iyi ntego nigihe ntarengwa ukoresheje kubara ikiruhuko cyizabukuru kumurongo (nka Empower Personal Dashboard (yahoze yitwa personalcapital.com). Kurugero, intego yawe ishobora kuba gukusanya $ 2M mumyaka 20. Wibuke, uru rugero nubushake, nkintego yawe ya FI nigihe ntarengwa biterwa nuburyo ukoresha muri iki gihe hamwe nubushobozi bwawe bwo guhindura amafaranga yigihe kizaza kugirango uhuze nicyerekezo cyawe nko ahantu, imisoro, ingano yumuryango, ibyo ukunda amazu, ibyo utunze, hamwe nubuvuzi nibindi. LeanFIRE (Kwishingira Amafaranga Yigenga / Kuruhuka hakiri kare) abanyamuryango bumutwe, kurugero, bafite intego za FI ziri hasi kuva $ 300k kugeza $ 600k.

Ibarura ry'izabukuru ritanga uburyo bwuzuye kandi bwuzuye bwo kumenya intego yawe ya FI. Ariko, niba ushaka igereranya rito, urashobora kandi gukoresha itegeko rya 3% -4% ryintoki (hamwe na 25X-33X ihuye) nkuburyo bworoshye. Mugihe ibara ryizabukuru ritanga ibisobanuro nyabyo, itegeko rya 3% -4% ryintoki ritanga inzira yihuse kandi yoroshye yo kubona igereranyo cyambere cyintego yawe ya FI.

Itegeko rya 3% -4% ritanga amabwiriza ku gipimo cyo gukuramo umutekano (SWR) mu ishoramari ry'izabukuru. Iragereranya amafaranga ashobora gukurwa buri mwaka mugihe cyizabukuru kugirango hagabanuke ingaruka zo kubura amafaranga. Ukurikije iri tegeko, mumwaka wambere wizabukuru, urashobora gukuramo 3-4% byagaciro ka portfolio yawe. Kurugero, hamwe na miliyoni 1 $ portfolio, ibi byagera kuri $ 30k- $ 40k. Buri mwaka ukurikiraho, uhindura amafaranga yo kubikuza kugirango ubone ifaranga. Mu mwaka wa kabiri, wakuramo amafaranga yumwaka ushize wongeyeho igice cyahinduwe n'ifaranga, ukemeza ko amafaranga yawe akomeza kugendana n'ibiciro bizamuka. Mugihe amategeko ya 4% azwi cyane, njye kubwanjye nahisemo kubivuga nkamategeko ya 3-4% yintoki kuko ikora nkumurongo ngenderwaho kuruta amategeko akomeye. Na none, yari yarateguwe mbere yimyaka 30 yizabukuru, kubwabantu bagera ku bwigenge bwamafaranga bakiri bato kandi bafite pansiyo ndende kumyaka 40-60, hashobora kuba inama yuburyo bwitondewe, nko gutekereza ku gipimo cya 3% kugeza kuri 3.5%.

Ubwinshi bwa 25X-33X bukomoka ku gipimo cya 3% -4% cyo gukuramo kandi gikoreshwa mu kugereranya ingano y'ishoramari rigenewe ibikenewe muri FI. Irerekana ihindagurika ryibiciro byo kubikuza, byerekana amafaranga akenewe kuri FI ukeka ko buri mwaka gukuramo 3% kugeza kuri 4% kuva portfolio nyuma. Kugirango tubare byinshi, dufata ibinyuranyo byamategeko ya 3% yintoki, aribyo 1 bigabanijwe na 3% (1/3% = 33X), naho kubutegetsi bwa 4%, ni 1 bigabanijwe na 4% (1/4% = 25X).

Ihangane rya 3% -4% amategeko yintoki nuburyo bworoshye bwo gukoresha. Kurugero, imbonerahamwe ikurikira irerekana intego zitandukanye za FI zikenewe kugirango hishyurwe urwego rutandukanye rwamafaranga yizabukuru.

Ikiruhuko cy'izabukuru amafaranga ateganijwe		Intego y'Ubwigenge bw'Ishoramari Portfolio intego ($ bikenewe kumara ubuzima bwawe bwose)	
Ukwezi ($ / ukwezi)	Buri mwaka ($ / umwaka)	Ikigereranyo cyo hasi ukoresheje 25X nyinshi (4% amategeko agenga igikumwe)	Ikigereranyo kinini ukoresheje 33X nyinshi (3% amategeko yintoki)
$ 1.700	$ 20k	$ 0.5M	$ 0.7M
$ 3.300	$ 40k	$ 1.0M	$ 1.3M
$ 6.700	$ 80k	$ 2.0M	$ 2.7M
$ 10,000	$ 120k	$ 3.0M	$ 4.0M
$ 13.300	$ 160k	$ 4.0M	$ 5.3M
$ 16.700	$ 200k	$ 5.0M	$ 6.7M

Ariko, hariho ibibi byo gukoresha 3% -4% amategeko yintoki. Ubwa mbere, byateguwe byumwihariko mubikorwa byishoramari byibuze byibuze 50% (imigabane) kandi ntibigomba gukoreshwa mubintu bitimukanwa, amafaranga, cyangwa ibindi byiciro byumutungo mumitungo yawe idafite agaciro gashora mumasoko yimigabane. Icya kabiri, ntabwo ibara imyaka iri imbere mugihe ushobora kuba ufite amafaranga menshi yigihe gito, nkayakoreshejwe mumashuri y'abana.

Mu ncamake, gushyiraho icyerekezo no kwishyiriraho intego ndende nintambwe zingenzi munzira yo kwigenga kumafaranga. Waba ukoresha ibara rya pansiyo cyangwa itegeko rya 3% -4% ryintoki, ubu buryo burashobora kugufasha kugereranya intego yawe, kuyobora igenamigambi ryawe no kuguha inyenyeri yamajyaruguru irabagirana mugihe ugenda ugana FI.

Ibikurikira, ugomba gukora intego zigihe gito zizagufasha kugera kuntego zawe za FI nigihe. Kurugero, urashobora intego yo gushora amafaranga runaka buri mwaka, nka $ 50k mumwaka wa mbere na $ 60k mumwaka wa kabiri. Ibarura ryimari rirashobora gufasha mukugereranya amafaranga yumwaka akenewe kumubare w'ishoramari ukenewe kugirango ugere kuntego zawe.

Hanyuma, ni ngombwa guca intego zigihe gito **mubikorwa bya buri munsi** bizagufasha kubigeraho.

Iyi nzira yose yo gushiraho icyerekezo cyawe, intego ndende nigihe gito, no gufata ibikorwa bya buri munsi nibyo dushaka kuvuga mugushiraho intego. Icyifuzo kirakenewe kugirango dushyireho intego nziza, kandi ubutwari burakenewe kugirango dutsinde ibibazo murugendo.

Achani Samon Biaou: Tekereza kwishyiriraho intego nkisukari - biduha kwihuta no kunyurwa mumarangamutima. Iyo dufashe imirimo itoroshye cyangwa tuvuye mubikorwa byacu, birashobora kutugora gukomeza gushishikara. Fata Usain Bolt, kurugero. Niba yarirutse buri munsi kubwibyo, ashobora guhatanira gukomeza gushishikara. Ariko hamwe no kumenya ko imikino Olempike isigaje amezi atandatu kandi icyerekezo cye ni ugutsindira zahabu, iyo ntego ikongeza umuriro muri we kandi igakomeza imyitozo.

Ni ngombwa gutandukanya igihe kirekire nigihe gito cyo kwishyiriraho intego. Abantu benshi, harimo nanjye ubwanjye, bakoze amakosa yo kwibanda gusa ku ntego z'igihe kirekire nta bikorwa bya buri munsi cyangwa intego z'igihe gito. Ariko ibyo akenshi biganisha ku kunanirwa kubigeraho.

Olumide Ogunsanwo: Ugomba guhuza intego nibikorwa. Ntushobora kugira umwe udafite undi. Nta ntego, uratwara vuba vuba aha. Kandi udafite ibikorwa bya buri munsi, intego zawe ntizisohora kuko udafata ibikorwa bihoraho byo guhuza no gukurikirana iterambere ryawe. Dukora neza iyo dukurikirana no gupima ibintu.

Achani Samon Biaou: Nukuri. Umaze kwishyiriraho intego ndende, ugomba kubigabanya mu ntambwe zagerwaho ushobora gutera buri munsi. Ubu buryo bufite inyungu ebyiri. Ubwa mbere, uzabona ko ibikorwa bya buri munsi bisabwa mubisanzwe ari bito kandi bitarenze ugereranije nicyerekezo rusange. Icya kabiri, ni ngombwa kugira uburyo bwo gupima iterambere n'imbaraga zawe.

Olumide Ogunsanwo: Niyo mpamvu ari ngombwa gusuzuma aya mahame muburyo bwihariye. Kwishyiriraho intego no gufata ibikorwa bikenewe bya buri munsi utiyizeye, ibitekerezo byigenga, ubutwari, no kwifuza birashobora kugorana. Niba icyerekezo cyawe kidahuye n'indangagaciro zawe n'ibyifuzo byawe, ntibishobora kuramba.

Achani Samon Biaou: Gushiraho intego bidufasha gukemura ibibazo neza. Reka nguhe urugero. Nkumujyanama wubuyobozi wagenze kenshi, nakusanyije amanota kumarita yinguzanyo atandukanye na gahunda zubudahemuka. Ariko, ni bwo nishyiriyeho intego yihariye yo kuba umunyamuryango wa Platinum ubuzima bwanjye bwose mu ndege imwe ni bwo namenye intambwe yihariye ya buri munsi isabwa kugirango mbigereho. Nabaze indege nkeneye gufata buri kwezi kandi ngereranya igihe bizatwara kugirango ngere kuri iyo status. Kuva aho, nateguye ingamba nshyira imbere imishinga nibikorwa byongereye ingendo zanjye, nko gukora ibiganiro aho guhugura. Nibanze kandi ku turere tumwe na tumwe, nka Amerika, mu ndege ndende. Mugusenya iyi ntego isa naho itoroshye mubikorwa bito byacungwa, nageze mubuzima bwa Platinum mubuzima bwanjye mumyaka itanu.

Olumide Ogunsanwo: Nyuma yo gukora icyerekezo cyawe, intego zigihe kirekire nigihe gito, nibikorwa bya buri munsi, ushobora kumva urengewe numubare w'amafaranga ukeneye kuzigama buri kwezi. Niba ibi bitera ubwoba no guhangayika, ugomba rero kongera gusuzuma icyifuzo cyawe nubutwari. Waba warigeze kumenya neza iyo mico kandi urimo kuyishyira mubikorwa? Niba aribyo, ntakibazo gikwiye kubaho kuko ufite icyerekezo gisobanutse cyibyo wifuza mubuzima, kandi urashobora guteza imbere ubutwari bukenewe kugirango ubigereho.

Indi ngingo tugomba gusuzuma ni uko nta gahunda itunganye. Gahunda nziza yo gutangira nibyo ukeneye byose. Kora gahunda, uyishyire mubikorwa, uyisubiremo, uyihindure, kandi usubiremo. Ntutegereze gahunda nziza kuko itabaho. Icy'ingenzi ni ugutangira. Urashobora buri gihe kugira ibyo uhindura nyuma. Ibi ntabwo bijyanye nukuri gukabije ahubwo nibyishimo no kubishyira mubikorwa. Numuntu ufite amateka yubumenyi nubuhanga, ndumva kubogama kugororotse, ariko muriki gihe, umunezero, imbaraga, kwicwa, nibintu byoroshye.

Achani Samon Biaou: Ndashaka gusangira imyitozo imwe n'imwe ishobora gufasha abana kwishyiriraho intego. Kurugero, Mfite abana batandatu bimana, kandi iyo nsuye ababyeyi babo igihe kinini, nshyira mubikorwa imyitozo ya buri munsi hamwe numwe muribo. Dutangira umunsi twishyiriraho intego. Yambajije intego zanjye, nanjye ndabaza ibye. Mwijoro, turaganira ku majyambere tumaze gutera, icyadufashije kugera ku ntego zacu, n'inzitizi twahuye nazo.

Imyitozo yo kwishyiriraho intego yabaye umuhango ushimishije hagati yacu kandi imfasha kugirana ubucuti bwa hafi numwana wanjye. Ntabwo arinjye mubajije intego ze; yari ashishikajwe no kumenya ibyanjye. Rimwe na rimwe, anyibutsa gukina kunyibutsa kuguma ku ntego zanjye, kandi akunda kundeba. Nyuma yo kugenda, yasabye papa we gukomeza imyitozo.

Olumide Ogunsanwo: Uratekereza ko bishoboka kwigenga mubukungu udashyizeho intego?

Achani Samon Biaou: Birashoboka.

Olumide Ogunsanwo: Byaba bigoye cyane kwigenga mubukungu udafite intego. Nubwo waba urangije amafaranga menshi, ushobora guhomba byose byoroshye. Guhinduka FI no kuguma FI nubuhanga butandukanye.

Achani Samon Biaou: Urashobora kugumana ubwo butunzi niba ufite amahirwe. Mfite inshuti zarangije amashuri zidafite icyerekezo gisobanutse kandi zatsitaye mugutangira. Ntabwo bashakishaga umwete akazi, kandi amahirwe yo kwinjira mu itangiriro yaje kuri bo binyuze mu mirimo ikomeye y'undi. Gutangira amaherezo byatsinze, kandi mu buryo butunguranye hari amafaranga yatembaga kubantu bose babigizemo uruhare. Umwe mu ncuti zanjye yagize amahirwe yo kurongora uwo bashakanye uzi amafaranga. Ariko, ni ngombwa kumenya ko ibi bintu bidasanzwe. Abandi batabarika babonye ubutunzi vuba, gusa kububura vuba.

Olumide Ogunsanwo: Birashoboka ko ari byiza kwibanda ku bintu byo hagati (bifatika) aho kwibanda hanze. Ubwigenge bw'amafaranga bugusaba gufata ibikorwa bitandukanye, gusobanukirwa ibicuruzwa, gucunga ingaruka, no kwirinda kugwa muri FOMO. Kandi niyo watsitara kumuyaga udashyizeho akazi gakomeye, ayo mafranga birashoboka ko atazaramba kuko utarateje imbere ubuhanga bwo gucunga no kuyaha agaciro. Nkuko Jim Rohn yabivuze, intego igomba kuba iyo gukira atari amafaranga gusa, ahubwo numuntu ubaye mubikorwa.

Achani Samon Biaou: Abantu bamwe bashobora kuvuga ko niba winjije amafaranga menshi, byoroshye kwigenga mubukungu udashyizeho intego zihariye. Ndasaba gutandukana. Ikibazo nuko mugihe ubuze indero, nkuko

amafaranga yawe yiyongera, niko ukoresha. Utarinze kwishyiriraho intego
nziza, ntibishoboka ko uzagera kubwigenge bwamafaranga.

Guhora ufata ingamba buri munsi birashobora kuba imbaraga zi-
dasanzwe. Nabyiboneye ubwo niyemeje kwiga Ikimandari. Nishyiriyeho in-
tego yo kwiga imvugo imwe mishya mururimi burimunsi, kandi mbere yuko
mbimenya, nashoboye kuvuga ibintu bitari bike. Igihe cyose nahuye nu-
mushinwa muri lift, natangiraga ikiganiro kandi akenshi nkagira inshuti
nshya. Nizo mbaraga zingeso-zirashobora kuganisha kumusubizo utungu-
ranye. Ingaruka yibikorwa byibikorwa bya buri munsi irashobora kuganisha
ku buhanga, hanyuma bikagufasha kurenga intego yawe yambere.

Olumide Ogunsanwo: Ntushobora gupfobya umunezero uturuka
mugukurikirana iterambere ryawe ugana ubwigenge bwamafaranga. Num-
vaga mfite imbaraga cyane mbonye iterambere ndimo gutera. Birashoboka
ko nasaze gato, ariko mubyukuri nakurikiranaga uburyo umutungo wanjye
wariyongereye kugirango ngere kuntego zanjye za buri munsi.

Achani Samon Biaou: [Smile] Biratangaje. Gusa kwiyumvisha ko
ukurikirana bizana inseko mumaso yanjye.

Olumide Ogunsanwo: Numvaga bidasanzwe.

Achani Samon Biaou: Rimwe na rimwe abantu batekereza ko kwishyiri-
raho intego zo kwigenga kwamafaranga bivuze ko ugomba kubaho ubuzima
bubi. Bashobora gusoma ibi bakibwira ko ubabaye. Ariko reka nkubwire,
Olumide ntabwo ababaye na gato. Mu byukuri akunda optimizme.

Olumide Ogunsanwo: Rwose! Nashimishijwe cyane mugihe cyose,
kandi rwose sinari mubi. Byose bijyanye no guhindura no gucunga ama-
faranga yawe ukurikije indangagaciro zawe, tuzabivugaho byinshi mugice cya
6C.

Achani Samon Biaou: Nibyiza kubyumva! Noneho, nibazaga niba
ushobora gusangira inama, imyitozo, ibyifuzo byibitabo, cyangwa izindi na-
ma kubasomyi bacu bashishikajwe nubwigenge bwamafaranga.

Olumide Ogunsanwo: Yego, mfite ibyifuzo bibiri byibitabo.

Ubwa mbere, " Agace gato [1]" by Jeff Olson. Igitabo kiratangaje kandi cy-
iza. Ivuga guhindura intego zawe zose mubuzima mubikorwa bya buri munsi.
Intego zawe zishobora kuba intego zamafaranga, intego zubuzima, intego zu-
mubano, intego zabaturage, intego zumwuga. Nimwe mubitabo byahinduye

---

1.   http://www.amazon.com/Slight-Edge-Jeff-Olson/dp/1935944312

ubuzima bwanjye kuko nakundaga kwishyiriraho intego, ariko sinigeze num-
va akamaro ko gukora ibikorwa bya buri munsi. Gukora ikintu buri munsi
rwose bihindura imitekerereze yawe bikagufasha gutera imbere. Kurugero,
njye na Samon tumaze amezi agera kuri abiri nigice dukora kuri iki gitabo,
kandi nzi neza ko nzagikora buri munsi. Cyakora itandukaniro rinini ku-
mubare witerambere nshobora gukora mukora bike buri munsi.

Birasa nkaho byubaka ingeso mugukora ibikorwa burimunsi ariko
sinigeze mubikora kugeza igihe nasomye igitabo. Mubyukuri naje kubisanga
mbikesha icyifuzo gikomeye cyatanzwe na Gen Y Finance Guy Blog [2].

Igitabo cya kabiri ni " Ingeso za Atome [3]" cyanditswe na James Clear.
Irasa na "The Slight Edge" kandi ishimangira akamaro ko gufata ibikorwa bya
buri munsi, guca intego mu ntambwe nto, no kuyihindura ingeso zikora. Re-
ka nguhe urugero: Njya muri siporo hafi buri munsi, kandi sinabitekereza
kabiri. Nibice bigize gahunda zanjye za buri munsi, nko koza amenyo. Bi-
maze kuba akamenyero ntagomba gufata umwanzuro wo gukora. Nibice
bigize gahunda yanjye ubuziraherezo. Ndashishikariza abantu gusoma ibi
bitabo no gutekereza kubikorwa bya buri munsi kugirango babigereho aho
bashaka.

Achani Samon Biaou: Kimwe mu bintu by'ingenzi byo kwishyiriraho
intego ni ubushobozi bwo pivot. Rimwe na rimwe, iyo inzira yawe igezweho
itakuyobora mubyo wifuza cyangwa mugihe ibintu bihindutse, ushobora
gukenera guhindura byinshi mubikorwa byawe, intego, cyangwa icyerekezo
cyubuzima. Iki gikorwa cyo guhindura icyerekezo kugirango uhuze nintego
zawe byitwa pivoting.

Olumide Ogunsanwo: Pivoting bisobanura kuba ufunguye guhindura
icyerekezo cyawe kugirango ugere kuntego zawe. Birashobora kuba impin-
duka nini cyangwa ihinduka rito; ingano yimpinduka ntacyo itwaye. Icyan-
gombwa ni uguhinduka bihagije kugirango umenye igihe impinduka zike-
newe kandi ukoroherwa no gukora izo mpinduka. Guhinduka nigikoresho
cyingenzi murugendo rwawe rugana ubwigenge bwamafaranga. Niba ukabi-
je kandi ukaba udashobora guhinduka, bizagorana kubona ubwigenge bwa-
mafaranga kuko udashobora guhanura uko ejo hazaza hazaba.

Achani Samon Biaou: Reka tuganire ku ngaruka zifatika zo gutambuka

<hr>

2.   https://www.genyfinanceguy.com/

3.   https://jamesclear.com/atomic-habits

mu rugendo rwawe rwo kwigenga. Abantu benshi bagiye mwishuri ryubucuruzi barangiza bagahindura imyuga. Bashobora no guhindura umwirondoro wabo. Kurugero, Nari injeniyeri w'itumanaho mbere yo kujya mwishuri ryubucuruzi, ariko mugihe cyanjye ngaho, nashishikaye ninjira mubijyanye nubujyanama. Ihinduka ryabaye ingenzi mubuzima bwanjye. Icyangombwa ni ugushiraho intego no gukora cyane mugushakisha ibisubizo kugirango ugere kuri izo ntego.

Olumide Ogunsanwo: Mugihe utangiye gutegura gahunda, ni ngombwa kumva ko gahunda ukora zishobora guhinduka. Aha niho pivoti ije gukina. Ugomba kworoherwa no kudasobanuka no guhinduka kuko ubuzima buhora butera imbere. Mugihe ibintu bihinduka, ugomba guhinduka kuburyo buhagije kugirango ujyane nigitemba, nkuko icyerekezo cyawe cyo hejuru gishobora gukomeza kuba kimwe, ariko gahunda yumunsi-irashobora guhinduka. Carl Richards (ukomoka kuri behaviorgap.com) yagize ati: "Ntukiyemeze gahunda, wiyemeze gahunda yo gutegura." Jeff Bezos yakwirakwije imvugo ngo "Teza imbere kubogama kubikorwa". Brian Tracy, umwanditsi w'iterambere ritangaje ku giti cye, yagize ati: "Intsinzi iri ku ruhande rwo gutsindwa."

Gushyira hamwe ibitekerezo bisobanura gufata ingamba mugihe ufunguye guhinduka, no kudacika intege mugihe ibintu bitajyanye na gahunda. Komeza utere imbere, gerageza inzira zitandukanye, pivot mugihe bibaye ngombwa, kandi uhore uzirikana icyerekezo cyawe kirekire kandi intego. Nibijyanye no guhindura no guhindura ingamba zawe mugihe ukomeje kwibanda kumashusho manini.

Achani Samon Biaou: Ibyo biramurikira. Kubijyanye nibyifuzo, hariho ibitabo bike byerekeranye no kwishyiriraho intego nibaza ko bikomeye. Ibi bitabo byari murwego rwo guhindura imyuga, ariko ndatekereza ko bikoreshwa mubindi bice byubuzima, nkubuzima, ubuzima bwiza, urukundo, nubusabane. Igitabo kimwe cyitwa " Pivot [4]" cyanditswe na Adam Markle. Igitabo cya Adam Markle gitanga igishushanyo mbonera ku bantu bahindura imyuga kandi bashaka kugera ku bushobozi bwabo bwose mu gihe bahangayikishijwe n'impungenge ziterwa no gutsindwa. Iki gitabo nigitabo gifatika kubantu bagendana ninzibacyuho kandi bagaharanira kugera kubyo bashoboye byose, bikemura impungenge ziterwa ningaruka no gutsindwa.

4.	https://www.amazon.com/Pivot-Science-Reinventing-Your-Career/dp/1476779473

Itanga urukurikirane rwimyitozo yintambwe ku yindi kandi isaba koroshya kwigaragaza no gufasha abasomyi kumenya no gutsinda inzitizi zishobora kubangamira iterambere ryabo. Mugushiraho icyerekezo gisobanutse, gukemura inzitizi imbonankubone, no gufata ingamba zihamye zigana kuntego zabo, abantu barashobora gutanga inzira yo kugera kubyo bashoboye byose.

Olumide Ogunsanwo: Samon, bigenda bite niba umusomyi wa FIREDOM asanze igitekerezo cyo gukora icyerekezo kidafatika kandi agashidikanya akamaro kacyo? Niki wabwira umuntu utekereza ko iyerekwa ari "yoroshye" kandi bidashoboka?

Achani Samon Biaou: Icyerekezo ni ingirakamaro kuko gitanga intangiriro kubyo wifuza.

Olumide Ogunsanwo: Nukugira icyifuzo cyaka kandi ugategeka ubuzima bwawe. Ntawundi ushobora kugushiraho.

Achani Samon Biaou: Niba umuntu yumva icyerekezo cye kidasobanutse cyangwa gishimishije, ntibishobora kuba icyerekezo cyiza. Ni ngombwa kunonosora no gusobanura neza icyerekezo cyawe kugeza igihe cyumvikanye nawe kandi kigushimishije.

Olumide Ogunsanwo: Intego akenshi ntabwo ari umurongo ugororotse. Ni urugendo ruzerera aho ushakisha icyakubera cyiza. Wibuke, Samon ntabwo yari afite gahunda yuzuye yuzuye aho yerekeza igihe yatangiraga Deutsche Telekom. Yabonye amahirwe yo kugisha inama ubuyobozi kandi akora pivot yo kubikurikirana.

Achani Samon Biaou: Gutanga urugero rufatika, reka tuvuge ko wishyiriyeho intego yo kugera ku bwigenge bwamafaranga ufite imyaka 35 ufite imyaka 30. Kuri ubu ukora akazi ko kuba umunyamategeko kandi nubwo ukunda umurima kandi ukishyura neza, ntabwo byanze bikunze ishyaka ryawe. Umunsi umwe, inshuti irakugezaho igitekerezo gishimishije cya software yubuvuzi mubikorwa byubuzima. Mu ntangiriro, ntuzi neza niba aya mahirwe ahuye nubuhanga bwawe nkumunyamategeko. Ariko, mugihe wiga byinshi kubitekerezo nubushobozi bwayo, urashimishwa nibishoboka. Uhisemo gukurikirana amahirwe no gukora umwuga wibanze kuva amategeko kugeza mubikorwa byubuzima. Ihinduka ryerekana impinduka zikomeye munzira yawe yumwuga.

Olumide Ogunsanwo: Gufata iyo pivot bisaba ubutwari no kwifuza kumva icyingenzi kuri wewe.

Achani Samon Biaou: No mubihe bibi cyane, niba amahirwe mashya atagenze neza, wamenye ko mumyaka ibiri. Kugira ngo ugabanye ingaruka, ushobora kumvikanisha umushahara hamwe no gutangira ni 80% byibyo wakoraga nkumunyamategeko. Urashobora kandi guhindura amafaranga yawe kugirango ukomeze kuzigama amafaranga angana mugihe wubaka uburinganire bushobora gukura miriyoni mugihe ibintu bigenda neza.

Olumide Ogunsanwo: Niba umuntu ateze amatwi iki gice akabanza kubona igitekerezo cyo gushyiraho icyerekezo no kwishyiriraho intego bidasobanutse cyangwa bidashoboka, ndabasaba kwibuka ihame ryamatsiko. Gira amatsiko yo kumva impamvu dushimangira ibi. Jye na Samon twabonye ubwigenge bwamafaranga mumyaka mirongo itatu, niyo mpamvu twemera ko ari ngombwa. Shira ku ruhande gushidikanya kandi ufungure kugerageza intego. Nta kibi kiri mu kugerageza. Shiraho icyerekezo kubintu hanyuma ushireho intego za buri munsi kugirango urebe uko bigenda.

Nkunda ibigeragezo, ndagushishikariza rero kubona ibi nkikigeragezo. Ni iki ugomba gutakaza? Mugihe uhuye nibitekerezo utemeranyaho, ubegere ufite amatsiko kandi ugerageze urebe niba bigukorera. Ntugahite wirukana amakuru aturuka kubumenyi gusa kuberako arwanya ego yawe cyangwa ibitekerezo byawe mbere.

Achani Samon Biaou: Menya imiterere ihuza ibikorwa. Niba ufite akamenyero ko kugerageza ubushakashatsi nkumwana, birashoboka cyane ko uzakomeza kugerageza nkumuntu mukuru. Niba warabonye pivot mugihe cyubwana bwawe, nko guhindura amashuri cyangwa gukurikirana ibintu bishya, birashoboka cyane ko woroherwa no gukora pivot nkumuntu mukuru.

Kubabyeyi, ndashaka gushimangira ko impinduka zitagomba kubonwa nkumwanzi ahubwo nkumwanya wo gutsimbataza imbaraga mubana bawe binyuze mubibazo bitoroshye. Ababyeyi benshi bemeza ko gutanga ibidukikije bihamye ari byiza kubana babo kandi ko kwimukira mu kindi gihugu, urugero, byabatera urujijo no kubatesha umutwe.

Ariko, ibi ntibishobora kuba inzira nziza. Inshingano yawe nkumubyeyi nuguregura abana bawe kwihangana ubereka uburambe bubabangamira. Inararibonye zubaka kwiyizera, kwigira, ubutwari, n'amatsiko mubana bawe. Iyo abana bahuye nibidukikije bishya, bashiraho ingamba zo guhangana nazo zishobora kubagirira akamaro mubihe biri imbere. Kurugero, niba umuryango ugomba kwimukira mugihugu gishya kubera kubura akazi nibibazo bya viza, umwana umaze guhura nimpinduka nkizo azaba afite ibikoresho byiza kugirango ahuze nibidukikije bishya. Kurinda abana impinduka ntibishobora kubategurira bihagije impinduka byanze bikunze bazahura nabyo mubuzima. Guhinduka birashobora kuba imbaraga nziza mumikurire yumwana wawe. Irashobora kubafasha kwiga no gukura muburyo bushya.

Olumide Ogunsanwo: Ndabikunda. Nibyiza cyane. Urakoze kubwibyo, Samon.

Achani Samon Biaou: Mfite imyaka 26, umujyanama yampaye inama zinyuranye ariko zingirakamaro zo gushyiraho intego. Nari natangiriye kuri Deutsche Telekom, umujyanama wanjye arambaza ati: "Nubuhe sosiyete uzinjira ubutaha?"

Natangajwe n'ikibazo kuko nari mperutse gutangira kandi nizera ko bidatinze gutekereza ku cyerekezo gikurikira. Yakomeje agira ati: "Ibishya ukwiye gutangira gutegura kwimuka gukurikira ni umunsi uzabona isoko kuri sosiyete yawe." Umujyanama wanjye mugari mugari yari yerekeranye n'akamaro ko kwishyiriraho intego. Yizeraga ko kugira ishusho isobanutse yintambwe zizakurikiraho bizafasha kumenya intego zumwuga hamwe nibikorwa byakazi. Muri kiriya gihe, ntabwo nari inararibonye kandi sinigeze nsobanukirwa neza uburyo nakurikiza inama ze. Ariko kuva icyo gihe, nabigize igice cyumutoza wanjye mumakipe akiri muto, kandi byibuze abantu batatu barayashyize mubikorwa neza.

Kurugero, umwe mubatoza yinjiye mu gutangiza ikoranabuhanga mu biribwa, kandi namushishikarije gusobanura intego ze mu myaka ibiri cyangwa itatu iri imbere ndetse na nyuma yaho. Yifuzaga kuba COO mu isosiyete ikuze mu Burayi cyangwa muri Amerika. Nkurikije inama zanjye, yatangiye gusohora ibitabo bikinisha byerekana uburyo bwo gutangiza tekinoloji y'ibiribwa mugihe cy'ukwezi kumwe gusa atangiye akazi. Yagiye mu nama, ahuza COO n'abashinze, kandi imbere aharanira ko izina ry'umuyobozi rihinduka. Nyuma yimyaka ibiri, igihe yari yiteguye gukomeza, yahise ahamagara, kandi mugihe cyicyumweru kimwe, yari afite ibyifuzo bibiri.

Olumide Ogunsanwo: Nibyiza. Reka tujye mu iterambere ryumuntu. Muri iki gice, tuzaganira ku buryo iterambere ry'umuntu rishobora kwihutisha ubwigenge bw'amafaranga no gutanga ibyifuzo bimwe. Iterambere ryumuntu ku giti cye bivuga inzira yo kwiteza imbere kumubiri no mubitekerezo kugirango ugere ku byinshi, umunezero, nubutsinzi mubuzima. Ntabwo ikoreshwa mubukungu gusa ahubwo no mubuzima, umwuga, ubucuruzi nizindi ntego zubuzima. Nubwo iki gitabo cyibanze cyane cyane kubwigenge bwamafaranga n'imari yumuntu ku giti cye, ni ngombwa kumenya uburyo iterambere ryumuntu rishobora kwihutisha intego zawe. Inzira yo kwiteza imbere ni ishingiro kandi irakoreshwa mubice byose byubuzima. Mu gice kibanziriza iki gice, twaganiriye ku kwishyiriraho intego. Umaze kwishyiriraho intego, intambwe isanzwe ikurikira ni ugukora kugirango witeze imbere kugirango ubigereho. Ninzibacyuho.

Achani Samon Biaou: Gutangira ibiganiro byacu kubyerekeye iterambere ryumuntu, reka dusuzume igitekerezo cyo kwitoza nkana. Kwimenyereza nkana nuburyo bwibanze bwo kwiga no kuzamura ubuhanga cyangwa ubushobozi. Harimo guca imirimo igoye mubice bito, kumenya ibice bisaba iterambere, no gukoresha tekinike yo guhugura kugirango ikemure utwo turere. Imyitozo nkana igizwe nibice bitatu byingenzi.

Icya mbere, ni ngombwa kwigaragariza ingero zimikorere idasanzwe. Guhura nibikorwa bidasanzwe bikangura ubwonko bwawe kandi biguha ikintu cyo kwifuza cyangwa guharanira. Ibikurikira, ukeneye uburyo bwo gutanga ibitekerezo kugirango usuzume imikorere yawe. Mubisanzwe, umuntu wageze cyangwa akamenya kuba indashyikirwa arashobora gutanga ibitekerezo byingirakamaro mugaragaza ahantu runaka ushobora kuba ugwa bugufi. Ubwanyuma, mugihe wishora mubikorwa nkana, ni ngombwa kumenya kubogama kwawe no gushyiraho intego zihariye zo kunoza. Witoze, witegereze imikorere yawe, kandi ukomeze kuyikorera kugeza igihe uzamenyera imyitozo.

Imyitozo nkana irashobora kandi gukoreshwa kugirango irusheho kuba myiza kumikoreshereze ishingiye ku ndangagaciro (ikaba ihuza guhuza amafaranga ukurikije indangagaciro zawe zidasanzwe kandi tuzashora byinshi ku gice cya 6C). Tangira usobanukirwa nuburyo bw'intangarugero bushingiye kumikoreshereze isa kandi ushake ingero zingirakamaro. Nkurugero, nashoboye kubaho kumadorari 800 buri kwezi i Dubai, mugihe Olumide yateje imbere ubukode bwe muri Californiya mubana kandi tubana hafi yakazi. Ibi birerekana imiterere yibanze kumikoreshereze yukuri ishingiye kumikoreshereze.

Tekereza ku buzima bwawe bwite kandi ushyire imbere ikintu cyo kunoza. Shiraho ingamba zawe wenyine aho kwigana abandi. Kurugero, niba amafaranga ashingiye kumafaranga asobanura kugabanya amafaranga yo gut-wara abantu kuri zeru, shiraho intego kandi utegure ingamba, nko guhitamo gukoresha serivise ya bisi kubuntu. Umunsi wambere urashobora kuba in-gorabahizi mugihe umenyereye kubyuka mugihe runaka hanyuma ugatangi-ra urugendo rwa bisi. Itegereze uko ugenda kuri bisi kandi mugihe ugenda muri bisi. Witondere ibiba n'amarangamutima uhura nabyo. Menya ibyiyum-vo byiza byakirwa hamwe nibyiyumvo bibi ugomba gutsinda. Ishyirireho in-tego yo gusubiramo no guhindura umunsi ukurikira. Binyuze mu gusubi-ramo no gutekereza, urashobora guhora utezimbere imikorere yawe yo guko-resha indangagaciro.

Olumide Ogunsanwo: Urakoze, Samon, gusangira ubwo bushishozi bw'agaciro. Kubera ko watanze urugero kubyerekeye iterambere ryumuntu nigisohoka, reka ntange urugero rwukuntu kwiteza imbere bishobora kongera amafaranga. Dufate ko ufite imyaka 35 kandi ukaba ufite intego yo kugera ku bwigenge bw'amafaranga ufite imyaka 50, ufite intego ifite agaciro ka $ 3M, guhera ku ntangiriro.

Niba wishimiye byimazeyo iyo ntego ndende, urashobora gukomeza in-tambwe ikurikira: gushiraho intego zigihe gito. Reka tuvuge ko ukeneye kuzigama 100.000 $ kumwaka wumwaka wa 3, ariko kuri ubu uzigama $ 3000 gusa. Biragaragara, hariho itandukaniro hagati yimiterere yawe nigisubizo cyifuzwa. Kugira ngo icyo cyuho gikemuke, ugomba kumenya ibikorwa byihariye ushobora gukora buri munsi, buri kwezi, kandi buri gihe kugirango utezimbere ubukungu bwawe.

Kuri iki cyiciro, iterambere ryumuntu riba ingenzi, mugihe utangiye gushyiraho uburyo bwo kuzamura ubumenyi bwawe, gupima ubucuruzi bwawe cyangwa kubona umushahara munini. Ingamba ziterambere ryu-muntu ku giti cye zishobora kuba zirimo gushiraho itsinda ryaba rwiye-mezamirimo, aho ba nyiri ubucuruzi bashobora gufatanya no kungurana ib-itekerezo. Bishobora kandi gusobanura gukoresha amahirwe yo kwiga nka Coursera, edX, cyangwa Udemy kugirango ubone ubumenyi bushya kub-wakazi keza.

Iterambere ryumuntu rikora intego zitandukanye, nko kongera ubushobozi bwo kubona amafaranga, kunoza ingeso zishingiye kumikoresh-ereze, cyangwa kuzamura ubumenyi bwimibereho kugirango uteze imbere umubano no kubaka umuryango. Byongeye kandi, ni ngombwa kumenya ko iterambere ryumuntu rishobora gutuma urushaho gukundwa no kugufasha kwagura urusobe rwawe, rushobora kuba ingirakamaro mugushikira intego zawe numwuga.

Achani Samon Biaou: Tekereza urusobe rwawe nkigice cyo kugereranya muri rusange. Urashobora gushiraho intego yo guhuza abantu 500 muri Google mumyaka ibiri iri imbere. Mugabanye intego nto, nko guhura na-bantu batanu buri cyumweru. Komeza usuzume iterambere ryawe wibaze umubare uhuza urimo gukora kandi niba hari isano igenda ishira. Tekereza ku bitagenze neza mu mikoranire yabanjirije kandi ukoreshe ubwo bumenyi nk'urufatiro rwo guhuza neza ejo hazaza. Komeza usubiremo kandi un-onosore inzira yawe.

Olumide Ogunsanwo: Twashimangiye akamaro ko kumenya amatsiko no kwifuza nk'amahame y'ingenzi. Barwanya kutanyurwa no kumva ko umuntu yageze kubushobozi bwabo bwose mubuzima. Nta matsiko, nta mo-teri yo gushakisha no kwiga byinshi, kandi nta kwifuza, nta mpamvu yo kwishyiriraho intego no guharanira kubigana.

Abantu bamwe bashobora kwizera ko iyo bamaze kugera ku ntambwe zimwe na zimwe, nko kurangiza kaminuza, ntibakeneye gukomeza kwiteza imbere. Nyamara, iterambere ryumuntu ni inzira ikomeza igera mubuzima bwe bwose. Hama hariho umwanya wo gukura no gutera imbere mubice bitandukanye byubuzima. Niba wasanga uvuga, "Ndangije kaminuza. Kuki nakwibanda ku kwiteza imbere?" noneho ubuze icyo usobanura. Iterambere ryumuntu ntabwo rireba uburezi gusa cyangwa kubona impamyabumenyi. Harimo kuzamura ubushobozi bwabantu nubushobozi bwawe kugirango ugere kuntego zawe. Mugihe iki gitabo kirimo igice cyishuri ryubucuruzi, iterambere ryumuntu rishobora gufata uburyo butandukanye kandi rigushoboza kugera kurwego rukurikira.

Derek Sivers yigeze kuvuga ati: "Niba amakuru menshi aricyo gisubizo, twese twaba abaherwe bafite ipaki esheshatu." Iterambere ryumuntu rirenze kubona amakuru mashya; bikubiyemo kwinjiza no guhora ushyira mubikor-wa ubwo bumenyi mugihe. Ugomba kandi kubishyira mubuzima bwawe bwa buri munsi kandi ukabigira akamenyero ka gahunda zawe kugirango ukure kwukuri kugaragara.

Urimo gusoma iki gitabo kuko ufite amatsiko yo kwigenga kumafaranga.

Kandi urakeka iki? Mumaze gutera intambwe yambere murugendo rwiterambere ryumuntu! Iki gitabo kivuga ku bwigenge bw'amafaranga, ariko birarenze ibyo. Nukwemera gukura kugiti cyawe mubice byose byubuzima bwawe. Iterambere ryumuntu ni nkigihangange. Nibijyanye no guhora uringaniza hamwe no gukurikirana bidasubirwaho kugirango ube verisiyo nziza yawe wenyine burimunsi. Uzumva ko unyuzwe kandi wongere agaciro-mugihe ukomeje kwiteza imbere no gukora cyane ugana kuntego zijyanye nindangagaciro zawe.

Nkunda iki gitekerezo. Ntanga isaha buri munsi kugirango iterambere ryumuntu mubice byingenzi kuri njye. Nabitoje na mbere yo kugera ku bwigenge bw'amafaranga, kandi nzakomeza kubikora ubuzima bwanjye bwose.

Achani Samon Biaou: Ndumva cyane ibyo Olumide yasangiye. Dore uko mbishyira mubikorwa mubuzima bwanjye. Naje kubona ko umunezero wanjye ushingiye ku kumva ko hari icyo wagezeho, mu gihe umunezero uturuka ku guhagarara cyangwa kumva ko watsinzwe. Nyuma yo kubona ubwigenge bwamafaranga, nahisemo kwikemurira ibibazo buri gihe niga indimi nshya.

Gahunda yanjye iroroshye: Ndabyuka, ntangiza porogaramu yanjye yo kwiga ururimi kubuntu, kandi ntangira umunsi wanjye. Niyeguriye iminota 15 kugirango ndangize igice kimwe. Ikibazo cyanjye ku giti cyanjye ni ukongera indimi imwe cyangwa ebyiri buri mwaka kugeza nujuje imyaka 50, bitewe n'indi mihigo. Ibi ni urugero rwiterambere ryumuntu. Nkunda indimi, bityo umunezero wo kwiga udushya ukomeza gushishikara.

Olumide Ogunsanwo: Nshimishijwe cyane no kuba muzima muri iki gihe aho urubuga rwinshi rwo kwiga kumurongo rutanga amasomo yubuntu (urugero, YouTube) cyangwa rufite ibice byubusa (nka Coursera na Udemy). Amafaranga no kuboneka ntibikiri inzitizi; ikibazo nyacyo ubu kiri mubushake bwacu bwo kwiga. Ubu bushake buterwa no kwishima, niyo mpamvu dushimangira intambwe yingenzi yo kurema no gushimishwa nicyerekezo cyubuzima bwawe.

Abantu kuva muri za 1960 na 1970 baba barishe kubwamahirwe dufite uyumunsi. Ibyo ukeneye gukora byose ni ugukora igihe, gutsimbataza umunezero, no gufata ingamba. Reba inkuru idasanzwe Samon yavuze. Akoresha Duolingo kubuntu kugirango yige indimi nyinshi. Ni uruhe rwitwazo ufite?

Achani Samon Biaou: Yego. Iyo ngenda, nkunda indege zitanga firime mururimi rwumwimerere, zinyemerera gukora ururimi rwanjye. Muri iki gihe, nkunze guhitamo kuguruka hamwe na Emirates, kabone niyo byaba bisobanura inzira ndende, kuko batanga amahitamo atandukanye ya firime "ubwoko". Kurugero, urugendo rwanjye mvuye muri Californiya njya muri UAE rutwara amasaha 14, hanyuma nkagira andi masaha 6 cyangwa arenga nkurikije aho njya. Kubera ko ngenda kenshi, nkoresha igihe cyanjye cyo guhaguruka ndeba firime kandi nkitoza ururimi rwanjye. Ibi bikubiyemo kureba firime ifite subtitles, gusubiza inyuma ibice, no kongera kubireba. Rimwe na rimwe mara amasaha agera kuri ane kuri firime imwe kuko ndahagarara kenshi kugirango nitoze kuvuga interuro n'ijwi rirenga. Kandi iyo indege ituzuye cyane, ndetse ndahagarara nkavuga interuro n'ijwi rirenga.

Olumide Ogunsanwo: Ntabwo byemewe! Ndasaba abantu bose kwitabira icyifuzo, gushyiraho icyerekezo gisobanutse, kwishyiriraho intego mubuzima bwabo, no gutangira urugendo rutagira iherezo rwiterambere ryumuntu. Ifite imbaraga zo guhindura ubuzima bwawe bwose. Hano hari inama zitezimbere ibitekerezo byiterambere ryumuntu:

Icya mbere: " Gahunda Yitsinzi Yumwaka [5]" by Jim Rohn. Iyi gahunda iratangaje kandi irashobora guhindura ubuzima bwawe. Numwaka wurugendo rwiterambere rwumuntu wuzuye imyitozo. Kubwamahirwe, verisiyo yumwimerere ntikiboneka, ariko urashobora kugerageza verisiyo ivuguruye [6], nubwo ntashobora kwemeza ubwiza bwayo kuva nakora umwimerere.

Icya kabiri: " Nigute nabonye umudendezo mwisi idakwiye [7]" by Harry Browne. Igitabo cyinjiye mu myumvire y'ubwisanzure, ihuza cyane n'insanganyamatsiko y'ubwigenge bw'amafaranga n'ubwisanzure bwashakishijwe muri FIREDOM. Browne akora ubushakashatsi mubitekerezo bikenewe kugirango tumenye kandi tuneshe inzitizi zidusubiza inyuma, zitanga ubushishozi bwukuntu twafata ingamba no kugera kubwisanzure nyabwo. Nabisomye inshuro eshatu kandi ndabikunda cyane hamwe na buri gusoma.

Achani Samon Biaou: Urakoze gusangira ibyo byifuzo. Ndashaka gutanga hack ishobora gutangira urugendo rwawe bwiterambere. Mfite ur-

5.   https://www.amazon.com/Rohn-Year-Success-Plan-Workbook/dp/B003OYMDKY

6.   https://store.jimrohn.com/the-new-jim-rohn-one-year-success-plan.html

7.   http://www.amazon.com/How-Found-Freedom-Unfree-World/dp/0965603679

wango rukomeye rwo kureka abandi, kandi iyi mico igira uruhare runini mubuzima bwanjye. Iyo nishyiriyeho intego, nshiraho kumva ko ibintu byihutirwa cyangwa ibibazo bintera gukomeza kwiyemeza. Ingamba imwe ifatika nukwegera umuntu nzi ko azabibazwa kandi bigatuma numva isoni iyo ntashoboye kugera kuntego zanjye. Kurugero, igihe niyemeje kwiga icyarabu, namenyesheje abayobozi bakuru mukarere ka kigobe ko nkora iki gikorwa kandi ngamije gusangira amakuru mashya mucyarabu. Umuvuduko ibi unshyiraho ni munini, ariko ikora nkimpamvu ikomeye yo gukurikiza. Urashobora kwihimbira hack yawe ukurikije imiterere yawe nibishobora kumvikana neza.

Olumide Ogunsanwo: Yego, ingamba za "kwiyemeza rubanda" cyangwa "umufatanyabikorwa uzabazwa" zirashobora gushimangira imbaraga zawe no kwihangana mugukurikirana intego zawe. Mugutangaza kumugaragaro imigambi yawe cyangwa gusaba inkunga yumufatanyabikorwa wizewe wabazwa, urema umuyoboro ukomeye.

Mumyaka yose, nakusanyije icyegeranyo cyamagambo atera imbaraga. Mugihe tuzanye iki gice kurangiza, nabigiranye urukundo nabakusanyije hano, nizeye ko bazakongeza urumuri muri wowe. Nagerageje gutanga inshingano zikwiye, nubwo hashobora kubaho ibihe aho amagambo yatanzwe nabi. Nizere ko ubona bifite agaciro. Reba nawe mu gice gikurikira!

" *Kugira byinshi, ugomba kuba byinshi* " (Jim Rohn)

" *Urashobora gukoresha ubuzima bwawe uko ubishaka ariko ushobora kumara rimwe gusa* " (Lillian Dickson)

" *Urashobora kugira icyo ushaka cyose uramutse ufashije abandi bantu bahagije shaka icyo bashaka* "(Zig Ziglar)

" *Ntukifuze ko byoroshye, nkwifuriza kuba mwiza* "(Jim Rohn)

" *Ntabwo ndi igitambo, ndi umucikacumu* r "(Elizabeth Edwards)

" *Intsinzi ntabwo ari ikintu ukurikirana. Intsinzi ni ikintu ukurura n'umuntu uba* " (Jim Rohn)

" *Tangira utekereza ku iherezo* " (Steve Covey)

" *Ntiwibagirwe kuba igitangaza* " (John Green)

" *Tekereza nka nyampinga* " (Zig Ziglar)

" *Ibibazo birakemuka* " (David Deutsch wo muri "Intangiriro y'Ubuziraherezo")

" *Gutsinda biroroshye. Kanguka buri munsi kandi ukore ibintu abandi bose birinda* " (Jim Rohn)

" *Witondere amano ukandagira uyu munsi kuko ashobora guhuzwa n'indogobe ugomba gusoma ejo* " (Unknown)

" *Intsinzi iri ku ruhande rwo gutsindwa* " (Brian Tracy)

" *Teza imbere kubogama kuri actio* n" (Jeff Bezos)

" *Umwanzi ukomeye wa gahunda nziza, ni inzozi za gahunda nziza* " (Carl von Clausewitz)

" *Hunga amarushanwa binyuze mu kuri* " (Naval Ravikant)

" *Ba nyamwigendaho udasanzwe* " (Chris Sacca)

" *Iyo amakuru ahindutse, mpindura ibitekerezo byanjye. Urakora iki, Nyakubahwa?* " (John Maynard Keynes)

" *Numva ari igihe kirekire, fam. Kuva umunsi natekereje kuri gahunda y'amayeri. Umunsi umwe nagize a inzozi, nageragaje kubirukana. Ariko ntaho nagiye, niruka man. Nari nzi ko wenda hari igihe nzabyumva. Tryna ahindura tenner akagira grand grand ijana. Umuntu wese ni umwana ntawe ubitayeho. Ugomba gukomeza induru 'kugeza igihe bazakumva* "(Tinie Tempah)

" *Nkuko kugenzura amafaranga bigoye gukora byinshi ukora, kugenzura ego yawe biragoye kugirango utsinde neza* " (Sam Dogen uzwi nka Financial Samurai)

" *Reba lisansi yawe, yakuzanye ushaka ko ugenda* " (John Galt imico yo mu gitabo cya Ayn Rand "Atlas Shrugged")

" *Ndatekereza ko ari bibi kwerekana indangagaciro zanjye n'ibyo niteze mu buzima ku bandi bantu* " (Wayne Dyer)

" *Abanyabwoba ntibigeze batangira kandi abanyantege nke bapfira mu nzira. Ibyo biradusiga* "(Phil knight)

" *Ejo wari igihe ntarengwa cyo kurega s* " (Bryan Tracy)

" *Kwifata ni ugukora ibyo ugomba, mugihe ugomba kubikora niba ubishaka cyangwa utabishaka* " (Bryan Tracy)

" *Lifte yo gutsinda ntisanzwe ariko ingazi zihora zifunguye* " (Zig Ziglar)

" *Ntukiyemeze gahunda, wiyemeze inzira yo gutegura* " (Carl Richards)

" *Iyemeze wizeze ko utazigera utanga u p* " (Jim Rohn)

" *Urukundo nyarwo rwo gusoma ubwarwo, iyo ruhinguwe, ni imbaraga zidasanzwe. Uburyo bwo kwiga ni bwinshi - ni icyifuzo cyo kwiga kidahagije* "(Naval Ravikant)

" *Niba uzikomerera kuri wewe noneho ubuzima buzakorohera kuri wewe, ariko niba ushimangiye ko byakworohera noneho ubuzima buzakugora* " (Zig Ziglar)

" *Ibyishimo ni ugukemura ibibazo. Gukemura ibibazo biganisha ku guteza ibibazo bishya* " (Mark Manson)

" *Ugomba kwigisha abagabo ku ishuri ry'intangarugero kuko nta kindi baziga* " (Albert Schweitzer)

" *Naje kuri keke ntabwo ari ibisambo* " (Katie Stanton)

" *Gusobanukirwa no kwemera ko ndi ikibazo bimfasha kuba igisubizo* " (Unknown)

" *Hariho amarushanwa menshi mubisanzwe ariko bike kuri bidasanzwe* " (Robin Sharma)

" *Iyo ugeze ku musozo wumugozi wawe, uhambire ipfundo hanyuma umanike* " (Unknown)

" *Nta gahunda yo gukira gusa abantu bakungahaza* " (Naval Ravikant)

" *Ubu buryo busanzwe bwo kuyobora ibintu ntabwo bwanshimishije.* " (John D Rockefeller)

" *Guhumeka kurangirika, kora ako kanya.* " (Naval Ravikant)

. _ *azabona ko nta kintu cyo gutinya, usibye ubujiji* . " (Julian Barnes)

"*Koresha ibyiza byubuto mugihe ubifite, nibyiza byo mumyaka umaze kugira ibyo. Ibyiza byurubyiruko nimbaraga, igihe, icyizere, nubwisanzure. Ibyiza byimyaka ni ubumenyi, imikorere, amafaranga, nimbaraga. Hamwe n'imbaraga urashobora kubona bimwe mubyanyuma mugihe ukiri muto kandi ugakomeza bimwe mubyambere mugihe ushaje.* "(Paul Graham)

" *Ntabwo abanenga ari bo babara, ntabwo ari umuntu ugaragaza uburyo umuntu ukomeye atsitara, cyangwa aho uwakoze ibikorwa yashoboraga kubikora neza. Inguzanyo ni iy'umugabo uri mu kibuga, mu maso he harangiritse. n'umukungugu n'ibyuya n'amaraso biharanira ubutwari; uwibeshya, uza vuba na bwangu, kuko nta mbaraga zidafite amakosa n'amakosa* "(Theodore Roosevelt)

6: Gutinda k'umwuga inkuru n'amahame yo kwinjiza amafaranga menshi & Agaciro gashingiye kumikoreshereze

Olumide Ogunsanwo: Murakaza neza kuri iki gice gishimishije, aho twinjiye mu rugendo rwo kwidagadura rwakurikiranye uburambe bwishuri ryubucuruzi. Twiyunge natwe mugihe dushyira ahagaragara inzira twanyuzemo mubikorwa byacu muguharanira ubwigenge bwamafaranga.

Achani Samon Biaou: Twakoresheje igihe cyacu n'amafaranga yacu kugirango tubone izo mpamyabumenyi z'ishuri ryifuza. Igihe cyari kigeze ngo dusubiremo isi yumwuga kandi twongere imbaraga zacu kugirango tugere ku bwigenge bwamafaranga.

Olumide Ogunsanwo: Tuzakuraho kandi amahame abiri asoza: kwinjiza amafaranga menshi, kwinjiza amafaranga menshi ashoboka, no gukoresha amafaranga ashingiye ku ndangagaciro, gukoresha amadolari yinjiza cyane kugira ngo uhuze n'indangagaciro zawe n'icyerekezo. Aya mahame ni ingenzi cyane kuko agereranya indunduro yimbaraga zawe zo kugera kubwigenge bwamafaranga.

6A: Amateka ya Olumide Yatinze

Achani Samon Biaou: Olumide, reka dusubire kurangiza ishuri ryubucuruzi no gutangira umwuga wawe mushya. Ni uwuhe mwuga wahisemo kandi ni gute ubwigenge bw'amafaranga bwagize uruhare muri icyo cyemezo?

Olumide Ogunsanwo: Nkuko mubyibuka kuva mu gice giheruka, nagiye muri Oxford na MIT mu ishuri ry'ubucuruzi kuva mu 2010 kugeza 2012. Mbere yaho nakoraga nka injeniyeri kandi sinari narigeze numva inama z'ubuyobozi mbere. Benshi mu nshuti zanjye nabo bari injeniyeri, kandi niyo isi nari nzi. Ariko rero nasanze uyu murima witwa inama yubuyobozi, hamwe namasosiyete nka McKinsey, Bain, na BCG. Bambaraga amakositimu meza kandi batanga inama kubigo, kandi nasanze bishimishije.

Nkiri umwana wanjye muri Nijeriya, mama yatuguze mudasobwa, ntangira gushakisha kuri interineti mbere yuko nimukira muri Amerika. Kumenyekanisha hakiri kare byanteye gushishikarira ibigo byikoranabuhanga. Mugihe cyishuri ryubucuruzi, nerekeje amaso kumyuga haba mubujyanama mubuyobozi cyangwa tekinoloji, ariko nari mfite ubushake bukomeye mubikorwa byikoranabuhanga.

Mbere y'ishuri ry'ubucuruzi, nabonye umushahara wumwaka uri hagati y $ 50.000 na 60.000, kandi nyuma yishuri ryubucuruzi, byari biteganijwe ko uzaba uri hagati y $ 110.000 na 130.000 nkurikije umushahara ugereranyije wabanyeshuri ba MIT Sloan bahoze. Byari amahirwe yo gukuba kabiri amafaranga ninjiza. Nanyuze mubikorwa byo gusaba akazi muri MIT kandi nakiriye ibyifuzo byamasosiyete akomeye yikoranabuhanga, biranshimisha. Ariko rero, McKinsey Lagos yaranyegereye. Ntabwo cyari ikintu nabanje gutekereza, kuko nari nibanze kuri McKinsey i San Francisco, Boston, cyangwa New York. Ariko, nasanze bishimishije igihe natangiraga kuvugana nabo. Nijeriya yasaga nkaho iri mu bihe byahindutse hamwe na politiki, ifaranga ry'ifaranga, n'ivunjisha ahanini byagenzurwaga.

Mvuye muri Nijeriya mu 2002 none nkaba ndi muri 2012, sinari nzi neza niba gusubira inyuma aribyo nashakaga. Icyakora, igitekerezo cyiza cyatanzwe na McKinsey Lagos, hamwe n'umushahara ugereranije n'ahandi hamwe n'imisoro iri hasi hamwe n'ibiciro by'amazu, hamwe n'imiterere ya macro igenda itera imbere, byatumye mfata icyemezo cyo kureka ibyifuzo by'ikoranabuhanga ngasubira muri Nijeriya.

Muri kiriya gihe, ntabwo numvaga neza igitekerezo cyubwigenge bwamafaranga. Ariko nahise menya ko kugisha inama ubuyobozi ari uruhare rwinjiza amafaranga no kuzigama amafaranga. Byari formulaire yoroheje kuri njye: kora neza mukazi kanjye kugirango mbone ibihembo na kuzamurwa mu ntera bijyanye n'imikorere yanjye, kandi uzigame bishoboka. Mu bujyanama bwo kuyobora, hari amahirwe menshi yo kuzigama amafaranga. Kurugero, umwe mu ncuti zanjye ntabwo yari afite inzu mumyaka ibiri yamaze mumurima. Njyewe, nakodesheje inzu ihendutse $ 700- $ 800 / ukwezi. Naragenze kandi kenshi, nkusanya ingingo nize gukoresha.

Nize kugwiza inyungu zitangwa na McKinsey. Gusobanukirwa ninyungu zamafaranga kandi zidafite akamaro uruganda rwawe rutanga ni ngombwa.

Achani Samon Biaou: Wafashe icyemezo cyo kwanga itangwa rya tekinoloji no gukurikirana inama z'ubuyobozi i Lagos. Ni iki cyanyuraga mu bwenge bwawe? Wigeze ubona ko kuzenguruka igihe gito?

Olumide Ogunsanwo: Muri kiriya gihe, mu byukuri sinari nzi gushyiraho no gukurikirana intego z'igihe kirekire, kandi ntabwo nari mfite gahunda zihariye zijyanye n'ahantu cyangwa umwuga. Nibanze ku gukoresha neza amahirwe ya McKinsey no gufata ibyemezo nkurikije uko ibintu byagenze. Mu gihe cyanjye i McKinsey, narushijeho kwerekeza ku gihe gito, ngamije kugera ku isuzuma ryiza cyane mu gihe nagabanije amafaranga yanjye. Iyi mitekerereze ntabwo yatewe no gusobanukirwa ubwigenge bwamafaranga, ntari narigeze ninjira muri kiriya gihe. Ahubwo, byaturutse ku kuba nari maze imyaka irenga itatu ndi umushomeri kuva mu 2009. Kubera iyo mpamvu, gukora neza no gukora neza byari bifite akamaro kanini kuri njye.

Ubunararibonye bwanjye i Lagos bwari bwiza cyane kuko natunganije amafaranga yanjye kugirango mpuze n'indangagaciro zanjye kandi nsanga umunezero mwinshi ku giciro gito gishoboka, aho kugabanya ibiciro kugeza byibuze. Iri hame, rizwi nkimikoreshereze ishingiye ku ndangagaciro, rizashakishwa cyane mu gice cya 6C. Wibuke, intego ntabwo igabanya amafaranga mu nzira yawe yo kwigenga; ni uguhuza amafaranga yawe nibyingenzi mubugingo bwawe. Kugabanya ibiciro bitarobanuye birashoboka ko bizagutera umunezero ndetse no kongera kugaruka kuburyo wakoresheje mbere.

Achani Samon Biaou: Ndabona bimwe byingenzi hano. Reka ngerageze kuvuga muri make urashobora kumbwira niba narabibonye neza. Birasa nkibitekerezo byigenga kandi amafaranga ashingiye kumikoreshereze ni ibintu byingenzi. Niba uri umuntu ukunda gukurikira imbaga, ushobora kurangiza gukoresha amafaranga mubintu bitongerera agaciro mubuzima bwawe.

Kurugero, urashobora kwemezwa kwifatanya ninshuti amasaha ane mukabari nubwo udakunda kunywa.

Olumide Ogunsanwo: Rwose. Kandi ntabwo ari amafaranga gusa. Amafaranga ashingiye ku ndangagaciro arenze ibyemezo byimari; biranakoreshwa muburyo uhitamo gushora igihe cyawe. Buri mwanya utwara ikiguzi cyamahirwe, kandi kumara amasaha mukabari, kurugero, bisobanura kwigomwa ubushobozi bwo kwishora mubindi bikorwa bifite ireme. Mugihe amafaranga akoreshwa akenshi yirengagizwa kubera imiterere yayo, akamaro kayo karushaho kugaragara uko ugenda ukura. Bimwe mubintu byingenzi mubuzima biragoye kubigereranya.

Achani Samon Biaou: Birasa nkurugendo rwo kubaho mubuzima bwawe bwite bikubiyemo kwiyumva no guhuza ibikorwa byawe nindangagaciro zawe. Kurugero, niba wasangaga ukunda ibirori, ugomba gutekereza kuburyo ubyitabira kenshi nibyishimo nyabyo bikuzanira. Niba ibirori bifite akamaro kanini kuri wewe, noneho ubyibandeho hanyuma umenye icyo ukeneye kuvana mubuzima bwawe kugirango ubyishimire byukuri. Gushyira imbere amafaranga yawe ashingiye kubintu byingenzi bisobanura kumenya ikintu kimwe muri byinshi bikuzanira umunezero mwinshi no kwitangira umutungo wawe kuri ibyo.

Olumide Ogunsanwo: Reka ntange urugero rufatika. Mu bintu bitandukanye duhura nabyo, amazu, ibiryo, no gutwara abantu usanga aribyo byingenzi cyane. Guhitamo neza, tekereza kubyingenzi kuri wewe. Wowe uri umuntu ubona umunezero mumazu meza kandi yagutse, cyangwa inzu ntoya, ihendutse ihagije kugirango uhuze ibyo ukeneye n'ibyifuzo byawe? Ese gukwega ibikoresho byo mu rwego rwo hejuru bifite akamaro kanini, cyangwa urashobora gukoresha ubundi buryo bukoresha ingengo yimari utabangamiye umunezero wawe? Niba gutura ahantu hambere atari byo biza imbere, shakisha uburyo bwo gutura ahantu hahendutse. Wibuke, ni ngombwa gusuzuma witonze amahitamo yawe kandi ugakomeza gufungura no guhuza ibicuruzwa biva mu mahanga bihuza n'intego zawe z'amafaranga.

Ihame rimwe naryo rireba ubwikorezi. Niba gutunga imodoka nziza kandi bitagushikira, noneho ubikurikire n'umutima wawe wose. Ariko, niba itashyizwe hejuru kurutonde rwawe rwibanze, tekereza kubindi bikoresho bihendutse nka Honda yakoreshejwe yizewe. Buri gihe ujye uzirikana ko igihe cyose uhisemo amahitamo ahenze, akenshi bisobanura gukora igihe kirekire kugirango ubigure. Mugihe uhisemo guhitamo Honda yakoreshejwe hejuru ya Tesla nshya, kurugero, ushobora gusanga wageze kubwigenge bwamafaranga kuri 35 aho kuba 45, ukishimira neza imyaka 10 yubwigenge kubisabwa nakazi kawe.

Noneho, reka tuvuge kuruhande rwinjiza. Mugihe usuzuma amahirwe yakazi, ntuzirikane umushahara gusa ahubwo uzirikane umunezero wawe no kunyurwa. Niba wemera ko umushahara uhembwa make ufite amahirwe menshi yo kuzana ibyuzuzo, nibyiza kujya muriyo nzira. Ariko, witegure ibishoboka byo gukora igihe kirekire kugirango ugere ku ntego zawe zamafaranga. Wibuke ko ikikuzanira gusohoza gishobora guhinduka mugihe, kandi icyemezo cyawe cyo gukora akazi gahembwa make ntigishobora gutanga umusaruro wifuza. Ubuzima bwuzuye ibicuruzwa, kandi ugomba guhitamo niba ushyira imbere umunezero cyangwa kugwiza amafaranga make kandi maremare, bigatuma ubwumvikane bukenewe bikwiranye. Ntidushobora kugufatira ibyemezo; bakeneye ibitekerezo byimbitse kugiti cyawe ukurikije indangagaciro zawe.

Kurugero, niba ishyaka ryawe rishingiye mugukurikirana umwuga wumucuranzi, birashobora gusaba gukora kugeza mugihe cyanyuma cyubuzima, wenda ndetse kugeza ufite imyaka 85. Ariko, niba bikuzaniye umunezero mwinshi no kunyurwa, urugendo rurerure rushobora kuba bifite agaciro kuri wewe. Ibinyuranye, niba ufite ubuhanga bukomeye bwo gusesengura ugasanga ukora mu kigo ngishwanama ariko umuziki nicyo cyifuzo cyawe, ushobora kurangiza ukumva utishimye kandi utuzuye.

Achani Samon Biaou: Ni izihe nama wagira umuntu ushaka kuba umucuranzi ariko uhangayikishijwe n'icyemezo kidasubirwaho?

Olumide Ogunsanwo: Kubwamahirwe, ibyemezo byinshi birashoboka. Nubwo, nubwo wahindura icyemezo, haracyari ikiguzi cyamahirwe ajyanye nigihe wakoresheje kumyanzuro yambere. Icyo gihe cyarashize, ugomba rero kubireka ntukareke ngo bigire ingaruka kubushobozi bwawe bwo gufata icyemezo. Ntugwe mu mutego wo kwibeshya. Icyo mbwira abantu nugutinyuka mugihe ufata ibyemezo ukibagirwa ibyemezo byose byafashwe mbere.

Nagira inama umuntu gukora kubitekerezo bye, yibanda ku kwiyizera, kwigira, amatsiko, n'ibitekerezo byigenga. Noneho, shiraho intego ndende ndende nigihe gito zitekereza kubucuruzi bugira uruhare muguhitamo umwuga winjiza amafaranga make ariko ushimishije cyane ugereranije ninjiza nyinshi ariko itujuje intego. Nanjye nabashishikariza gutekereza hanze yagasanduku. Kurugero, hashobora kubaho inzira zo kugira umwuga uhembwa menshi mugihe ukurikirana umuziki mugihe cyubusa cyangwa gukora imirimo myinshi kugirango ubone amafaranga yinjiza. Ibishoboka ntibigira iherezo niba ufite amatsiko no gukemura ibibazo kuruhande rwawe.

Aho kunegura cyane ubwacu no kwibanda ku kuntu ibintu byari kuba bitandukanye mu bihe byashize, witoze kubabarirana kandi wibande kuri iki gihe. Ahubwo, nizera kwibanda kubintu byiza, ibyiringiro, kwitoza gutekereza kuri zeru, kwigira ariko ntibande kubyahise, no gutera imbere.

Achani Samon Biaou: Urashobora gutanga urugero rwigihe wakoraga imyitozo ishingiye kuri zeru i McKinsey?

Olumide Ogunsanwo: Igihe nageraga mu masangano yo kuva i McKinsey, nageragejwe no kuguma mu ntera ishobora kuzamuka nyuma yo gushora imyaka ibiri muri icyo kigo. Ariko, namenye umutego uyu murongo wibitekerezo wateje kandi nemera igitekerezo cyibitekerezo bishingiye kuri zeru. Nateye intambwe nsubira gusuzuma intego zanjye. Nahoraga nifuza ikoranabuhanga, ndetse nanditse na sisitemu yanjye kuri sisitemu y'imikorere ya terefone. Na none, nanze ibyifuzo byinshi byatanzwe namasosiyete yikoranabuhanga mbere yuko njye na McKinsey twari twifuzaga gukora imishinga yikoranabuhanga nkiriyo. Kurangiza, urufunguzo rwibitekerezo bishingiye kuri zeru ni ugutangira shyashya kandi ukayoborwa nindangagaciro zawe nishyaka, kuruta ibikorwa byashize cyangwa igitutu cyo hanze.

Natangiye gukora gahunda nyinshi zubuzima no gushakisha icyo gukora mubuhanga. Numvaga tekinoroji ariho hantu. Nageze kubantu bo murwego rwikoranabuhanga mbinyujije kurubuga rwa Oxford & MIT kandi nkora ibiganiro. Amaherezo, nakiriye Google, kandi muri 2014, nongeye gusezera muri Nijeriya kugira ngo ninjire mu gihangange mu ikoranabuhanga.

Achani Samon Biaou: Reka twibire muburambe bwawe muri Google. Ni iki watekerezaga kandi ni izihe ntego zawe zo kugera ku bwigenge bw'amafaranga igihe watangiraga kuhakorera?

Olumide Ogunsanwo: Nibwo ubwigenge bwamafaranga bwabaye impamo! Reka dushyireho igihe: Ni 2014, Mfite imyaka 29, kandi nakiriye Google itangira mu Kwakira. Aho kuguma i McKinsey kugeza umunsi Google yatangiriyeho, nahisemo kugenda muri Kanama 2014, byaje kuba icyemezo gikomeye. Byampaye umudendezo wo gushakisha no gutegura ubuzima bwanjye muri Kanama na Nzeri. Nafashe umwanya wo gutekereza ku buzima bwanjye no kumenya uburyo nshobora kwimukira mu nganda zikoranabuhanga nkagaruka muri Amerika. Muri icyo gihe niho nongeye kuvumbura ubwigenge bwamafaranga (FI).

Mbere mu mwuga wanjye, nari nasomye blog blog yimari yumuntu kugirango menye neza gukoresha amafaranga. Ariko, igihe nasitaye ku bwigenge bwamafaranga kunshuro ya kabiri, nakundanye. Ninjiye mu bintu byinshi byiza cyane, cyane cyane: Urukurikirane rwimigabane (JL Collins) [1], Mad Fientist [2], Mukire Buhoro Buhoro (JD Roth) [3], Bwana Money Mustache [4], Kubaho FI [5]kandi byanze bikunze itsinda ryigenga ryigenga rya Reddit [6]. Inkomoko ikomeye cyane ni Urukurikirane rwimigabane rwanditswe na JL Collins. Byampumuye amaso kuburyo byoroshye kugera kubwigenge bwamafaranga. Nashutswe, mara amasaha atanu kugeza kuri atandatu kumunsi mumezi abiri nashimishijwe nisi igoye yo kubaka portfolio, gucunga ibyago, ingamba zishoramari, igipimo cyo kubikuza neza, hamwe na konti zishoramari ziboneka, nka konti zisoreshwa, 401Ks, IRAs, na HSAs. Nari nzi ko nshobora kubikora. Numvaga ibitekerezo byanjye byagutse. Numvaga mfite imbaraga. Byari byiza.

Ndetse na mbere yuko ntangira kumugaragaro kuri Google, nari mfite gahunda isobanutse y'ibikorwa. Nishyiriyeho intego yo kuzigama: uzigame

1.   https://jlcollinsnh.com/stock-series/

2.   https://www.madfientist.com/

3.   https://www.getrichslowly.org/the-get-rich-slowly-philosophy/

4.   https://www.mrmoneymustache.com/

5.   https://livingafi.com

6.   https://www.reddit.com/r/financialindependence/

50% yinjiza yose cyangwa 90% yumushahara wanjye nyuma yumusoro. Kugirango nkomeze inzira, nashizeho bije yo gukurikirana iterambere ryanjye. Nateguye kandi ingamba zo gushora imari yibanda kumafaranga yagutse. Nkimara kwinjira muri Google, natangiye gukora nk'igisimba.

Mugihe cyerekezo, kimwe mubibazo byanjye byambere kwari uburyo bwo kongera umukino wa Google 401k. Uhugura yasobanuye ko kubera ko byari bimaze kuba mu Kwakira, abakozi benshi bizabagora kuzigama amadorari 17.500 yose akenewe kugira ngo babone umukino ntarengwa mu mezi make. Ndamwenyura. Ntiyigeze yumva umuntu uwo ari we. Ntabwo nari nkabantu benshi.

Kugera ku bwigenge bw'amafaranga byabaye kimwe mu bintu by'ingenzi kuri njye, maze ndumirwa. Kuva 2014 kugeza 2020, umwaka nabonye ubwigenge bwamafaranga, byari nkamasaha: Kora, wige, ugerageze, uhindure, hanyuma ukore ibindi. Nabonye ingamba zo kubona ibyumba byiza byo kunoza ibiciro mubana nabana. Ntabwo nigeze ngira ikibazo cyo kubona imodoka kuva nabaga hafi y'akazi; ahubwo, nishingikirije kuri bisi cyangwa igare ryanjye nkodesha imodoka mugihe bibaye ngombwa muri wikendi. Nabaye umuhanga mu gukoresha amanota kugirango nishyure amafaranga yingendo. Amafunguro yanjye hafi ya yose yararyohewe muri Google, bivanaho gukenera ingeso zihenze zo kurya. Nasibye abanyamuryango ba siporo kandi nkoresha ibikoresho bya siporo muri Google. Nazamuwe mu ntera inshuro nyinshi. Nari nishimye kandi ndishimye cyane. **Gufata ibikorwa bya buri munsi no gukurikirana net yanjye ikwiye gutera imbere byari ibice byingenzi muri gahunda yanjye**. Nahoraga nujuje intego zo kuzigama mubuzima bwanjye bwose kandi nigenga mubukungu mfite imyaka 35 muri 2020.

Impinduka mu rugendo rwanjye rwigenga rwamafaranga ni ayo mezi meza yo muri Kanama na Nzeri muri 2014 ubwo nakundaga ubwigenge bwamafaranga, nkishimira byimazeyo ejo hazaza hanjye, nkishyiraho intego zisobanutse zo kuhagera. Ubwigenge bwamafaranga nurufunguzo rufungura ubushobozi bwo kugera ku nzozi zawe z'ejo hazaza vuba, kuko izo nzozi akenshi zizana n'ibiciro bifitanye isano. Kubwamahirwe, nari nsanzwe ndi mu nganda-ikoranabuhanga-ryatanze amahirwe ahagije yo gutanga imigabane myinshi no kuzamurwa gushingiye kumikorere.

Abantu bakunze kunyegera nibibazo byimari nkumuntu, "Nagereranya

157

nte amafaranga nkeneye muri pansiyo?" cyangwa "Nakagombye kuzigama angahe kugira ngo ngere ku ntego zanjye?" cyangwa "Ni ubuhe buryo bwiza bwo gushora imari?" Ibisubizo by'ibi bibazo biraboneka byoroshye kuri enterineti. Amakuru yose akenewe kugirango ubwigenge bwamafaranga bumaze kuba hanze. Hano haribihumbi, wenda na miriyoni, yibitabo, blog, amasomo, podcasts, videwo ningingo zerekeye imari yumuntu ku giti cye. Hariho amakuru menshi aboneka muburyo bwo kugereranya amafaranga ukeneye muri pansiyo, uburyo bwo kuzigama amafaranga, ubwoko butandukanye bwishoramari ushobora gukora kugirango ugere kuntego zawe, nibindi.

Ariko, igituma abantu bashobora guhatanira kubona aya makuru nuko batarakura umunezero uhagije nubushake bwurugendo rwabo rwamafaranga . Kubwibyo, ikibazo abantu bagomba kwibaza ubwabo nuburyo bwo gutwika inyungu nishyaka ryinshi mubuzima bwabo bw'ejo hazaza, nuburyo imari ishobora kuba umusemburo wo gushyigikira icyerekezo cyabo kidasanzwe. Iyo ushimishijwe nukuri kubintu runaka, umwenda uraterura, kandi amakuru atunguranye asa nkaho ari hose. Ibikoresho ukeneye biza kwibandaho, kandi urushaho kwakira ubwenge nubushishozi bushobora kukuyobora mubwigenge bwamafaranga. Gutsimbataza ibi byishimo ni urugendo rwawe. Birashobora kuba bikubiyemo gutekereza ejo hazaza heza, kwishyiriraho intego zifatika, gushaka intego mubyemezo byubukungu, cyangwa gushaka imbaraga kubandi bageze ku ntsinzi yubukungu.

Fata umwanya wo gucukumbura icyagushimishije mubyukuri urugendo rwawe rwamafaranga. Tekereza uburyo ubwigenge bwamafaranga bushobora kuzana mubuzima bwawe nubwisanzure bushobora gutanga. Jya mu biganiro, winjire mu baturage, kandi winjire mu nkuru n'ubunarariyonye bw'abamaze gutangira iyi nzira. Mugukomeza ubushake bwawe nubushake, uzashiraho imbaraga zikomeye zituma ukurikirana ubwigenge bwamafaranga. Wibuke, amakuru ushaka asanzwe hanze, ategereje ko uyakira. Binyuze mu gutsimbataza umunezero wawe nubushake niho ufungura ubumenyi bwinshi nubutunzi bukenewe kugirango utegure amateka yawe adasanzwe yubukungu. Reka ishyaka ryanyu rikuyobore mugihe ushakisha amakuru menshi aboneka hanyuma ugatangira urugendo rwawe ruhinduka rugana ahazaza h'ubwigenge bwamafaranga.

Dore ukuri: Nta banga ryo kugera ku bwigenge bw'amafaranga. Niba waguze iki gitabo wizeye ibanga, neza, gutungurwa! Nta n'umwe. Ntugasubize igitabo [Smile]. Ahubwo, tangira utekereze ubuzima bushimishije bw'ejo hazaza hanyuma utangire gushakisha amakuru ari hanze. Kwiga umurongo ntibigira iherezo. Ndacyakunda imari yumuntu ku giti cye ndetse niyi myaka yose. Mu masaha make ashize, namaze isaha nigice nkora ubushakashatsi ku ikarita yinguzanyo nteganya gusaba. Tekereza ukuntu ngomba kuba narishimye muri 2014 kugirango ibyo byishimo bihangane muriyi myaka yose.

Ngiyo ishingiro ryiki gitabo cyose. Ntabwo dutanga ama shortcuts, amasasu ya feza, isosi y'ibanga, amarozi yubumaji, ibishyimbo byubumaji, urufunguzo rwa zahabu, cyangwa ingamba zidasanzwe zo gushora amarozi. Ibintu byose nibitutsi. Icyo tugutera inkunga yo gukora ni ugutekereza ubuzima wifuza no gukusanya ubutwari bwo gukora gahunda ya buri munsi izakugezayo.

Achani Samon Biaou: Wow. Ibihe byiza cyane. Urakoze cyane kutugezaho urugendo rwawe. Urashobora kudusubiza muri kiriya gihe ubwo wumvaga bwa mbere ibyo byishimo? Niki cyagushimishije cyane?

Olumide Ogunsanwo: Nashimishijwe cyane no kubona ko nshobora kugera mu buzima aho ntagikeneye gukora. Nagira amikoro ahagije yo kuntunga ubuzima bwanjye bwose. Icyo gitekerezo cyaka umuriro muri njye. Byari ihishurwa ntari narigeze ntekereza kubisobanutse kandi byoroshye mbere. Aho kubibona nkinzozi zitagerwaho, natangiye kubitekereza nkintego ifatika kandi ishobora kugerwaho. Sinari narigeze mbona umuntu wigenga muby'amafaranga cyangwa ikiruhuko cy'izabukuru hakiri kare. Sinari narigeze mpura numuntu wumva neza kuva mu kazi. Nta na rimwe. Igitekerezo cyari umunyamahanga rwose.

Natekereje ku byambayeho kera, nasanze nanyuze mu bihe byo gukura kwanjye, kwagura isi yanjye no guhangana na societe. Nkurugero, nari natangiye urugendo rwibitekerezo byigenga maze kuvumbura ko ntemera Imana, nkabaza imyizerere y'amadini yari yarashinze imizi nkabona ko ibintu byose by'amadini byari bigize. Mu buryo nk'ubwo, nafashe icyemezo cyo guhinduka ibikomoka ku bimera, nongera gusuzuma ibyo nahisemo no kubihuza n'indangagaciro zanjye. Izi mpinduka zashize hamwe nimpinduka zikomeye bazanye zari zaranshizemo umunezero no kwizera ko bishoboka kugera kubyo nifuzaga. Byaranyoroheye cyane kwishima kandi guharanira ubwigenge bwamafaranga byabaye ubwiyongere busanzwe bwurugendo rwanjye ubuzima bwanjye bwose bwo gutekereza kwigenga no gukura kwanjye.

Achani Samon Biaou: Ndashobora gutekereza ko hari abantu benshi bumva bakomanze. Bumvikanye nigitekerezo cyubwigenge bwamafaranga kandi barashaka kubona umunezero ujyanye nayo, ariko ntibazi uburyo bwo gukomeza cyangwa ibikorwa ugomba gukora.

Olumide Ogunsanwo: Nibyiza, Nagiye mubintu byinshi bijyanye no kwishyiriraho intego mugitangiriro cyigice cya 5C ariko reka twibire murundi rugero hano. Iki gice cyihariye kubantu bashima amakuru ya granular. Dore intambwe zimwe ushobora gukurikiza:

Intambwe ya 1 (kurema iyerekwa): Tangira utekereza ubuzima bwawe bw'ejo hazaza. Tekereza uko ushaka ko ubuzima bwawe busa mumyaka runaka. Reka dukore urugero. Dufate ko wifuza kugabanya igihe cyawe kimwe hagati ya Paris na Londres, uba mu nzu nziza y'ibyumba bitatu ifite abana batatu. Ubu ufite imyaka 40 kandi ufite intego yo kugera kuri ubu buzima mugihe wujuje imyaka 55.

Intambwe ya 2 (Kubara intego ya FI): Jya kuri enterineti hanyuma wandike aya makuru muri calculatrice. Ibarura ry'izabukuru rizabaza ibijyanye n'imyaka wifuza yo kujya mu kiruhuko cy'izabukuru (55), amafaranga ukoresha muri iki gihe (ugomba gukurikirana amafaranga ukoresha kugira ngo ugereranye iyi shingiro) hamwe n'amafaranga uzakoresha mu gihe kizaza (urashobora kugereranya ukoresheje ibiciro by'ibice by'icyerekezo cyawe kizaza, kurugero, urashobora gushakisha kugirango ubone ikiguzi cyibyumba bitatu byi Londere ni 750.000 €). Reka dufate ko, ikiruhuko cyizabukuru cyerekana ko uzakenera miliyoni 2.8 € mumyaka 15. Ibyo bihinduka intego yawe ya FI nitariki. Ubundi, urashobora gukoresha 3% -4% amategeko yintoki (25X-33X menshi), byaganiriweho mumutwe wa 5C kugirango uhindure intego yawe ya FI ukurikije amafaranga uzakoresha.

Intambwe ya 3 (Gushiraho intego): Shiraho intego zihariye kugirango ugere ku ntego yawe ya FI n'itariki. Tegura gahunda yo kwinjiza no kuzigama kugirango ugere ku ntego ya FI. Niba wumva ko kugera kuri miliyoni 2.8 € mumyaka 15 bizaba bidashoboka, urashobora guhindura umubare wateganijwe nitariki mbere yo gukora gahunda. Guhindura intego yawe itariki numubare bishobora kuba bikubiyemo guhindura ibihinduka nka:

1) Guhindura ingengabihe (birashoboka ko wongerera imyaka 15 kugeza 30).

2) Guhindura aho ukunda (urebye umujyi uhendutse hanze ya Paris)

3) Guhindura gahunda yimiturire yawe (guhitamo inzu ntoya yicyumba kimwe aho kuba ibyumba bitatu).

Intambwe ya 4 (Ibikorwa bya buri munsi nibikorwa): Fata gahunda zigihe gito kandi ufate ingamba za buri munsi kugirango ugere ku ntego zawe z'igihe kirekire zo kwigenga. Ibi bivuze gusenya intego zawe ndende mugihe gito, kigerwaho kuri buri mwaka. Kurugero, mumwaka wa mbere, ushobora gukenera kwinjiza € 84.000 no kuzigama 50% yinjiza. Ibi bisaba gushaka akazi (cyangwa gutangiza umushinga) wishyura € 84.000 no kwerekana uburyo bwo kugabanya amafaranga kugirango uzigame 50% byinjiza.

Guhinduka ni urufunguzo. Kwihuza nibintu byihariye bya gahunda yawe, nko kuba i Paris cyangwa gukenera inzu y'ibyumba bitatu, birashobora gutuma ukora imyaka myinshi kuruta niba ufite uburyo bwo guhitamo ubuzima butandukanye.

Achani Samon Biaou: Nkunda urugero watanze, kandi reka ngerageze gukuramo amahame amwe. Ihame rya mbere nuko umunezero utangirana no gushyiraho icyerekezo gifatika. Ibyishimo bigomba kuva imbere bikagutera imbaraga cyane. Niba iyerekwa ryawe rihuye rwose nindangagaciro zimbere nibyifuzo byawe, bizahagarara mugihe cyigihe. Ariko, niba ushyizeho icyerekezo n'intego gusa kugirango wigane undi muntu cyangwa ukurikize icyerekezo, urashobora kumva utujujwe iyo uwo muntu cyangwa inzira igenda ishira cyangwa mugihe ugeze kumugambi.

Kwiyumva wenyine niyo ntambwe yambere. Ikintu cya kabiri numvise mubyakubayeho ni akamaro ko guhinduka, nkaba nifuza gushiraho nkibyingenzi. Mu ncamake: Tangira ushakisha icyerekezo imbere; icya kabiri, emera ibyingenzi kugirango utegure imari yawe; n'icya gatatu, komeza indero yo kurangiza. Umaze kugira intego zisobanutse, bihinduka nka Usain Bolt imyitozo yo kuba kwiruka byihuse. Nta bupfumu burimo. Ntukagwe muri FOMO (Gutinya kubura) kuko ufite ikintu kinini ukunda cyane.

Olumide Ogunsanwo: Ntampamvu yo kugira FOMO mugihe uzi aho ugana. Reka tuvuge ko ufite abo mubana batatu kandi igice cyubukode ni $ 2000. Noneho, ujya kwa mugenzi wawe. Nahantu heza, ariko ubukode bwe

ni $ 6.000. Inshuti yawe irashobora kuba ifite gahunda yizabukuru afite imya-
ka 86, none kuki wifuza gutura munzu imwe ihenze mugihe intego yawe ari
iyo gusezera kuri 46?

Keretse niba musangiye genetike, indangagaciro, amateka, n'intego nk-
inshuti yawe, kuki wakoporora ibyemezo bye? Ibyemezo bye byumvikana
kumigambi ye, ntabwo byanze bikunze ari ibyawe. Niba wabwiye inshuti
yawe ko ushaka kujya mu kiruhuko cyiza kuri 46, niyo yatangazwa nuko
umwigana.

Kurangiza igice cyanjye cyumwuga nyuma yubucuruzi, reka nsubize ik-
ibazo: "Ubwigenge bwamafaranga bwari bukwiye?" Ntabwo byari bifite
agaciro gusa, ahubwo ni kimwe mubintu byiza nigeze gukora mubuzima
bwanjye. Nshimishijwe cyane nikiruhuko cyamezi abiri nagize hagati yakazi.
Byanyemereye kurota ejo hazaza hanjye no gushyiraho gahunda yo guhin-
dura izo nzozi. Gukorera Google byari ibintu bitangaje. Nari muri Google
Bizops, aho nakoraga imishinga ikomeye kandi mpora niga ibintu bishya.

Niba utekereza gukurikirana ubwigenge bwamafaranga ariko ukaba ufite
impungenge zo guhindura ubuzima bukomeye nko kugabanya inzu yawe
cyangwa kugurisha imodoka yawe, reka nkwizeze ko bikwiye agaciro ama-
herezo. Kugera ku bwigenge bwamafaranga biguha umudendezo nubworo-
herane bwo kubaho ubuzima bwawe bwite, nta mutwaro wibibazo
byubukungu. Nubwo waba ukunda akazi kawe, nibyiza kugira amahitamo
menshi kandi ntukumve ko ufunzwe ninshingano zamafaranga. Ibintu
bigutera gukunda akazi kawe, nkumuyobozi wawe, itsinda, umuco, nu
mushahara, birashobora guhinduka igihe icyo aricyo cyose. Akazi cyangwa
ubucuruzi ukunda uyumunsi birashobora kuba isoko ikomeye yumubabaro
ejo. Irinde wirinda inshuti yawe ushiraho gahunda yo kwigenga muma-
faranga vuba bishoboka.

Ntushaka kuba mumwanya ugomba gukorera amafaranga gusa kandi
ugahora uhangayikishijwe nuko shobuja cyangwa umuyobozi wawe agukun-
da. Mugihe hari ingaruka zijyanye nubwigenge bwamafaranga, hari ningaru-
ka zijyanye nakazi kawe ninzira igezweho. Kurangiza, guhitamo ni ibyawe
gukora.

Noneho, reka nshyire hamwe ibyo bice bitandukanye. Nari mfite icy-
erekezo cyubuzima bwubwigenge nubwisanzure kubwanjye. Nashizeho in-
tego zihariye zijyanye nicyo cyerekezo. Imwe mu ntego kwari ukwigenga

mu bijyanye n'amafaranga no kwishimira ubuzima bwiza burimo gutura mu mijyi itandukanye, gutembera, gukoresha amafaranga uko ubishaka, no gukurikirana imishinga bwite. Izi ntego kandi zirimo kugereranya amafaranga yakoreshejwe nkamazu, abana, uburezi, nibindi biciro bijyanye. Ibi nibyingenzi kuburyo ngiye kuganira ku ngamba zo mu rwego rwo hejuru hamwe n'amayeri nakoresheje kugira ngo ngere ku ntego zanjye.

Nateguye ingamba zitwa ESIPL (**E**arning, **S**aving, **I**nvesting, **P**rotecting and **L**egacy) nateje imbere mpuza ibice biva muri ESI Amafaranga [7] na Mentor Financial [8] (Todd Tresidder).

Earning: Ingamba zanjye zo kwinjiza zari zoroshye - Shaka amafaranga menshi ashoboka ukora neza kugirango ubone kuzamurwa mu ntera, ibihembo, n'inkunga yatanzwe ku kazi kanjye. Nakoze kandi ubushakashatsi ku yandi mahitamo adatanga akazi, nk'imitungo itimukanwa no kwihangira imirimo, amaherezo nahisemo kwibanda ku kazi kanjye nk'isoko ryambere ryinjiza. Iki cyemezo cyari gishingiye ku kuba umushahara wanjye wa buri mwaka kuva ku kazi kanjye umaze kugera ku bihumbi magana by'amadolari, bigatuma uhitamo amafaranga menshi ugereranije n'ubundi buryo (tuzacengera cyane mu ngamba zo kwinjiza amafaranga mu gice cya 6C).

Saving: Nkuko nabivuze mbere, nashakaga kuzigama 50% yumushahara wanjye wose cyangwa 90% yumushahara wanjye nyuma yumusoro.

Achani Samon Biaou: Iyo yari intego yibasiye.

Olumide Ogunsanwo: Yego, byari bikaze ariko rwose birashoboka. Nari nibanze cyane ku ntego yanjye n'icyerekezo cyiza cy'ejo hazaza. Nari nzi neza icyo nashakaga kugeraho kandi numvise imbaraga zikomeye zo kugera ejo hazaza natekerezaga. Nakiriye ihame ryo gukoresha indangagaciro zishingiye ku ndangagaciro, mpuza neza ibyo nakoresheje nibyo byanzaniye umunezero no kunyurwa. Amafaranga yakoreshejwe mu miturire yagize uruhare runini ku gipimo cyanjye cyo kuzigama. Ubukode bwanjye bwari $ 1.000- $ 1.500 / ukwezi kumurimo wanjye wose kuko nari mfite abo tubana. Ibiciro byanjye byo gutwara & fagitire y'ibiryo byari bike kuko nafashe bisi ya Google kukazi nkarya ibyokurya byanjye byinshi mumashuri. Nagize ibihe byiza ntiyambuye. Kubera ko ndi abimukira, nagize amahirwe yo gukurira mu bihugu bikiri mu nzira y'amajyambere aho abantu bari bamenyereye

---

7.   https://esimoney.com/

8.   https://www.financialmentor.com/

gushyira imbere ubukana. Aya mateka yaranyoroheye kwakira imitekerereze yo gukoresha make mugihe nkishimira ubuzima bwuzuye.

Achani Samon Biaou: Urakoze gusangira ubwo bushishozi. Ndashaka gucukumbura cyane mubintu bibiri. Wavuze amafaranga winjiza ningamba zamafaranga. Kuruhande rwinjiza, wibanze gusa kumurimo wawe, byumvikane ukurikije akazi kawe gahembwa menshi mubuhanga hamwe nishyaka ryumurima. Ariko, kubandi, gutandukanya amafaranga bishobora kuba inzira nziza.

Olumide Ogunsanwo: Numushahara wanjye munini mu ikoranabuhanga kandi nkunda umurima, byumvikane ko nshyira imbere akazi kanjye nkisoko yambere yinjiza. Nkunda ikoranabuhanga. Nashizeho podcast (Afrobility) aho nkora ubushakashatsi mubigo byikoranabuhanga nkabisoma nijoro no muri wikendi. Icyakora niba umushahara wanjye wari $ 48,000, urahitamo indogobe yanjye nashakisha ubundi buryo bwo gushaka amafaranga. Kwibanda kumurimo birashobora kuba byumvikana kuri bamwe, ariko ntabwo aringero imwe-ihuza ingamba zose. Guhitamo kwawe kugomba guterwa nibintu nkimyaka yawe, ubumenyi bushingiye, urusobe, amahirwe, intego, umushahara, ubushobozi bwo kuzamurwa mu ntera, gukenera ubwigenge, nibindi bintu bifatika.

Achani Samon Biaou: Kuruhande rwibiciro, wavuze uburyo ushyira mubikorwa amafaranga ashingiye ku ndangagaciro. Urashobora kuvuga byumwihariko kuri bimwe bya hack ukoresha kugirango utange uburyohe buke kuri yo?

Olumide Ogunsanwo: Nibyo. Tuzagira igice cyose cya 6C cyeguriwe ibi ariko ndashobora kubivugaho gato murwego rwinkuru yanjye. Ku bantu benshi, amafaranga menshi akoreshwa ajyanye n'imisoro, amazu, hamwe no gutwara abantu. Kubwamahirwe, ntabwo nashoboye guhindura imisoro cyane nkuko nagombaga kuba mubiro hafi yumwuga wanjye. Ibyo ahanini byari bikosowe. Abantu benshi bibwira ko imisoro yabo igenwa gusa nakazi kabo, ariko burigihe siko bimeze. Mubunarariribonye bwanjye, kwishyura hafi 40% mumisoro hafi yumwuga wanjye byatumye bigora kongera igipimo cyanjye cyo kuzigama hejuru ya 50%.

Ingingo ya kabiri ni amazu. Abandi benshi bari mu mushahara wanjye cyangwa imyaka yanjye bakoreshaga $ 3000 kugeza $ 6.000 ku kwezi mu bukode cyangwa inguzanyo muri San Francisco. Sinifuzaga kubikora.

Nabitse ubukode bwanjye buri kwezi hagati y $ 1.000 na 1.500 kuva igihe narangirije amashuri yubucuruzi mfite imyaka 27 kugeza igihe nigenga mubukungu nkaba mfite imyaka 35. Niba ugereranije amafaranga nakoresheje $ 1.000 kugeza 1500 $ mubukode numuntu ukoresha $ 3000 kugeza 6.000, icyo cyuho cya buri kwezi kingana na 2000 $ kugeza $ 4.500, hiyongereyeho imyaka 8, bigira itandukaniro rikomeye. Ibyo byonyine birashobora kuba intandaro yo kugera kubwigenge bwamafaranga muri 30 ans na 50. Nari mfite abo twabanaga mfite imyaka mirongo itatu, ibyo bikaba bidashobora gushimisha abantu bose, ariko nishimiye cyane ubwo bucuruzi kuko bwihutishije ubukungu bwanjye kandi bimpa ubuzima bwubwisanzure mfite uyu munsi.

Kubijyanye no gutwara abantu, ntabwo nari nkeneye imodoka kuko nabaga munzu iri muminota 15 uvuye kukazi. Nafashe bisi ya Google cyangwa ngenda, bivamo hafi zero amafaranga yo gutwara. Ibiciro byazamutseho gato ubwo natangiraga kumara weekend muri San Francisco, aho nakodeshaga imodoka. Ndetse no muri icyo gihe, Google yatanze ibiciro byiza ku modoka ikodeshwa, kandi ubusanzwe natangaga amadorari 10- $ 30 / kumunsi kumodoka ikodeshwa.

Amahitamo yanjye yose yo gukoresha yahujwe nagaciro kanjye.

Achani Samon Biaou: Watanze ingingo y'ingenzi mu nkuru yawe. Iyo usuzumye amahitamo y'akazi, ni ngombwa kutareba ibintu mu bwigunge. Reba niba inyungu zakazi zihuye ningamba zawe zo kwigenga.

Olumide Ogunsanwo: Byose bijyanye na sisitemu ishingiye kubitekerezo. Ibintu byose birahujwe. Mubyukuri, nahisemo inzu yanjye kuko nashakaga kuba hafi yakazi, nzi ko ibiciro byamazu nogutwara bifitanye isano. Mu buryo nk'ubwo, imisoro iyobowe n'ahantu, kandi akazi ka kure gatanga ibintu byoroshye muri urwo rwego. Reba ibintu byose nka sisitemu.

Achani Samon Biaou: Urakoze kubisangiza. Ndashaka kwerekana ubushishozi bubiri nakuye mubyo wavuze: sisitemu yo gutekereza no gutegura indangagaciro.

Sisitemu itekereza: Mugihe ushakisha akazi, ntuzirikane umushahara gusa ahubwo urebe nuburyo akazi gashobora kugufasha kugabanya amafaranga ukoresha. Kurugero, niba utekereza akazi mugitangira, tekereza niba ukunda kwakira imigabane myinshi cyangwa amafaranga ukurikije inzira yikigo. Byongeye kandi, reba kuri perks ihuza indangagaciro zawe zirenze amafunguro yubusa, nkubushobozi bwo gukora kure. Ibi bitekerezo bifite akamaro kanini kuruta inyungu zidasanzwe nkibiryo byubusa.

Olumide Ogunsanwo: Gukorera kure bifite agaciro cyane kuruta ibiryo byubusa, akenshi usanga ari perk irenze urugero. Niba ugomba kwishyura amafunguro yawe bwite, wakoresha amadorari 15 kumurya, kabiri kumunsi, yose hamwe 30 $ kumunsi. Hamwe niminsi 200 yakazi mumwaka, ayo ni $ 6.000. Niba utetse amafunguro yawe, byaba bihendutse. Agaciro k'ibiryo byubusa bitangwa namasosiyete muminsi yakazi ni hafi $ 6.000 kumwaka. Gukorera kure birashobora kugukiza byoroshye amafaranga ibihumbi icumi binyuze mumisoro yo hasi no gukodesha wenyine. Biragoye kwemeza ibiryo byubusa nkibintu byingenzi keretse niba uri hanze utumiza amafunguro 3-5 kumunsi cyangwa kwishyura ibiciro bikabije byamadorari 50 kugeza 70 $ ku-mafunguro.

Achani Samon Biaou: Uhereye kuri sisitemu yo gutekereza, ni ngombwa kutibanda gusa ku kuntu akazi gahembwa, ahubwo no ku nyungu zitanga. Mu buryo nk'ubwo, mugihe usuzumye amafaranga arenze ibyo ukeneye byibanze, bigomba kuba ishoramari rishobora kubyara amafaranga menshi ubu cyangwa kongera ubushobozi bwawe bwo kwinjiza ejo hazaza.

Olumide Ogunsanwo: Nakundaga gufata ingendo mpuzamahanga 5-15 buri mwaka. Urashobora kwibaza uburyo nashoboye kuzigama amafaranga menshi mugihe cyurugendo. Nize ibijyanye na sisitemu yamakarita yinguzanyo hamwe ningendo zingendo, byanyemereye kurenza agaciro k'amafaranga nakoresheje. Tugomba kandi kuganira ku kamaro ko **gukurikirana amafaranga ukoresha**. Iyo ukurikiranira hafi ibyo ukoresha, ushobora gukoresha make kuko kubona imibare bishobora gutera impinduka mumitekerereze yawe. Kurugero, niba ukurikirana ikawa yawe ukamenya ko wakoresheje $ 485 muri Starbucks ukwezi gushize, birashobora kugutera kwibaza niba ukunda ikawa cyane. Noneho, reka tuzenguruke dusubire ku-murongo wa ESIPL:

<u>Ndashora imari</u>**:** Nashakishije uburyo bwo gushora imari maze ntangira ingamba zo gushora isoko ryimigabane ijyanye nibibazo byanjye bwite. Reka dusuzume inzira zingenzi zishoramari ziboneka kugirango zigushoboze gufata ibyemezo byuzuye kugirango uzamure amafaranga winjije cyane:

1) Ububiko (imigabane): Gushora mumigabane rusange ihagarariye nyirubwite mubigo. Ishoramari ryimigabane ritanga amahirwe yinyungu zikomeye ariko ziherekejwe ningaruka zitandukanye, zirimo sosiyete yihariye, macroeconomic, sisitemu, politiki, amabwiriza, hamwe ningaruka zinyungu.

2) **Ingwate (amafaranga yinjira):** Gushora mu nguzanyo arizo nguzanyo zitangwa na guverinoma n'amasosiyete kugirango bashore imari. Inguzanyo zitanga inyungu zihamye no kuzigama imari ariko nanone zishobora guhura n'ingaruka zitandukanye nko guhindagurika kw'inyungu, ifaranga ryangiza imbaraga zo kugura, imbogamizi z'inguzanyo, hamwe n'inguzanyo.

3) **Umutungo utimukanwa:** Shora mumitungo ifatika nkamazu yo guturamo, inyubako zubucuruzi, cyangwa ubutaka, utegereje kubyara inyungu binyuze mubukode bwubukode cyangwa gushora imari. Nyamara, ishoramari ryimitungo itimukanwa riza rifite ingaruka nko guhindagurika kw'isoko, kutamenya neza, hamwe n'amafaranga yo gucunga umutungo.

4) **Amafaranga (umutungo utimukanwa):** Shora mumitungo itimukanwa cyane, harimo konti yo kuzigama, ibyemezo byo kubitsa (CD) bitanga uburyo bwizewe kandi bugira ingaruka nke kugirango ubone inyungu kumafaranga yawe. Igipimo cyinyungu kiratandukanye kandi giterwa na politiki ya banki nkuru, ibisabwa ku isoko / gutanga, ifaranga, amarushanwa ya banki n'ubwoko bwa konti. Mugihe irashobora gutanga inyungu nkeya ugereranije nubundi buryo bwo gushora imari, iraguha ubwishingizi numutekano.

5) **Imigabane yigenga (PE):** Shora mu kigega cya PE aho abashoramari bahuriza hamwe igishoro cyabo kugirango bagure isosiyete yose cyangwa imigabane muri sosiyete. Ishoramari rya PE rirashobora kuba ingorabahizi kandi ridasobanutse, kubwibyo bikwiranye nabantu-bafite agaciro-keza-bafite amahirwe menshi yo kugaruka kwigihe kirekire.

6) **Imishinga shoramari (VC):** Gushora mubyiciro byambere, amasosiyete akura cyane binyuze mumafaranga ahuriweho acungwa nibigo bya VC. Ni ibyago byinshi hamwe nibishobora kugaruka cyane, ariko kandi birangwa na illiquidity, amafaranga menshi, hamwe no gutakaza igishoro cyose.

7) **Gushora abamarayika:** Gushora mu bucuruzi bwigenga bwambere. Ishoramari ryabamarayika nuburyo bworoshye bwo gushora imari, ariko kandi ifite amahirwe yo kugaruka cyane. Gukora ubushakashatsi bwuzuye

nubushishozi bukwiye ni ngombwa kuko abantu bashora imari yabo mu buryo butaziguye aho kubicisha mu bayobozi b'ikigega cya VC babigize umwuga.

8) Cryptocurrencies: Shora imari muri cryptocurrencies yegerejwe abaturage umutungo wa digitale ukoresha ibanga ryumutekano. Gushora imari muri cryptocurrencies, nka Bitcoin na Ethereum, bitwara ihindagurika rikomeye. Cryptocurrencies ni shyashya kandi igenda yihuta cyane mubyiciro byumutungo, bityo rero gukomeza kumenyeshwa ibyerekeranye niterambere ryingirakamaro.

9) Ibicuruzwa: Gushora mubikoresho fatizo, nkamavuta, zahabu, ningano. Ibiciro byibicuruzwa birashobora guhindagurika cyane, bityo bifatwa nkigishoro gishobora guteza ibyago byinshi.

10) Kuvunjisha (FX): Kugura no kugurisha amafaranga. Irashobora kuba ishoramari rishobora guteza akaga ariko ikagira n'ubushobozi bwo kubyara inyungu nyinshi.

11) Gukusanya: Kugura no kugurisha ibintu byegeranye kuva ibiceri bidasanzwe kugeza mubuhanzi bwiza. Birashobora kuba igishoro cyiza niba ufite ubushake bwo gukora ubushakashatsi bwawe no kugura ibintu bishoboka ko byishimira agaciro.

12) Inguzanyo y'urungano (P2P): Gutiza amafaranga abantu cyangwa ubucuruzi ukoresheje urubuga rwa P2P. Irashobora gutanga inyungu zisumba konti za banki gakondo ariko kandi ikazana ibyago byinshi.

Urashobora gushora mubikorwa muburyo bwo kugura no kugurisha umutungo ubudahwema kandi muburyo bwiza. Ubundi, urashobora gushora imari mugura no gufata ishoramari mugihe kirekire aho gukora ubucuruzi kenshi kugirango ugerageze gutsinda isoko. Abashoramari ba pasiporo mubisanzwe bashora imari mubwisungane, nkikigega cyerekana indangagaciro cyangwa Ikigega cy'ubucuruzi (ETFs), gihuza amafaranga n'abashoramari benshi kugira ngo bakurikirane isoko runaka kandi bashireho uburyo butandukanye bw'imigabane.

Gushora imari muburyo bwo guhitamo (4) ntibishobora gutanga inyungu nini kugirango ugere ku bwigenge bwamafaranga mugihe gikwiye kubera inyungu nkeya ugereranije n'ifaranga. Amahitamo (5), (6), na (7) mubisanzwe ni illiquid kandi iraboneka kubantu-bafite agaciro gakomeye ($ 1M +), mugihe amahitamo (8), (9), (10), (11) afatwa cyane gukekeranya kandi birashobora gusa no gukina urusimbi aho gushora imari. Ihitamo (12) birasa nkaho bidafite gihamya kumasoko maremare.

Kubwibyo, ndizera ko (1), (2) na (3) aribwo buryo bukwiye bwo kubona ubutunzi bwo kubona ubutunzi kuri benshi, nubwo iyi myumvire ishobora kwerekana kubogama kwanjye. By'umwihariko, gushora imari mu kigega cyangwa indangagaciro zinguzanyo na ETFs birashobora kuba intangiriro nziza. Ihitamo ritanga ibintu bitandukanye, bihendutse, hamwe nishoramari ryambere ryambere, byoroshye kubaka ikizere buhoro buhoro.

Nta buryo bwiza bwo gushora amafaranga yawe ariko hari inzira yawe ijyanye nibyo ukeneye n'intego zawe. Shakisha inzira igukorera mugusuzuma no guhitamo uburyo bukwiye bwo gushora imari ukurikije intego zawe zamafaranga, kwihanganira ingaruka, igihe giteganijwe, ingaruka zumusoro hamwe nuburyo butandukanye. Ushobora kubikora! Amakuru yose akenewe kugirango ubwigenge bwamafaranga bumaze kuba hanze, icyo ugomba gukora nukwishimira ejo hazaza hawe hanyuma ugatangira gushakisha.

P kuzunguruka: Kugira ngo ndinde iterambere ry'amafaranga, nari mfite ubwoko bwinshi bwubwishingizi, harimo ubwishingizi bwubuzima, ubwishingizi bwubuzima, ubwishingizi bw'abafite ubumuga, ubwishingizi bw'umutaka, n'ubwishingizi bw'imodoka ikodeshwa. Sinifuzaga ko hagira ikintu na kimwe gitunguranye cyo gukuraho imyaka myinshi y'akazi gakomeye, bityo nkoresha igihe kinini mubushakashatsi no gushyira mubikorwa uburyo butandukanye bwo kurinda. Ntakintu kibi nko kuba 80% kugana ubwigenge bwamafaranga no kubitakaza byose mugihe cyo hanze.

L umurage: Igihe nageraga ku bwigenge bwamafaranga, ninjiye mubice byingenzi byo gutegura imitungo. Nakoze ubushakashatsi kandi ntegura ibyangombwa byose bikenerwa mugutegura imitungo, harimo ikizere, ubushake, imbaraga zamafaranga ya avoka, hamwe nubuyobozi buhanitse bwubuvuzi (bakunze kwita Ubuzima Buzima, Ubuvuzi bwubuvuzi cyangwa Porokireri). Izi nyandiko, nubwo zihariye amategeko yemewe n'abanyamerika, akora nk'igishushanyo mbonera cyo kurinda umutungo wanjye no kwemeza gahunda isobanuwe neza mugihe nanyuze. Ni ngombwa kumenya ko ibisabwa guteganya imitungo bishobora gutandukana bitewe nububasha bwawe, bityo rero ni ngombwa gushakisha amakuru hamwe nibyangombwa bijyanye n'aho uherereye.

Natangiye no gutekereza uburyo nshobora kugira icyo mpindura no gufasha abandi. Byatumye ntangira inzira nshya yo kugisha inama ubwigenge bwamafaranga, aho ntanga ubuyobozi ninkunga kubantu kugiti cyabo. Ndihatira guha imbaraga abandi no kubafasha gukemura ibibazo byubwigenge bwamafaranga nizeye kandi bisobanutse.

Mu ncamake: Amakuru yose ukeneye kugirango wigenga mubukungu uraboneka. Nta banga ryo kwigenga mu bijyanye n'amafaranga. Abantu bakubwira rero baragutoteza. Ntabwo nashakishije shortcuts cyangwa amasasu ya silver. Nashimishijwe cyane no kubona ko nshobora kugera aho ntagomba gukora. Nashizeho icyerekezo gisobanutse gifite intego ndende kandi nkomeza gukurikiza ingamba za ESIPL kugeza igihe ingeso zashinze imizi mukuzenguruka. Ibi byatumye ngera ku bwigenge bw'amafaranga mfite imyaka 35 muri 2020. Nakuyeho nkana umubare w'ubwigenge bw'amafaranga kugira ngo nirinde kugirira nabi abasomyi. Umubare wanjye ntacyo utwaye kuko numero yawe yigenga yubukungu izaba idasanzwe, itandukanye kandi ijyanye nibibazo byawe bwite. Nubuvumbuzi ugomba kwiyemeza gusobanura no gukurikirana. Icyangombwa rwose ni uguhuza intego zawe nicyerekezo cyawe cyo kwigenga kumafaranga.

Achani Samon Biaou: Wow, ibyo utubwira nuko ubwigenge bwamafaranga atari ukuba ikintu ahubwo ni ukubaho neza uhuje nawe nindangagaciro.

Olumide Ogunsanwo: Nukuri. Kubaho ubuzima bufite intego aho wigenga kandi utagengwa namahame mbonezamubano. Kugera kuri ubu buzima bifite agaciro k'amafaranga bifatanye nayo.

Achani Samon Biaou: Ni irihe tandukaniro riri hagati yo kuba umukire no kwigenga mu bijyanye n'amafaranga?

Olumide Ogunsanwo: Iki nikibazo cyoroshye, ariko gifite utuntu tumwe. Kuba umukire nigitekerezo gifatika kidafite ibipimo bifatika. Birenze ibyiyumvo bya psychologiya bishingiye kubigereranya nabandi cyangwa ibyawe byahise. Abantu bamwe bafite umutungo ufite agaciro ka $ 50M ntibashobora kwiyumvamo ko bakize, mugihe abandi bafite $ 20M bashobora kwibona nkabakire. Kuba umukire ahanini ni igitekerezo cyo kugereranya kandi ntigifite akamaro keretse bisobanuwe neza (urugero, kuba muri 1% byambere numutungo cyangwa hejuru ya 5% byinjiza).

Kurundi ruhande, ubwigenge bwamafaranga nigitekerezo cyingirakamaro kandi cyingirakamaro kuko gifite ubusobanuro bukomeye. Ese umutungo wawe wamafaranga utanga bihagije kugirango ukomeze ubuzima bwawe bwose? Nicyo ushaka. N. Hejuru yubwigenge bwamafaranga, hari izindi nzego ushobora gukurikirana no gupima. Kurugero, urashobora kongera intego yubwigenge bwamafaranga wongeyeho buffer yumutekano kandi ugamije umubare munini, vuga 20% kugeza 50% kurenza intego yawe yambere.

Intego y'ubwigenge bwamafaranga ni urugendo rwimbere rwo kubaho mubuzima bwawe, mugihe intego yo kuba umukire yibanda cyane hanze, biganisha kubigereranya, FOMO, nibishobora kutishima.

Achani Samon Biaou: Iyo ufite intego yumvikana neza nawe, ibyo ukora byose kugirango ugere kuri iyo ntego wumva bifite intego kandi byuzuye. Ntabwo yumva ari umutwaro cyangwa ibirangaza kuko arikintu gikomeye kuri wewe.

Olumide Ogunsanwo: Gufunga icyerekezo gisobanutse neza n'intego ni ngombwa munzira yawe yo kwigenga. Niba utazi neza uburyo bwo kwishyiriraho intego cyangwa gutekereza ubuzima bwawe bwiza, hariho uburyo butandukanye buboneka bwo kukuyobora. Fata akanya utekereze cyane kubyakongeje rwose ubushake bwawe nkumwana, winjire mubyifuzo byawe byimbitse, kandi ushakishe ibishoboka byagerwaho uramutse ufite umwanya utagira imipaka kandi ubwoba bwo gutsindwa ntibwakubujije. Iyi myitozo yimbere izakora nka compas kugirango ushushanye inzira yawe yihariye. Wibuke, ni ubuzima bwawe, kandi ufite imbaraga zo kubishushanya. Ntutindiganye gushakisha ibikoresho kumurongo kubitekerezo byinshi kandi ushiremo umukunzi wawe, niba bishoboka, mugutegura. Gahunda ntabwo yashyizwe mumabuye kandi irashobora guhinduka mugihe runaka. Urashobora kuvumbura ko ibitekerezo byawe byambere, nkubunini bwinzu yawe, bikeneye guhinduka. Yaba Samon cyangwa njye ntabwo nshobora gukora icyerekezo gikomeye kandi gishimishije kuri wewe. Nurugendo rwawe wenyine ushobora gutangira.

Ubwigenge bwamafaranga nuburyo butandukanye, ntabwo ari binary ya 0 cyangwa 1, iguha imbaraga zo kuyobora ubuzima bwawe kandi ikakwegera inzozi zawe. Nubwo wasanga usa nkaho uri kure yintego zawe zamafaranga, nibyingenzi gukomeza gushishikara no kwishimira urugendo rugana kuntumbero yawe. Wibuke, umunezero ntukeneye gusubikwa kugeza ugeze muri FI, kuko kwishyiriraho intego zifatika no gutera imbere kuri bo bishobora kuzana ibyuzuzwa muriki gihe. Aho gukosora igihe kirekire bishobora gufata kugirango ugere ku ntego zawe, wibande ku guhobera no kuryoshya inzira yo kuhagera. Emera ibihe hanyuma ubone umunezero muri buri ntambwe igana imbere. Reba nawe mu gice gikurikira!

6B: Amateka yumwuga wa Samon

Olumide Ogunsanwo: Samon, Nishimiye rwose kumva umwuga wawe nyuma yishuri ryubucuruzi nuburyo byahinduye imyumvire yawe kubwigenge bwamafaranga.

Achani Samon Biaou: Icyifuzo cyanjye nyamukuru cyo kwiga ishuri ryubucuruzi kwari ukujya mu masosiyete afite uruhare runini mu gufata ibyemezo mu nzego zo hejuru. Ariko, nasanze benshi mubanyeshuri twiganaga bafite intego nini zo guhanga no kubaka ibintu aho gukorera ibigo bisanzwe. Uku kubimenya byongereye icyizere kandi mpindura imitekerereze yanjye kwizera ko hari icyo nshobora gukora. Natangiye kubona ubuyobozi bugisha inama nk'intambwe yo kunguka ubumenyi bw'agaciro, ariko intego yanjye yibanze yabaye ikintu cyiza mugutangiza uruganda rwanjye.

Olumide Ogunsanwo: Nyuma yishuri ryubucuruzi, wagize gahunda yagutse yubwigenge bwamafaranga aho amaherezo uzava mubuzima bwibigo?

Achani Samon Biaou: Nari mfite intego ebyiri mubitekerezo. Ubwa mbere, nashakaga gushyira mubikorwa ubumenyi nize mwishuri ryubucuruzi muri sosiyete yihuta. Nizeraga ko kugisha inama bizanyemerera gukora imishinga myinshi kandi nkagera kuri iyo ntego.

Icya kabiri, nashakaga kongera vuba kumurongo wumutekano wubukungu nari nsanzwe mfite kuva mu myaka yanjye yo guhembwa umushahara munini wo hanze mugihe cyo kuzenguruka isi. Nari mfite intego yo kongera amafaranga yinjiza cyane mumyaka ibiri kugirango nshobore kugira amadorari ibihumbi magana. Umugambi wanjye wari uwo gukoresha ubwo bushobozi bwamafaranga kugirango nkurikirane intego yanjye, yubaka amashuri.

Olumide Ogunsanwo: Wari witeze kugera ku bwigenge bw'amafaranga mu myaka ibiri umaze ugisha inama muri BCG, cyangwa wari witeze ko uzagera ku mutungo uhagije wo gufata ikiruhuko cy'akazi / isabato no gushakisha amahirwe atandukanye mbere yo gusubira ku kazi nyuma?

Achani Samon Biaou: Mu ntangiriro, natekereje ko nzagera ku bwigenge bw'amafaranga. Nari mfite moderi yubukungu yerekana intego ifite agaciro ka $ 500,000 nkintego ya FI. Gahunda yari iyo gushora ayo mafranga no kwinjiza amafaranga ahagije (hafi 5% / umwaka) kugirango mbashe kwibeshaho no kubaho nkaba ingaragu mugihe nubaka amashuri mugihugu gito muri Afrika. Ariko, ntabwo natekereje kubishobora guhinduka mubuzima, nko gusaza, kurongora, cyangwa kubyara. Nabaze intego yanjye yinjiza buri kwezi kuba hafi $ 1.500 cyangwa $ 2000 nyuma yimisoro, nibwira ko bizaba bihagije mubuzima bwanjye nifuza. Nateganyaga gukora muri BCG imyaka ibiri, nkinjiza amadorari ibihumbi magana, nkagera ku mutungo ufite agaciro ka $ 500,000.

Olumide Ogunsanwo: Nibyo, byagenze bite nyuma?

Achani Samon Biaou: Nyuma yuko natangiriye muri BCG, imyumvire yanjye ku mibereho yo mu mijyi no mu mijyi ikunzwe yarahindutse, biganisha ku ntego yo kwigenga mu rwego rwo hejuru. Nabonye ko nshobora gukomeza amafaranga yanjye munsi y $ 1.000 i Dubai, bigatuma ubwizigame bwiyongera cyane. Ibi bintu bitunguranye hamwe n'igipimo cyanjye cyo kuzigama cyaramfashije kongera gusuzuma intego yanjye yo kwigenga mu bijyanye n'amafaranga, nkayihuza n'igiciro cyari giteganijwe cyo gutura mu mijyi nifuza gutura mu bihe biri imbere.

Kugira imitekerereze ikwiye byari ngombwa. Negereye amafaranga nakoresheje ntekereza gushyira mu gaciro no kuzigama amafaranga, nubwo nari ntaramenya uburyo nyabwo. Mugihe nagenze mucyumweru nkabona amanota ya hoteri, nasanze ntagomba no gukodesha inzu. Byongeye kandi, igihe cyanjye cyagabanutse i Dubai cyatumye nkoresha amafaranga atari make no kwishimana, kuko nakomeje kwibanda ku ntego zanjye z'amafaranga. Suzuma imiterere yawe idasanzwe kandi ushyire imbere amafaranga akenewe mugihe ugabanya ubugome utagabanije. Aho gukurikiza buhumyi formulaire yagenwe cyangwa kugerageza kwigana uburyo bwanjye bwihariye, urufunguzo ruri mu guhinga gahunda yihariye ihuza ibyifuzo byawe n'indangagaciro.

Olumide Ogunsanwo: Ibi bihuza neza nihame ryo gukoresha indangagaciro. Twizera tudashidikanya ko ubwigenge bwamafaranga butagamije kwigomwa ibyiza byawe cyangwa kugabanya amafaranga yose. Nibijyanye no guhuza amafaranga ukoresha nindangagaciro zawe. Ntukajyane n'amazi. Ntukabe kuri auto-pilote. Aho gukurikiza ubushishozi gukurikiza amahame mbonezamubano cyangwa gukurikiza buhumyi imibereho idahwitse, turagutera inkunga yo kubaho ubuzima bujyanye nukuri kwawe n'intego zawe zidasanzwe. Ibi birashobora kuba bikubiyemo kongera amafaranga mubice bigufitiye akamaro mugihe ugabanya kugabanya ibitekerezo mubindi.

Ni ngombwa kumenya ko ubwigenge bwamafaranga butagomba gukurikiranwa bitwaye umunezero wawe nubuzima bwiza. Ntabwo dushaka ko wumva urengewe nuburyo bukomeye kandi budashoboka butwara umunezero mubuzima bwawe. Ntabwo bivuguruza gufata gahunda igusiga utishimye. Niba utishimye, ugiye gusiba gahunda yose. Gusa ikintu kibi nko kutagira gahunda nukugira gahunda itaramba.

Tangira usubiramo amafaranga ukoresha kandi umenye aho ushobora gukosorwa. Shakisha amahirwe yo guhindura amafaranga ukoresha no guhitamo uhuza indangagaciro zawe nintego zigihe kirekire zamafaranga. Nibikorwa bikomeza, kurikirana rero iterambere ryawe kandi wishimire intambwe zagezweho munzira. Mugihe ubonye ingaruka nziza zimbaraga zawe, uzisanga urushijeho gushishikarira no gushishikarira urugendo rwawe rwamafaranga. Hamwe na buri ntambwe igana imbere, biroroshye gukomeza imbaraga kandi ugakomeza kwiyemeza inzira yawe.

Achani Samon Biaou: Kuri Olumide na njye, bitangirana nagaciro. Indangagaciro zacu ziyobora ibyemezo byacu kandi biduha imbaraga zo gushakisha amayeri mashya ahuza nibyingenzi kuri twe. Kurugero, Ndaha agaciro ingendo no kwiga kubyerekeye indi mico. Nakoresheje byinshi mu ngendo kuruta umujyanama usanzwe mugihe cyanjye muri BCG, ariko ibyinshi mubiciro byishyurwa nikigo n amanota nakuye mubikorwa byakazi. Nagombaga kwishyura gusa $ 400 / ukwezi. Nahisemo gushyira imbere gukoresha amafaranga murugendo aho kwishyura ubukode bwuzuye kubutaka. Ibi byanyemereye gushakisha aho njya hafi buri cyumweru no kwishora mumico itandukanye.

Tugarutse ku nkuru yanjye yatinze. Hafi y'amezi arindwi mu rugendo rwanjye muri BCG, hamwe na gahunda yanjye ya mbere yo kwigenga y'amafaranga yo gusezera mu gihugu cya Afurika gihenze cyangwa Tayilande, nasanze ibintu bibiri. Ubwa mbere, gukora micromanaging ikiguzi cyo kuzigama byari kuba ingorabahizi kubera gahunda zanjye zakazi. Icya kabiri, nabonye ubushobozi bwo kwinjiza amafaranga menshi iyo ngumye igihe kirekire muri BCG nkagera ku rwego rw'ubuyobozi. Uku kubimenya kwatumye mpindura uburyo bwanjye. Aho guharanira ubwigenge bwamafaranga mbere yo kuba umuyobozi, namenye ibyiza byo kunguka uburambe bwimyaka ibiri yubuyobozi, bushobora gutanga umutekano muke no kurushaho kwizerwa mugihe nshakisha amafaranga kumushinga wishuri ryanjye. Sinshobora kuvuga neza niba ibyo byemezo byari ugushyira mu gaciro cyangwa byatewe na sisitemu, ariko byaragaragaye ko gahunda nshya yarushijeho kumvikana.

Ariko, ubuzima bufite uburyo bwo gutera ibibazo bitunguranye twese. Nyuma yipimisha ryubuvuzi, nakiriye amakuru atangaje ko nkeneye kubagwa ubwonko bukomeye kugirango nirinde kwangirika bidasubirwaho cyst ya arachnoid, nubwo ntigeze mbona ibimenyetso bibabaza. Gukenera kubagwa byavutse mu buryo butunguranye kandi byihutirwa, hamwe no kubaga bitwaye ingaruka zishobora kuviramo ubuzima bwanjye ijoro ryose.

Olumide Ogunsanwo: [Yatunguwe] Ukeneye kubagwa byihutirwa ubwonko. Wow.

Achani Samon Biaou: Nabwiwe ko mu kanya gato, cyst ishobora kugenda igasunika mu bwonko bwo hasi - igice cy'ubwonko kigenzura guhumeka n'umutima. Byari ibintu biteye ubwoba, kandi ukuri kwarankubise igihe nagombaga gushyira umukono ku mpapuro zemera ingaruka zirimo, harimo n'urupfu, mbere yo kubagwa. Ibyabaye byose numvaga bidashoboka, nubwo naba nkikijwe nabandi barwayi bo muri ward, buri wese arwana intambara.

Muri ako kanya, numvaga ari muto bidasanzwe. Byari nkukwitegereza uko byumva mugihe uhuye nurupfu. Ntacyo nagezeho mumarushanwa yimbeba yagize icyo asobanura kuri iyo mbonerahamwe ikora. Mubipimo byinshi, Nari umusore ukuze. Nari narazengurutse isi, njya muri rimwe mu mashuri y'ubucuruzi akomeye ku isi, kandi nakoraga muri imwe mu masosiyete akomeye y'ubujyanama. "Natsindaga" isiganwa ryimbeba ariko kumeza ikora, ntanumwe murimwe wari ufite akamaro. Nabuze abanjye kandi sinatekerezaga kukazi cyangwa abakiriya. Ubunararibonye bwabaye impinduka mugutegura kwigenga kwamafaranga. Niyemeje muburyo butoroshye kubisobanura. Niba narabikoze binyuze mu kubaga, nahisemo kubaho ubuzima nibanda cyane kandi ku magambo yanjye bwite. Numvise ndakaye gato kubintu nakurikiranye - Stanford, BCG, nibindi. Noneho, nari mfite ibyo byose, ariko birashobora kuntwara mukanya. Nshobora kuba narapfuye mu masaha make. Nkibyo.

Olumide Ogunsanwo: [Biracyatangaje] Icyo gihe wari ufite imyaka ingahe?

Achani Samon Biaou: Nari mfite imyaka mirongo itatu.

Olumide Ogunsanwo: Kubaga ubwonko ufite imyaka mirongo itatu. Nibyo rwose birababaje kandi bihumura amaso. Ndibuka ko wavuze ko mugihe wari kumeza ikora, wumvaga abantu ntacyo aricyo. Wumvaga ari iyindi nyamaswa kumeza ikora kandi ko ubuzima bwawe bushobora gutwarwa umwanya uwariwo wose. Umusazi!

Achani Samon Biaou: Rwose byatumye menya ko nkeneye kuba umuntu utandukanye kurundi ruhande. Ubwoba bwubuzima bwazanye ibisobanuro byimbitse kubibazo "Ni iki kigufitiye akamaro cyane kandi ni ukubera iki?" - uwabajijwe mu nyandiko isaba porogaramu ya Stanford MBA. Igishimishije, kubaga byagenze neza, nta ngorane cyangwa gukurikirana bikenewe. Mugihe nagarutse mvuye mumasabato yamezi atanu yingendo, nagarutse nkumuntu wahindutse muburyo butandukanye.

Ubwa mbere, nasanze urwego rwimbaraga nshobora kuzana kumurimo wanjye, maze mbona ko nkwiye kubukoresha nkana kandi mbitekereje mubikorwa nkunda cyane. Ntakibazo nagize cyo gukora kugeza 2 cyangwa 3 mugitondo muminsi irangiye kugirango nkemure ikibazo, nibindi.

Icya kabiri, numvise ko kugira umudendezo mubuzima bwanjye bidashoboka. Ariko, umurimo wo kugisha inama ntabwo buri gihe watangaga urwego rwubwisanzure nifuzaga. Nafashe icyemezo cyo kuguma mu nama gusa igihe cyose nashoboraga kugenzura uko nakoraga.

Icya gatatu, nahindutse cyane kwibanda kuri gahunda yimari. Urupapuro rwa Excel rwambereye umuyobozi kuko nashakaga kuzigama no gushora imari mubwisanzure bwamafaranga. Nashakaga kwiha umwanya wo gutembera no kwishora mubuvumbuzi bwumuco ntitaye kumafaranga. Nashakaga kandi gutanga umusanzu mugutezimbere gahunda yuburezi ntashingiye kumushahara.

Olumide Ogunsanwo: Byagenze bite mugihe cy'amasabato yawe y'amezi 5?

Achani Samon Biaou: Ibintu bitatu byingenzi byabaye. Ubwa mbere, nongeye guhura n'incuti n'umuryango, bintera umunezero mwinshi. Mugihe cyanjye muri BCG, gake nagize amahirwe yo kubona no gusabana nabantu nitaho. Kongera gutekereza kuri iyo mibanire byanyibukije akamaro k'umuryango kandi nishimiye ko nongeye guhura nigice "cyiza".

Icya kabiri, nagiye muri Cuba ndi kumwe na mugenzi wanjye n'inshuti. Gucukumbura imico itandukanye no kubona ahantu hashya binzanira ubuzima. Ninzira kuri njye yo kwagura ibitekerezo byanjye no kwiga ibyisi muburyo bwimbitse. Nkiri muri Cuba, nahuye nuburyo butandukanye bwubuzima, nitegereza abantu basa nabanyuzwe nubwo babayeho mubihe bishobora gufatwa nkabakene. Byari ibintu byingenzi kuri njye gutandukanya imibereho yabo nubundi nari menyereye.

Ubwanyuma, navumbuye ubwoko bushya bwo kwiga butagendeye kubikorwa byingirakamaro. Nashishikajwe no gusoma ibitabo nasitaye, nkurikirana inyungu nko gucuranga ibikoresho bya muzika cyangwa kwiga ururimi rushya hagamijwe iterambere ryanjye bwite.

Olumide Ogunsanwo: Nigute ubunararibonye bwahinduye gahunda zawe zo kwigenga mumafaranga? Wabanje gushaka kuva muri BCG nyuma yimyaka hafi ibiri, ariko rero ikibazo cyo kubaga cyabaye.

Achani Samon Biaou: Uburyo bwanjye bwo kwigenga bwamafaranga bwahindutse muburyo bwihariye. Aho gutegura imbere, natangiye gutegura inyuma. Ninjije "Umunsi wanyuma kuri BCG" murupapuro rwanjye rwa Excel, binyemerera gukora inyuma no kumenya umubare w'amafaranga n'amafaranga yinjira mubukode ngomba guhitamo buri mwaka.

Byanyeretse ko numvise icyo nshobora kunguka muri BCG nicyo nshobora gutanga muri BCG. Namenye ko hari ubuzima bushimishije buntegereje nyuma ya BCG, aho nashoboraga kwibanda kubintu nishimiye cyane, nk'urugendo runini no gukemura ibibazo nkunda. Ibi byari bitandukanye nibitekerezo byanjye byabanje, aho naba ndi kurya ifunguro ntekereza kuri komite nyobozi itaha, ngatanga ibitekerezo kubagize itsinda, cyangwa nkitegura kwisuzuma ryanjye. Nari mfite igihe gito cyo gutunganya no kubaho kwanjye.

Olumide Ogunsanwo: Nshobora guhuza nibyo byiyumvo kuva igihe cyanjye i McKinsey. Nakunze kurota kubikorwa byabakiriya no guhindura impinduka. Nyuma yo kuva muri McKinsey, izo nzozi za PowerPoint zarangiye [Smile].

Achani Samon Biaou: Inararibonye zamfashije kumva amafaranga nshobora gutanga. Buri gihe nibuka mubitekerezo byanjye. Mbere ya BCG, Nibanze cyane kubyo nashoboraga gufata muri sisitemu. Sinigeze menya neza uko nshobora gutanga. Igihe namaze i Stanford, nagize icyizere, kandi mumezi atandatu, narushijeho kuba isoko nkumukandida wa MBA. Mugihe ninjiye muri BCG, kugisha inama ubuyobozi ntibyari bigifite akamaro nkanjye. Nari nerekeje amaso ku ntego nini z'umuntu ku giti cye: kugera ku bwigenge bw'amafaranga. Hamwe no kubagwa, narushijeho kwibanda kubyo nashakaga gutanga ku isi ku magambo yanjye. Benshi mubakiriya bange muri BCG bakoze kuva 9 AM kugeza 5 PM kandi ibigo byabo biracyatera imbere. Byanteye kwibaza icyo nshobora kugeraho ndamutse nkoresheje imbaraga nishyaka nazanye kumurimo wanjye mubice nita cyane.

Ibyo ari byo byose, dusubiye ku nkuru nkuru, uburyo bwimari bwarahindutse muburyo ubu mfite tracker igena amafaranga nkeneye gukora kugirango mve muri BCG mugihe ntarengwa, aho kubara imyaka byantwara. kugera ku rwego runaka rwinjiza.

Olumide Ogunsanwo: Ubwigenge bwamafaranga nuburyo bwo guhitamo, ntabwo ari binary byose-cyangwa-ntaho bigana. Nubwo waba 20% byinzira gusa, haracyari inyungu no kwishimira kuboneka kuko ufite amahitamo menshi. Ni ngombwa gushima urugendo no gushimira intambwe umaze gutera. Kubera iki? Kuberako urugendo rwo kwigenga kumafaranga arirwo rugendo rwubuzima bwawe. Ntutegereze imperuka yo kwishimira, ushimire intsinzi ntoya munzira, kandi uyikoreshe nkimpamvu yo gukomeza gutera imbere.

Wunguka byinshi mugihe utera imbere, bikongerera amahirwe yo gukurikirana ibikorwa bishimishije no kugira byinshi ugenzura imikoranire yawe nabakoresha, abakiriya, nabakiriya. Ndashaka gushimangira iyi ngingo kuko nkunze kubona abantu batishimye mugihe bari munzira yo kwigenga kumafaranga. Kuki utakwishimira? Ntabwo wishimye kuko utegereje hafi uruhushya rwo kwishima, ariko ntukeneye gutegereza uruhushya. Ibyishimo biri hafi yawe niba uremye ibihe byiza. Nashakaga kongeraho iyo ngingo ya filozofiya.

Achani Samon Biaou: Byiza byavuzwe. Ndabona ubwigenge bwamafaranga busa no kujya muri siporo. Niba wegereye imyitozo ngororamubiri utekereza, "Mana yanjye, ibi birababaza," kubera gusa ko ushaka kugabanya ibiro kubirori binini, bizagorana kwishimira inzira. Numara gutakaza ibiro bike, ushobora gusanga usubiye mubuzima bwawe bwa kera. Ubwigenge bw'amafaranga bugomba gushinga imizi mu ndangagaciro zawe; bitabaye ibyo, ntabwo bizakora. Ugomba gucukumbura muri wewe ukamenya icyakuzanira umunezero. Ntukemere kuri ibyo. Umaze kubona intego yawe cyangwa ubushake bwawe, tegura ibindi byose bikikije kandi ukureho ibindi byose bikurangaza, cyane cyane ibyo bikorwa ukora gusa kuko abandi bose babikora.

Muri BCG, hari umuco gakondo yabantu bagura imifuka ya TUMI ihenze kandi yanditseho inyuguti zabo. Ku giti cyanjye, ntabwo nashimishijwe n'imifuka, kandi sinigeze numva ko nkeneye gukurikiza iyo myambarire.

Olumide Ogunsanwo: Kubateze amatwi, imifuka ya TUMI ihenze cyane kuruta imifuka isanzwe. Umufuka usanzwe urashobora kugura munsi y $ 100, mugihe TUMI imifuka irashobora kuba itatu, ine, cyangwa inshuro nyinshi igiciro.

Achani Samon Biaou: Abantu benshi mubujyanama bifuzaga kuruhuka no kuruhuka muri wikendi, ariko nahisemo gukoresha amafaranga yanjye murugendo nuburambe. Natanze igice cyingengo yimari yanjye, ihwanye nigiciro cyumushahara winjira-urwego TUMI, kubintu byanshimishije cyane. Iyo ushyizeho urufatiro rw'ibyishimo kandi ukabaho ubuzima bwawe ukurikije, uzabona ubwiyongere muri rusange mubyishimo byawe. Byongeye kandi, uko utegura ubuzima bwawe muri ubu buryo, ubukungu bwawe busanzwe buhinduka.

Olumide Ogunsanwo: Nukuri. Igihe kirenze, izo ngeso zoroha kuzigumana kuko zishimangirana. Bisaba kugira ubushake bwo gutandukana gato. Niba ubonye igikapu cya TUMI kubera ko abandi bose bafite kimwe, ntibishoboka ko uzagera kubwigenge bwamafaranga mumyaka 30. Ntabwo ari ukubera igiciro cyumufuka, ariko kubera ko ukurikira imbaga kandi ntufate ibyemezo nkana nkana. Nibyiza kumera nkabandi, ariko ntushobora gutegereza ibisubizo bitarenze.

Achani Samon Biaou: Tugarutse ku nkuru nkuru, igenamigambi ryanjye ryimari Excel urupapuro rwarushijeho kuba indashyikirwa, mbikesheje ubuhanga bwo kwerekana imideli nateje imbere mugihe cyanjye muri BCG.

Olumide Ogunsanwo: [Urwenya] Ibyo birasekeje byemewe. Wize gukora moderi nziza muri BCG hanyuma ukoresha ubwo buhanga mugutegura ingamba zo gusohoka muri BCG.

Achani Samon Biaou: Nzavugurura moderi yanjye buri cyumweru, nkubiyemo impinduka mumikoreshereze yanjye, nkongeraho amahirwe yo

kuzamurwa mukwezi cyangwa ukwezi gutaha, gutegura ibintu, no gushak-
isha gusa. Rimwe na rimwe, ndetse nakoraga ibiganiro bito kuri njye ubwan-
jye, nkerekana ubushishozi nkoresheje uburyo nakoresheje (cyangwa kubu-
ra) hamwe na trayektori yigihembo cyanjye kizaza.

Olumide Ogunsanwo: [Urwenya]

Achani Samon Biaou: Nari mfite Inyenyeri y'Amajyaruguru isobanutse
kandi buri gihe nashakishaga uburyo bwo kunoza ibidukikije. Reka nguhe
urugero rujyanye nimiterere yindege. Mubuzima bwanjye nyuma yub-
wigenge bwamafaranga, nashakaga kugumana ingendo zimwe kuko nkunda
gutembera. Mu ndege zose nashoboraga gukoresha kumurimo, imwe gusa
yatanze ubuzima bwubuzima. Abajyanama benshi i Dubai bajyanye Emirates
muri Arabiya Sawudite imishinga kubera igihe cyoroshye - bashoboraga ku-
mara weekend yose i Dubai hanyuma baguruka kare kumunsi wambere
wakazi. Ariko, nahisemo gutwara indege ya Arabiya Sawudite kuko yari
mubumwe bwarimo Air France, nari nzi ko nzaguruka kenshi nyuma yo
kubona ubwigenge bwamafaranga. Gukora mubuzima bwa Platinum ubuzi-
ma kuri Air France byari bifite agaciro kuri njye kuruta korohereza Emirates.
Nari kuva i Dubai kugera i Boston kugira ngo mbaze abanyeshuri barangije
MBA kandi mpitamo nkeneye inzira ndende ihagarara i Paris, nkaguruka
Air France aho guhaguruka na Emirates. Ntabwo narinzi kubona amanota
kuri Emirates; icyo nshyize imbere kwari ukugera kuri platine ubuzima
bwose hamwe na Air France. Ntabwo nabonye urugendo rurerure cyangwa
guhagarara nkikibazo kuko nakundaga cyane gutembera, guhagarara aho
kuzenguruka umujyi, no kumarana umwanya numuryango ninshuti i Paris.

Olumide Ogunsanwo: Samon, wabwira iki umusomyi wumva inkuru
yawe akavuga ko Ubwigenge bwamafaranga bukubiyemo akazi kenshi?
Bavuga ko badafite umwanya cyangwa imbaraga zo gukora kubitekerezo
byabo cyangwa guhanga icyerekezo n'intego. Bashaka inzira yoroshye kandi
yihuse yubwigenge bwamafaranga, cyane cyane niba bafite akazi gahembwa
make mumujyi muto ufite amahirwe make yo kuzamuka kwamafaranga.
Nigute bashobora kugera ku bwigenge bwamafaranga byihuse bishoboka
mubuzima bwabo bwa none batagize impinduka zikomeye?

Achani Samon Biaou: [Smile] Ibyo mubyukuri nibibazo bibiri. Ikibazo
cya mbere ni iki, "Ndashaka kuba umunebwe ku bwigenge bw'amafaranga.
Gusa mbwira neza icyo gukora kugira ngo ubwigenge bw'amafaranga bwi-

huse." Ikibazo cya kabiri kireba ikibazo cyo gushaka FI mugihe ukora akazi gahembwa make kandi gaciriritse kandi utuye mukarere gafite amahirwe make yo kuzamuka kwamafaranga.

Ubwa mbere, kumuntu ushaka ko tubaha intambwe ku yindi ku bwigenge bw'amafaranga tutiriwe dushira mu kazi, ubushishozi bwanjye burambwira ko bidashoboka cyane ko bagera ku bwigenge bw'amafaranga bafite iyo mitekerereze.

Olumide Ogunsanwo: [Urwenya]

Achani Samon Biaou: Kandi niyo bagera ku bwigenge bwamafaranga, nizera rwose ko babikora, ntibashobora kubyishimira rwose. Ubwigenge bwamafaranga ni ugushaka intego no gukoresha ubwisanzure bwamafaranga kugirango ukurikirane iyo ntego. Intangiriro y'ubwigenge bwamafaranga ni kwihanganira umunezero. Reka mvuge neza, ubwigenge bwamafaranga ntabwo byanze bikunze bijyanye n'ubutunzi. Abantu bigenga muby'amafaranga ntabwo byanze bikunze bakize. Nukugera ku ntera ntoya yumutekano wubukungu igufasha kwibanda kukintu cyingenzi kuri wewe utagabanije guhangayikishwa nubukungu. Ubwisanzure bwamafaranga nubushobozi gusa, buguha ubwisanzure bwo kwibanda kukuzana ibyuzuzo udahwema guhangayikishwa namafaranga.

Olumide Ogunsanwo: Abantu bakeneye gutangira urugendo rwo kwishakisha. Uru rugendo rusaba imbaraga kuruhande rwabo. Jye na Samon ntabwo dushobora kugaburira ikiyiko-intambwe nyayo twateye kuko ibyadukoreye ntibishobora gukoreshwa mubihe bidasanzwe. Mbere mu gitabo, twakugiriye inama yo kutigana ubuzima bw'undi muntu ahubwo tugutera inkunga yo kubaho wenyine. Ibi bikubiyemo kutigana ubuzima bwacu.

Ugomba gufata inshingano no gufata ingamba zo kuzamura ubuzima bwawe bwite. Kugura igitabo gusa ntibihagije. Ugomba kuba witeguye guhinduka mubitekerezo hanyuma ugatangira urugendo rwo kwishakamo ibisubizo kugirango uhindure ibintu byiza mubuzima bwawe, utitaye kubyo Samon navuga. Ushinzwe ubuzima bwawe bwite, kandi ni wowe ugomba guhindura impinduka zikenewe kugirango ejo hazaza heza. Ibuka amahame yo kwiyizera no kwigira. Ugomba kumenya amakuru yihariye mubuzima bwawe bwite.

Achani Samon Biaou: Kandi nzaba inyangamugayo, imwe mumpamvu dushobora kuba hamwe nawe ni ukubera kubaho ubuzima nyabwo ni ngombwa kuri twembi. Twabonye ubwigenge bwamafaranga, ntabwo rero duhangayikishijwe no kugurisha ibitabo nkuko tuvuga ukuri kwacu.

Olumide Ogunsanwo: Nibyo. Ntabwo ntanze niba iki gitabo kigurisha kopi imwe cyangwa kopi ijana kuko namaze kwigenga mubukungu. Ndashobora kuba inyangamugayo. Ntabwo ngomba kugutoteza.

Achani Samon Biaou: Turimo gusangira urugendo rwacu rugana kuri FI kuko twakiriye n'umutima wawe wose ubuzima bwa FI, kandi icyifuzo cyacu ni ugukongeza ikintu gishoboka muri wowe. Turashaka kukuyobora, ntidutanga gusa kwemeza ahubwo tunasabana kandi tugutera inkunga. Niba warigeze wumva ushidikanya gukurikirana ubwigenge bwamafaranga kubera ko utabyiboneye ubwawe, igitabo cyacu kirahari kugirango gikureho gushidikanya. Binyuze mu nkuru zacu n'ubushishozi, tugamije kugutera inkunga, tugutera ubwoba uti: 'Niba babishoboye, nanjye ndabishoboye!'

Olumide Ogunsanwo: Kubimukira bose, abimukira, abo hanze ndetse nabato bari hanze: Niba narigenga mubukungu, noneho nawe urashobora kubikora.

Achani Samon Biaou: Ugomba rero gukomeza urugendo rwawe. Bitangirana no gutekereza no kubaza. Subiza amaso inyuma mu bwana bwawe hanyuma umenye ibihe by'ingenzi bigusobanura. Shakisha inyungu zawe kandi ugerageze nibintu bitandukanye. Tegura amahame ashingiye kubyo uvumbuye. Reba mubihe byashize cyangwa inkuru kugirango ubone aya mahame, hanyuma witegure kugerageza no gusubiramo kugeza ubonye guhuza indangagaciro zawe.

Olumide Ogunsanwo: Kora icyerekezo cyubuzima wifuza, shiraho intego zo kuhagera, kandi utangire gufata ingamba buri munsi. Iterate kandi usubiremo kugeza ugeze kubwigenge bwamafaranga. Ntawundi ushobora kugukorera iki gikorwa kuko nubuzima bwawe, kandi ubishinzwe.

Mugihe utangiye urugendo ukubaka imbaraga, biroroshye gukomeza gutera imbere. Ugomba gutangira no kwemeza ko ufite imbarutso iboneye kugirango ukomeze imbaraga zawe. Igihe kirenze, uzatera imbere ingeso yo gutera intambwe nto ugana kuntego zawe. Mugihe utera imbere ukagera ahantu runaka, ushobora kwibagirwa ko uri murugendo kuko bihujwe nubuzima bwawe bwa buri munsi. Nta tandukaniro rigaragara riri hagati y'urugendo n'ubuzima bwawe. Urimo kubaho gusa mugihe ugenda ugana kuntego zawe. Ariko kugirango utangire uru rugendo, ugomba kuba witeguye gushyiramo imbaraga kandi ugatera iyo ntambwe yambere.

Nkiri muri kaminuza, twize kubyerekeye ingufu zo gukora. Kugirango imiti ibeho, ugomba gutsinda imbaraga runaka. Ukeneye ikintu cyo kugusunika n'imbaraga zihagije zo gukora nka trigger yo gutangira. Nibyo tugerageza kuguha: umuvuduko. Mbandikiye ibi nishimye kandi nishimye kuko ndashaka kugutera imbaraga no kugutera imbaraga zo kwizera ko bishoboka kugera kuntego zawe. Ndizera kwerekana akamaro ko kugira kwizera muriwe no kugushimisha amahirwe ari imbere. Mu nkuru yanjye, natewe no gutakaza akazi kenshi nibihe bitoroshye. Ariko, ufite imbaraga zo gukora imbarutso yawe kugirango utsinde. Kora uyumunsi kandi ntutegereze ibihe byo hanze kugirango utangire urugendo rwubwigenge bwamafaranga.

Achani Samon Biaou: Kandi ibi bituzanira ikibazo cyawe cya kabiri. Nigute umuntu ashobora kugera kubwigenge bwamafaranga mugihe afite akazi gahembwa make cyangwa gaciriritse kandi atuye mukarere gafite umuvuduko muke? Nzaborohereza hamwe nikigereranyo cya siporo. Igihe Usain Bolt yavumbuye impano ye yo kwiruka no gutwara shampionat, yagize amahitamo. Ashobora gukomeza kwiruka munzira yagateganyo hafi yinzu ye cyangwa ashobora kujya ahandi, nka Miami, kwitoza no kunoza ubuhanga bwe.

Impamvu nkoresha iki kigereranyo nuko byose biza kumico. Niba wifuza cyane ubwigenge bwamafaranga kandi ukamenya ko akazi kawe mumujyi muto utazakugerayo, uzabona uburyo bwo gukurikirana imishinga kuruhande hamwe nakazi kawe cyangwa gushakisha amahirwe ahandi hantu. Ntabwo nagumye muri Bénin niteze kugera ku bwigenge bw'amafaranga. Ahubwo, nimukiye i Burayi, hanyuma muri Amerika, hanyuma amaherezo yo mu burasirazuba bwo hagati kugira ngo nkurikirane amahirwe meza kandi ngere ku ntego zanjye z'amafaranga.

Urashobora kwimukira ahantu hamwe amahirwe menshi hanyuma ukagaruka niba ubishaka. Niba wibajije ibi bibazo, birashobora kwerekana ko utigeze ushakisha neza ibishoboka birenze aho uherereye. Igisubizo kiri mu kugira amatsiko adacogora yo kugerageza.

Olumide Ogunsanwo: Turashobora gukomeza kuganira kuriyi masaha, ariko birashoboka ko twagaruka ku nkuru. Wavugaga gahunda ya nyuma yo kubagwa yo kuva muri BCG.

Achani Samon Biaou: Mugihe natangije moderi yanjye ya Excel, nashizeho amahirwe yose yo gutembera muri sosiyete. BCG yari ifite gahunda yitwa Ambasaderi aho abajyanama 10% ba mbere bashobora kujya mu kindi gihugu. Abajyanama bagombaga guhitamo ahantu, kandi firime yagerageza guhuza kimwe mubyo bakunda. Nifuzaga kumara umwaka muri Afrika yepfo kugirango ndusheho kumenya ubumenyi bwishoramari ryimitungo itimukanwa, cyane ko nari nsanzwe mfite imitungo. Inararibonye zamfasha guhitamo niba natanga igishoro kinini ku isoko rya Afrika yepfo. Byongeye kandi, Afurika yepfo yari ihendutse, binyemerera kuzigama byinshi. Nshimishwa no kugerageza nkoresheje ingendo no kubona imico n'amahirwe atandukanye.

Olumide Ogunsanwo: Ku nyandiko ijyanye, nigeze kugira umushoferi wa Uber wari ufite ugutwi kw'ibara ryiza cyane mu gutwi kw'ibumoso. Nabanje gutekereza ko yumva umuziki wa rap, ariko byaje kugaragara ko yakoresheje amasomo yo kwiga icyongereza kugirango azamure ubumenyi bwururimi. Nubwo afite ibibazo, yariyemeje kwiteza imbere kandi akoresha amahirwe yose, harimo gutwara abagenzi, kugirango agere ku ntego ze. Uku guhura kwanyigishije ko tutitaye kumurimo cyangwa urwego rwinjiza, burigihe hariho amahirwe yo gukura kwumuntu. Birasaba gahunda isobanutse, kwiyemeza, nimbaraga zihamye zo gutsinda. Tekereza aho uriya mushoferi wa Uber azaba mumyaka itatu.

Noneho, kugaruka kuri wewe. Nigute wazanye gahunda yo kuzuza umushahara wawe wa BCG nishoramari ryimitungo itimukanwa? Wari usanzwe ufite akazi gahembwa menshi, none niki cyaguteye gufata iyo nzira? Kandi washohoje ute gahunda yawe?

Achani Samon Biaou: Nsubiye mu bwana bwanjye, papa yari rwiyemezamirimo wagize uruhare mu mutungo utimukanwa, ibyo bikaba byarampaye gusobanukirwa hakiri kare gushimira umutungo. Igihe naguraga umutungo muri Afurika y'Epfo, abo twakoranye na BCG bashidikanyaga maze batanga igitekerezo cyo gukoresha umushoramari wa robo, bavuga ko gushora imari bitoroshye. Ariko ibyambayeho mubana hamwe na Yoruba, bizwi mubucuruzi no kwihangira imirimo, byahinduye imyumvire yanjye. Igitekerezo cyo gukuramo amafaranga kuva igihe cyaranyumvise. Numvaga ntagabanije kugurisha igihe cyanjye kuko hari amasaha menshi kumunsi. Ariko,

niba nshobora kubyara inyungu mubintu bishobora gupima ubwigenge, bya-
ba byiza. Niyo mpamvu nahisemo gushakisha imitungo itimukanwa
nkamahirwe yo gushora imari.

Mu ruzinduko muri Afurika y'Epfo ndi kumwe n'umukunzi wanjye icyo
gihe, nabonye ibiciro by'umutungo ntangazwa n'ukuntu bihendutse uger-
eranije n'ahandi nk'Ubufaransa. Byanteye amatsiko, mpindura ibiciro
amadorari. Hamwe namafaranga kuri konte yanjye, nasanze rwose nshobora
kugura inzu. Nabonye ari amahirwe yo kugerageza. Abantu benshi bakunze
gushidikanya kuko bibanda kubintu byose bishobora kugenda nabi. Ariko
niba udafashe amahirwe no kugerageza, ntuzigera ubona ibintu byose
bishobora kugenda neza.

Olumide Ogunsanwo: Rwose, gusesengura birenze birashobora ku-
tubuza gufata ingamba. Dukunze kubaka moderi na ssenariyo bigoye bihin-
duka urwitwazo rwo kudakurikirana intego zacu. Ni ngombwa kuringani-
za isesengura nubunyangamugayo kubyerekeye intego n'intego mubuzima.
Noneho, reka twibire mubikorwa byogushora imari mumitungo itimukan-
wa.

Achani Samon Biaou: Nkunda kuganira kuri uru rugendo kuko ruku-
biyemo intambwe yatekerejwe neza n'amakosa nakoze. Ubwa mbere, reka
dusuzume ibivugwamo. Narebye ishoramari mu bihe bitatu:

Igihe gito: Wibande ku ishoramari ryatanga amafaranga menshi yo
kwishyura kugirango yishyure ubuzima bwumwaka utaha. Amafaranga yin-
jira mu mutungo utimukanwa yari isoko nyamukuru kubera guhagarara
kwayo no guteganya amafaranga ateganijwe.

Igihe giciriritse: Shakisha ishoramari ryungukira mu iterambere mu mya-
ka mike iri imbere. Nibanze ku isoko ryimigabane na crypto zimwe, nibanda
kubigega byiterambere ariko nanone ntekereza kubiguzi byagaciro. Ubu-
sanzwe imigabane yerekana inzira nziza mugihe cyimyaka 2-5.

Igihe kirekire: Fata ibyago byinshi-bishobora guterwa amafaranga men-
shi mumyaka 7 kugeza 15. Nashora muntangiriro nkumushoramari wumu-
marayika kandi ngura ubutaka mubihugu bifite ifaranga rihamye, aho iter-
ambere rikunda kwihuta hafi yibintu byihariye. Intego yibi byigihe kirekire ni
ugushaka amafaranga nyuma yibintu bikomeye, nka IPO kubitangira cyang-
wa iterambere rishya rya zone kubutaka, mubisanzwe nyuma yimyaka icumi.
Nyuma yo kubitsa amafaranga, nongeye gushora hamwe muguhuza umutun-

go wigihe gito (nkumutungo), umutungo wigihe gito (nkimigabane), numutungo wigihe kirekire, hanyuma ngasubiramo ukwezi.

Olumide Ogunsanwo: Uratekereza ko uburere bwawe na so kuba rwiyemezamirimo ufite imitungo itimukanwa yabogamye kubitekerezo byawe?

Achani Samon Biaou: Rwose nabogamye kubera uburere bwanjye, ariko nakomeje gushyira mu gaciro kuri byo. Iyo ntaba, nari gushora imari mu kugura-kureka imitungo itimukanwa mu bihugu bifite inyungu nke, nka Benin cyangwa Ubufaransa. Ariko, gushora imari muri ibyo bibanza ntabwo byatanga umusaruro ushimishije keretse ukoresheje inyungu zingenzi zo gutanga imisoro, nubwo waba uhatuye. Gucukumbura imitungo itimukanwa byari kubogama kwanjye, ariko nemeje ko byumvikana. Afurika y'Epfo yari ifite impamvu zifatika kuri njye kuko gahunda yanjye ya mbere yari "gusezera" hariya nyuma yo kubona ubwigenge bw'amafaranga. Usibye inyungu nziza kumitungo itimukanwa, byanatanga uruzitiro rwo kurwanya amadovize kuva nabaho kandi nkoresha mumafaranga yaho. Ibi byagize uruhare runini mubikorwa byanjye. Kuba hafi yimitungo nabyo byanyemerera kugenzura ibyasanwa niba havutse ibibazo. Cyari icyemezo gishingiye kuri sisitemu.

Olumide Ogunsanwo: Ni ngombwa kutibwira ko kubera ko inshuti zawe cyangwa umuryango wawe bakurikije ingamba zihariye zo kwinjiza amafaranga, birahita bikubera byiza. Niba papa wawe na mama wawe bakoraga akazi, ntibisobanura ko ukeneye gukora akazi. Niba nyirarume ukunda ari rwiyemezamirimo, ntibisobanura ko ugomba kuba rwiyemezamirimo. Ntugarukire kubyo babonye. Shakisha ibishoboka byose kandi ufate ibyemezo ukurikije ibihe byawe bwite. Twese dufite aho tubogamiye kandi dukunda, ariko ni ngombwa kwegera ibyemezo dufite icyerekezo kinini kandi tugakora cyane kugirango tubitsinde. Bitabaye ibyo, urashobora kubura umuhamagaro wawe wukuri kugeza nyuma yubuzima. Ni ngombwa gushyiraho urwego rukomeye rwo gufata ibyemezo, kuko ingamba zimwe zishobora kugorana guhinduka. Samon, ushobora kandi gusangira imyaka n'ibitekerezo byawe mugihe watangiye gushakisha ishoramari ryimitungo itimukanwa?

Achani Samon Biaou: Natangiye gushora imari mu mutungo utimukanwa mfite imyaka mirongo itatu, nyuma gato yo kwinjira muri BCG kandi igihe intego yanjye yo kwigenga mu mari yari ikiri munsi ya miliyoni. Ariko, sinatinze kubona ko iyi ntego ari nto cyane kandi ko igomba kwiyongera cyane.

Natangiriye kuri stratégies 3-horizon, kandi imitungo itimukanwa yasaga nkicyiciro cyiza cyumutungo mugihe gito kuko nateganyaga ko nzakenera amafaranga yubukode mumyaka ibiri mvuye muri BCG. Nakoze ubushakashatsi mu bihugu bitandukanye, kandi Afurika y'Epfo yerekanye amahirwe y'ubukemurampaka nk'igihugu. Cyari gifite abaturage benshi bakodesha aho kugura ku rwego rwo hasi rw'ubukungu n'ubukungu, kandi guta agaciro kw'ifaranga byari bimwe byavuzwe kandi bigacungwa hanze y'ihungabana n'ibibazo by'isi. Igihugu cyari gifite Banki Nkuru yigenga kandi ikora neza kandi yari ikungahaye ku mutungo, bityo guta agaciro kw'ifaranga gutunguranye nko muri Zimbabwe, Arijantine, cyangwa Venezuwela ntibyashoboka.

Abanyafurika yepfo bakunda gushyira imbere kwishimira ubuzima ubu no gukodesha igihe kirekire, nkurikije ubushakashatsi bwanjye bufite ireme. Ibi bivuze ko nshobora gutegeka ubukode burenze kubice bimwe byabaturage nubwoko bwumutungo, bigatuma umubare munini wabatuye. Nagize igihe gito cyane cyimyanya kumitungo yanjye yose usibye umwanya umwe wohejuru wohejuru waguze nabi.

Olumide Ogunsanwo: [Wow]

Achani Samon Biaou: Dore indi ngingo y'ingenzi: Ku bijyanye no gushora imari mu bukode, ni ngombwa kwibuka ko inzu wahisemo gukodesha itagomba byanze bikunze kuba inzu utekereza kuba muri wowe wenyine. Imitungo ihebuje cyangwa yo mu rwego rwo hejuru akenshi ntabwo itanga inyungu zifuzwa zamafaranga, kuko amafaranga yubukode akenshi ananirwa gutsindishiriza amafaranga yakoreshejwe. Ahubwo, tekereza gushakisha inzira zindi. Kurugero, muri Afrika yepfo, guhindura inzu yari isanzwe hafi ya kaminuza mubice bito byubatswe na sitidiyo birashobora gutanga umusaruro ushimishije wa 20%, mugihe iherekejwe nubuyobozi bukora neza.

Olumide Ogunsanwo: Kugaruka gutangaje. Ni ubuhe bwoko bw'amazu wari ugamije kugura?

Achani Samon Biaou: Umukiriya wanjye nashakaga yari icyiciro cyo hasi-hagati, kandi nibanze ku bice bito bishoboka 1 byumba byibyumba. Imitungo yo mu rwego rwo hejuru ntabwo yumvikanaga kubyara amafaranga, kandi imitungo yo hasi-isaba urwego rwimbaraga zubutaka ntari nshishikajwe. Mu cyiciro cyo hagati-cyo hagati, nerekeje abantu bari intabera. gutangira umwuga wabo cyangwa uwagumye muri vortex ntoya ariko aracyakoreshwa. Bashoboraga kwigurira icyumba cyicyumba 1. Kugira ngo ntandukanye imitungo yanjye, naguze nabateza imbere bafite ibikoresho byiza muri iyo sambu, nk'ishuri rya Montessori, pisine nini, hamwe na siporo ngororamubiri. Muri Afrika yepfo, imitungo cyangwa ibigo bifite ibikoresho nkibi birashakishwa cyane, bigira ingaruka kubukode.

Kuruhande rwo gutanga, abitezimbere bakoze urufatiro. Bari bazi aho gari ya moshi itaha izaba, aho Deloitte yubakaga icyicaro gikurikira, n'aho ishuri ritaha rizaba. Ahanini nifatanije nabaterankunga bizewe mubijyanye nahantu, kurangiza kugihe, kurangiza neza, nibyiza. Ibyiza muri Afrika yepfo byateye imbere mubyiciro, nuko niyemeje gushora hakiri kare mugihe ibice byari bikiri kubakwa kandi abaguzi batindiganyije byatumye ibiciro biri hasi. Hariho amasoko make kandi bikenewe neza. Ibice byegereye ibyiza byakodeshwaga byihuse iterambere ryose rirangiye.

Gushora mumitungo bikubiyemo gusuzuma ibintu byinshi. Nibyiza gutangirira kumitungo mito no kuyicunga neza mugushira mubikorwa sisitemu yo gushaka abayikodesha, kugabanya akazi, no gukurikirana amafaranga ukoresheje ibikoresho nka Excel. Gukomeza kumenyeshwa ibijyanye n'imisoro hamwe n'amafaranga ashobora kwiyongera nabyo ni ngombwa.

Olumide Ogunsanwo: Noneho, muri make, ingamba zawe zo gushora imari muri Afrika yepfo yibanze kumyubakire yicyumba kimwe kubantu batangira umwuga winjiza amafaranga make. Wafataaanije nabateza imbere bakoze ubushakashatsi bukwiye kandi bafite iterambere ryiza. Wasesenguye igipimo cya cap, imisoro, ifaranga, nigipimo cyivunjisha. Nishimiye amahame mugaragaza hano.

Achani Samon Biaou: Iyo ntaba naranyuze muri ibyo byose, ntabwo nari kwiga ubu bushishozi. Nari kugura umutungo ntumva impamvu idatanga ibisubizo kandi nacitse intege kubushoramari buzaza. Ingingo imwe yinyongera nifuza gusangira, niyo mpamvu nyamukuru yatumye ngura umutungo muri Afrika yepfo, nubushobozi buke. Urashobora kugura ibyo byumba byicyumba 1 kumadorari 40.000 kugeza 70.000.

Olumide Ogunsanwo: Icyumba cy'icyumba 1 kuri kiriya giciro. Ibyo birashoboka ko ari byiza niba ROI ikora.

Achani Samon Biaou: Ibyo biguhatira kubaza ibibazo bikwiye, kwitondera, no kwiga amasomo meza. Iyo amafaranga yawe afite ibyago, birashoboka cyane kubaza ibibazo bikwiye. Nanone, iyo hari ikintu kibaye, shushanya amasomo meza muri yo. Kugira uruhu mumikino ni ngombwa. Muri Afrika yepfo, ubu ndashoboye kugera ku nyungu (net yumusoro ku nyungu) hagati ya 7% na 8% bivuye mubukode. Ibyo bivuze ko kugaruka mbere yumusoro ari 10% +. Mugihe igipimo cya capa ari ingirakamaro kumusaruro wumutungo, amafaranga yinjiza mumufuka aracyari hasi kubera amafaranga nkimisoro namafaranga yabakozi. Usibye umusaruro ukodeshwa, nungukirwa no kuzamuka kwishoramari. Mu myaka yashize, mubisanzwe mbona kuzamuka kwumwaka wa 3% kugeza kuri 7% kubushoramari bwanjye, kandi iyi nzira irashobora gukomeza byibuze imyaka 7 mbere yo kuringaniza. Birumvikana, kumenya igihe gikwiye cyo kugurisha ni ngombwa. Iyo usuzumye ibyo bintu byose, ishoramari ryumutungo rirashobora kuba kimwe mubishoramari byunguka kandi bifite ingaruka nke kuri benshi.

Olumide Ogunsanwo: Nibyiza, Samon, ubu tumaze kumva intangiriro nimpera yingamba zawe, reka tuvuge hagati. Nigute wagennye umubare wumutungo wagura? Nigute wahisemo uko bigenda?

Achani Samon Biaou: [Smile] Nishimiye ko wabajije. Nemera ko hagati ari ngombwa. Mu ntangiriro, nagombaga kugerageza kuko nta bumenyi nari mfite mbere yo gushora umutungo.

Olumide Ogunsanwo: Ihame ryamatsiko no kwifuza riza gukoreshwa hano. Wari ufite amatsiko ahagije yo gushakisha no kwifuza bihagije kugirango umenye icyo ukeneye kugirango ugere aho ushaka.

Achani Samon Biaou: Ingamba zanjye kwari ugushora 10% kugeza kuri 20% byumutungo wanjye ufite agaciro hagati yigihe kirekire nigihe kirekire, 80% byibanda kumitungo itimukanwa hamwe no kubitsa umusaruro mwinshi. Namenye intege nke zanjye, ni uko hatabayeho ingamba zishoramari zifite gahunda, amafaranga yaba yapfushije ubusa amafaranga adatanga umusaruro cyangwa kwicara ubusa kuri konti yanjye. Kugira ngo nkomeze indero, nemeje ko nakomeje gukoresha amafaranga yanjye. Nashizeho sisitemu aho konti yanjye ya banki itigeze ifata amadolari arenga 1.000 mubuzima bwanjye bwose muri BCG.

Olumide Ogunsanwo: Birakwiye ko tumenya ko ibyo byose wabigezeho mugihe ukora muri BCG, umwe mubikorwa bisabwa cyane kwisi. Irabaza ikibazo, ni uruhe rwitwazo abandi bafite rwo kudashakisha amahirwe mugihe bafite akazi? Samon nta rwitwazo yagize.

Achani Samon Biaou: Nibyo rwose. Abantu, nyamuneka, ntugire urwitwazo. Gukorera muri BCG byari kure yakazi 9-5. Akenshi natangiye gukora saa cyenda nigice njya kuryama nka saa mbiri za mugitondo. Noneho, dusubiye mu nkuru, ubu buryo bwasobanuraga iki? Byasobanuraga ko mfite gahunda yumwaka yo kugura imitungo kandi niyemeje kubitsa bidasubizwa hamwe ninguzanyo zigihe gito. Ibi bivuze ko nishyuye imitungo nari maze kwiyemeza kugura. Nabitse kalendari yiterambere rishimishije muri Johannesburg na Cape Town. Ibi bivuze ko umushahara wanjye ukimara kugera kuri konte yanjye, bukeye bwaho bwimurirwa ahandi kugura umutungo cyangwa gushora mububiko. Gusa nabonye ikiguzi cya buri kwezi cyamadorari 600 kugeza 800 $, yishyuye ubuzima bwanjye bukenewe. Ntamafaranga yubusa yari aryamye hafi kugirango ngerageze kugura bitari ngombwa. Ubu buryo bwerekanaga indangagaciro zanjye zishingiye kumikoreshereze nibyingenzi.

Olumide Ogunsanwo: Ntushobora kohereza amafaranga kuri konte yawe?

Achani Samon Biaou: Oya, byagiye byerekeza kubateza imbere. Nari maze kwishyura amafaranga adasubizwa umwaka wose, kandi narangije kwishyura. Iyo ntuzuza hejuru, natakaje umutungo. Amafaranga amaze guhunga, sinshobora kubyibuka keretse habaye ikibazo cyemewe n'amategeko. Amafaranga yiyemeje ntashobora kuyoborwa, kabone niyo byihutirwa. Nakoresheje amakarita yinguzanyo mugihe cyihutirwa.

Olumide Ogunsanwo: Yabonye. Mbere yo kwiyemeza ni ngombwa.

Achani Samon Biaou: Nukuri. Reka nsobanure neza. Nafashe kalendari yiterambere rishya rishimishije muri Afrika yepfo ndabara ibishobora kugaruka. Nibajije ibibazo nkibi, "Ese koko aha hantu haratanga ikizere? Haba hari gahunda yo kwagura gari ya moshi?" Nagereranije amafaranga yinjiza buri mwaka muri BCG, hanyuma menyesha abitezimbere ko nzagura imitungo itanu kugeza kumwaka. Nari nzi imitungo itanga umusaruro mwinshi muri Afrika yepfo kandi mfite gahunda isobanutse yumutungo nashakaga kugura buri mwaka, ndetse nigihe nigihe nkeneye kwimurira kubateza imbere. Abantu bamwe barambajije ibyabaye bitunguranye, kandi uburyo bwanjye bwo kubikemura bwari bworoshye. Numushahara munini, nabonye ikarita yinguzanyo yakoraga nka buffer hagati yimishahara.

Olumide Ogunsanwo: Abakoresha ibintu bitunguranye nkurwitwazo babuze icyo bavuga. Aho gukemura ibibazo byo hanze, dukwiye guteganya ibintu bishoboka cyane hagati ya median kandi dufite ubwishingizi cyangwa uburinzi kubibazo byo hanze. Kurugero, niba uguze SUV kubera ko rimwe na rimwe ukenera gutwara inshuti enye, nubwo 99% yigihe imodoka yawe irimo ubusa, noneho birashoboka ko wishyuye amafaranga menshi yo gut-wara. Mu buryo nk'ubwo, niba wishyuye inzu y'ibyumba bitatu kubera ko umuryango wawe usura kabiri mu mwaka cyangwa kubera ko utazi neza igi-he abashyitsi bazakenera kugumana nawe, nubwo ibyumba byo kuraramo bi-rimo ubusa 99%, noneho birashoboka ko ushobora kwishyura amafaranga menshi yo kubamo. Uyu ni umutego usanzwe murugendo rwo kwigenga kwamafaranga: Kwishura umutungo udakoreshwa kubera gukemura ibintu bigaragara. Ikibabaje, ibyumba byawe byo kuryamamo birashobora gutinza igihe cyubwigenge bwamafaranga mugihe cyimyaka 5-10.

Achani Samon Biaou: Ndabyemera rwose. Reka mvuge muri make iki gice cyishoramari hamwe nibitekerezo bike byingenzi. Icya mbere, ugomba kugira icyerekezo cyubwigenge bwamafaranga mubitekerezo. Ku bwanjye, nashakaga kwimukira muri Afurika y'Epfo kuko nishimiraga kuhatura. Nabaze ikiguzi cyo kubaho kandi mbara ingendo zo ku isi, hamwe no kongeramo buffer. Hanyuma, nahinduye intego zamafaranga mumigambi yigihe gito, hagati, nigihe kirekire. Nateguye gahunda yo kubyara inyungu zisubiramo amafaranga yo kubaho, bikubiyemo kugura ibyumba byibyumba 1, gushora mububiko hagamijwe gukuramo inyungu mumyaka 2+, no gushora abamarayika mubigo hagamijwe gukuramo inyungu muri 5+ imya-ka. Hanyuma, nashizeho uburyo bwo kwiyemeza kugirango gahunda iran-gire neza.

Olumide Ogunsanwo: Yego, iyo tworohewe cyane, tuba twishimye kandi ntitugire icyo dukora.

Achani Samon Biaou: Uburyo bwo kwiyemeza natekereje ni ukwishyu-ra mbere yo kubitsa. Reka tuvuge ko nashakaga kugura imitungo itanu hamwe na buri kubitsa igura $ 5,000 mumwaka. Nishyuye $ 25.000 yose ku-mitungo uko ari itanu muri Mutarama, kandi ayo kubitsa ntabwo yasubijwe. Nta kuntu nari gusubira inyuma. Nishe nta bugome. Hagati aho, nayoboye amafaranga yanjye yo kubaho nkurikije amafaranga ashingiye ku ndanga-gaciro, nshiraho ingengo y'amadolari 600-800 buri kwezi i Dubai. Amezi amwe yarenze ayo, ariko sinakeneye guteganya amadolari arenga 800 kuko nashoboraga gukoresha ikarita yinguzanyo kugirango nishyure ibirenze. Iyo nabonye umushahara utaha, nashoboraga kwishyura umwenda mbere yuko ikarita yinguzanyo itangira.

Hanyuma, nakoze ubushakashatsi bukomeye mpindura icyitegererezo cyanjye. Mu ntangiriro, naguze ibyumba 2 byibyumba 2 nicyumba 1. Ariko, sinatinze kubona ko ibyumba byibyumba 2 bifite umubare munini wimyanya myanya kuko imiryango ifite abana, ubusanzwe ikodesha imitungo nkiyi, ikunda kwimuka gake ugereranije nabashakanye cyangwa ingaragu. Nari ikosa ryanjye rya mbere, kandi namenye ko kugaruka kumyumba y'ibyumba 2 bitari byiza nubwo nabamo. Natakaje ibihumbi by'amadolari, ngurisha iyo mitungo, kandi nongeye gushora mu nyungu nyinshi.

Olumide Ogunsanwo: Yego, nibyo rwose twaganiriyeho - gushyiraho intego na pivoti. Wishyiriyeho intego, utangira kuyishyira mu bikorwa, kandi uhindura ukurikije iterambere ryawe. Gukurikirana ni ngombwa.

Na none, hari igihe abantu babaza amahitamo yawe kandi birashobora kugutera ubwoba, ariko ugomba guhora wibuka "impamvu." "Impamvu" ya Samon yari icyifuzo cye cyo kwigenga mubukungu. Niyo mpamvu yihanganiye guhangayikishwa no gushaka abafatanyabikorwa beza, igihugu cyiza nka Afurika y'Epfo, n'ubwoko bwiza bw'amagorofa - ibyumba by'ibyumba 1. Yatekereje uburyo bwo kwinjiza amafaranga, uwo bafatanya, nubwoko bukodesha gukurura. Birashobora kumvikana nkaho bitoroshye, ariko ndizera ko atari byo byahangayikishije Samon kuko yari afite intego yanyuma kandi akagira ibyo ahindura uko wagendaga ugana kuri yo.

Achani Samon Biaou: Ikintu ntavuze mbere, cyongereye imbaraga imbaraga zanjye, ni igihe natangiraga kwinjiza amadorari 1.000 yambere yinjiza buri kwezi mu mezi make. Hanyuma, yakuze igera ku $ 2000 kandi ikomeza kwiyongera. Nari nkiri gukora akazi kanjye kandi nkomera kumafaranga ashingiye ku ndangagaciro. Nongeye gushora amafaranga yubukode mubyumba byinshi. Byampaye umutekano, nzi ko niyo nabura akazi, nashoboraga gutura muri imwe mu nzu yanjye kandi nkakodesha abandi. Byari byiza. Byongeye kandi, kubera ko nari mfite uburyo bushya bwo kwinjiza amafaranga ntakoresheje, nahinduye neza uburyo bwimari yanjye. Uyu munsi, ndashobora kugura imitungo mishya buri mwaka gusa bivuye mubukode ninjiza. Mu myaka mike ishize, nabaga ndi i Dubai, Paris, cyangwa San Francisco, mugihe imitungo yo muri Afrika yepfo yaguze ubwabo.

Ntabwo nkeneye gushora amafaranga yinyongera keretse mpisemo gukore-sha byinshi mubindi bintu ubu ndi muri FIREDOM [Smile].

Olumide Ogunsanwo: Ntibisanzwe. Mbega inkuru. Niba ushobora ku-vuga muri make ibintu byingenzi byafashwe kubantu bumva ko imitungo itimukanwa ari inzira yo kwinjiza amafaranga ariko bakumva bafite ubwoba cyangwa batazi neza icyo gukora, byaba ari ibihe?

Achani Samon Biaou: Ubwa mbere, kunguka uburezi bwibanze kuby-erekeye ahantu runaka n'ubwoko bw'ishoramari. Wige uburyo bwo kubona amafaranga mubukode bwimitungo itimukanwa, gusobanukirwa umusaruro no gushora imari, no kumenyera amafaranga asanzwe. Soma byinshi ushob-ora kubona kuri enterineti. Icya kabiri, wibande ku ngamba zawe rusange. Ni izihe ntego zawe zo kwigenga mu bijyanye n'amafaranga? Umutungo utimukanwa urahuza n'izo ntego? Umutungo utimukanwa urashobora kuba amahitamo meza, ariko haribindi byinshi bishoboka bishobora kuguhuza neza. Niba uhisemo kumitungo itimukanwa, tangira gukora ubushakashatsi bugamije. Ni ibihe bihugu ukwiye gusuzuma? Ni ubuhe bwoko bw'imitun-go? Ntukemure amakuru rusange; shakisha ubumenyi bwihariye.

Olumide Ogunsanwo: Ntukigarukire gusa kubona imitungo itimukan-wa gusa aho utuye. Ntutekereze ko kubera ko utuye i Denver, muri Kolorado, ugomba gutunga umutungo uhari. Nuburyo bwa FOMO butaziguye. Kuba muri Denver ntabwo bivuze ko ukomereje aho. Samon yari i Dubai, agura umutungo muri Afrika yepfo. Wibuke, uri ikiremwa muntu gifite ubushobozi butagira imipaka nkumuturage wisi. Tekereza cyane.

Achani Samon Biaou: Nanjye nashora imari mu Bwongereza kandi nshakisha amahirwe muri Atlanta. Ni ngombwa kwiyigisha kubyerekeye aya mahitamo. Tangira uzi gusoma no kwandika no gushyiraho intego. Kora umwete ukwiye nkinzobere murwego. Shakisha inama kubantu bo muru-sobe rwawe bafite ubumenyi kubyerekeye ishoramari ryumutungo. Kugisha inama abantu bane cyangwa batanu bigomba kuguha amakuru ahagije kuby-erekeye ingamba zifatika nibishobora kugwa. Umaze kumenya ubwoko bwi-hariye bwamasezerano, nko guhinduranya cyangwa kugura-kugurisha, guku-sanya amakuru yambere kugirango uyobore ubushakashatsi bwawe. Ger-ageza ingamba zawe hamwe nigiciro gito, ariko utegure igerageza ryawe muburyo butuma uzumva ingaruka niba binaniwe.

Olumide Ogunsanwo: Yego, igiciro gito, ariko hamwe nuruhu runaka mumikino. Igishoro cyawe cyamadorari nigihe.

Achani Samon Biaou: Nukuri, amadorari nigihe. Kubwamahirwe, isi yuzuyemo uburiganya. Hafi ya 90% yibyo ubona kuri YouTube cyangwa Twitter nibinyoma cyangwa bituzuye nkana kuko buriwese aragerageza kugukurikirana. Kugira ngo ubyumve neza, ugomba kubona uburambe. Ntukishingikirize kubandi gusa kubumenyi bwawe.

Olumide Ogunsanwo: [Urwenya] Rangurura YouTube na Twitter.

Achani Samon Biaou: [Smile] Rwose. Umuntu wese avuga ibyo atekereza bizagushimisha. Ugomba gusohoka hanze ukunguka uburambe nyabwo. Bitabaye ibyo, uzarangiza ugatwikwa.

Icya gatatu, ntamahina. Abantu bamwe barashobora kubaza bati: "Mpa ibintu bitatu byo gukora." Nibyiza, ibintu bitatu nsaba bishingiye kuburambe bwanjye. Birashoboka cyane, hazabaho ibindi bintu bitatu bikureba kuri wewe. Ntutinye kunguka uburambe aho guhora utegereje kwigira kubandi.

Icya kane, wige. Niba ushora imari muri Afrika yepfo ukabura amafaranga utize amasomo ayo ari yo yose, ubwo rwose wabuze byose. Nubwo wabuze amafaranga, wigireho. Ntugakureho amarangamutima cyangwa amarangamutima. Ndakeka ko abantu bose kururu rwego bafite ibitekerezo byo kunegura. Niba umutungo wawe udakurura abapangayi, ntugahite ufata umwanzuro nka "Oh, Afrika yepfo ni imyanda yuzuye." Gerageza kumva impamvu utabonye abapangayi kandi niba abandi baratsinze. Nigute bakurura abapangayi? Nubikora, uzabona ubumenyi bwingenzi kumpamvu igice cyawe kidakurura abapangayi. Urashobora guhitamo gukuramo igishoro cyawe, ariko byibuze uzabikora usobanukiwe neza "impamvu."

Icya gatanu kandi amaherezo, shiraho uburyo bwo kwiyemeza. Twese duhura n'ibishuko. Mugabanye akazi ugomba gukora wishyira mubihe udakeneye no kubitekerezaho. Ku bwanjye, niyemeje kugura umubare runaka wumutungo kandi nishyuye amafaranga menshi adasubizwa, kuburyo bigoye guhindura ibitekerezo byanjye.

Kurangiza, nyuma yo kurangiza amashuri yubucuruzi, natangiye urugendo rugana ku bwigenge bwamafaranga. Mu ntangiriro, nari mfite icyitegererezo cyoroshye aho nashakaga kugera ku bwigenge bwamafaranga mumyaka ibiri namaze inama hanyuma nkubaka amashuri kubanyeshuri batishoboye. Nizeraga ko intego yanjye mubuzima kwari ugukurikirana ibikorwa byiza kandi bifite intego birenze gushaka amafaranga. Ariko, ubuzima bwanjye bwampatiye kongera gusuzuma. Nabonye ko ntakintu cyemewe, kandi nifuzaga kuba umudendezo wamafaranga kugirango nshobore kwibanda kubintu bifite akamaro. Nibwo naremye icyitegererezo cya Excel kugirango ngere ku gusohoka byihuse mubuzima bwibigo. Nashyize mu bikorwa gahunda yanjye, mboneraho umwanya, kandi nyuma yimyaka igera kuri itanu muri BCG, nabonye ubwigenge bwamafaranga hagati yimyaka mirongo itatu.

Olumide Ogunsanwo: Reka nongere nsubiremo ikintu cyingenzi kubatwumva. Ntabwo dushaka kuvuga ko abasomyi bagomba kugura ibyumba byibyumba 1 muri Afrika yepfo nkuko Samon yabigenje. Icyangombwa cyingenzi ni ugushiraho icyerekezo na gahunda yo kwigenga kumafaranga. Tegura gahunda yigihe gito nigihe kirekire, hanyuma utangire gufata ingamba mugihe uhuza inzira mugihe wungutse amakuru mashya. Mubyukuri, twaganiriye niba dushyiramo amakuru arambuye yumutungo utimukanwa wa Samon ushora muri iki gitabo kugirango twirinde abantu kwibanda ku mayeri aho kwibanda ku cyerekezo n'ingamba zikomeye.

Niba urimo usoma inkuru zacu ukibwira ko ugomba kugerageza kwigana inzira yacu kugirango tugere ku bwigenge bwamafaranga hagati yimyaka mirongo itatu, wabuze icyo ubivugaho. Intego ntabwo yihutira kugana ubwigenge bwamafaranga. Intego nukubaho ubuzima bwawe uko ubishaka. Turakomeza kubishimangira kuko nubwo ntari narigeze nshushanya ubuzima bwanjye mbere. Nari mfite icyerekezo kandi nkomeza gufungura amahirwe. Kurugero, iyo ntagira icyo kiganiro na Michael Sun, ntabwo nasabye MIT. Iyo ntaza guhura n'ibibazo mu kazi kanjye, ntabwo nari kujya Oxford. Nari mfite inyenyeri yo mumajyaruguru, ntabwo ikarita yubuzima yateguwe mbere. Inyenyeri yo mu majyaruguru yari kandi igomba kubaho nkana kandi ubwayo.

Nibyo ugomba gukuramo iki gitabo. Nigute ushobora kubaho ubuzima wifuza koko? Ni ibihe bikorwa ukeneye gukora? Ni izihe ndangagaciro ukwiye gushyira imbere? Tuzaganira kumayeri yihariye yo kwinjiza no kwinjiza kubwimpamvu nyuma. Ariko imitekerereze no kwishyiriraho intego nibyingenzi. Ugomba kwizera ko FI ishoboka kuri wewe.

Nkuko nabivuze kare muri iki gitabo, icyizere cyo kubaho mu bihugu biri mu nzira y'amajyambere ni imyaka 50, mu gihe mu bihugu byateye imbere ari imyaka 70 kugeza 80. Urebye iki gihe gito, niba usanzwe ufite imyaka 20 cyangwa 30 ukumva iki gitabo, ufite igihe gito cyo gukora ubuzima bufite intego kandi bwuzuye. Noneho kuki utagira ubutwari ukagerageza ukundi? Ni ikihe kintu kibi gishobora kubaho? Nibyiza kubaho ubuzima bufite intego kuruta kujyana gusa, kuko bishobora kutakuyobora aho ushaka.

Achani Samon Biaou: Baho ubuzima bwawe rwose. Tekereza ubwigenge bwamafaranga nkinzira yo kwigobotora inzira yagenwe ubuzima bukunze kudushiraho. Inzira isanzwe itubwira gukora kugeza 65 cyangwa 70 hanyuma tugasezera. Abantu bamwe bakora kugeza 65 bakusanya ubutunzi bukomeye, nyamara bakumva ko bazimiye kuko batigeze bagira amahirwe yo kumenya umwirondoro wabo cyangwa gukurikirana irari ryabo.

Ubwigenge bwamafaranga bugufasha kwandika iyo nyandiko. Ntugomba gutegereza kugeza 70 kugirango wibaze, "Ndi nde?" cyangwa "Ndashaka kumara ikiruhuko cyanjye he?" Ahubwo, fungura inyandiko hakiri kare mumyaka yawe ikora. Tangira wumva uwo uriwe nibiki bikuzanira umunezero. Tekereza gukora ikintu ukunda ubuziraherezo, utitaye ku ndishyi zamafaranga. Noneho, shakisha uburyo ushobora kugera kuri iyo ngingo byihuse, utiriwe uhangayikishwa namafaranga. Ngiyo amateka yanjye yatinze nyuma yishuri ryubucuruzi.

Olumide Ogunsanwo: Ndabashimira ko mutugezaho inkuru zidasanzwe. Mugihe utangiye inzira yubwigenge bwamafaranga, uzagira ibyiyumvo byo guhumurizwa, kwishima, nibyishimo. Icyizere cyawe kiziyongera mugihe ubonye iterambere ryawe. Ubwonko bwacu bufite insinga zo kutuzanira umunezero mugihe twumva iterambere rigana kubyifuzo byacu. Ariko, ibyo byose birashobora kubaho mugihe ufashe iyo ntambwe yambere. Utabanje gutangira, ntushobora kugera kuri iyo ngingo yo gusohozwa. Ndagushishikariza rero gutangira uyu munsi. Mubyukuri, tangira nonaha. Shira ku ruhande iki gitabo hanyuma utangire utegure icyerekezo gikomeye kandi ufate ingamba za buri munsi zijyanye nigihe kizaza cyamafaranga. Nzakubona mu gice gikurikira!

6C: Amahame yo Kwinjiza Amafaranga Kwiyongera & Indangagaciro-Gukoresha

Olumide Ogunsanwo: Murakaza neza kuri iki gice aho dusuzuma amahame yo kwinjiza amafaranga menshi no gukoresha indangagaciro. Tuzabigabanyamo ibice bitatu: gusobanura amahame, kuganira uburyo byihutisha ubwigenge bwamafaranga, no gutanga amikoro yo gukomeza kwiga. Reka duhere mu kwibiza mu kwinjiza amafaranga menshi.

Achani Samon Biaou: Ndabona ibigereranyo bifasha muburyo bwo gusobanukirwa neza. Ushobora kuba umenyereye ibigo bitangiza nuburyo bakusanya amafaranga kubashoramari. Guha agaciro isosiyete igena agaciro kayo. Noneho, tekereza nawe nk'intangiriro ufite igiciro cyihariye. Amafaranga yinjira cyane ni inzira yo kuvumbura agaciro kawe no kumenya uburyo bwo kuyishyura.

Olumide Ogunsanwo: Kugwiza amafaranga yawe ni kimwe mu bintu bikomeye, niba atari byo, mu rugendo rugana ku bwigenge bw'amafaranga. Nubwo bishoboka kugera kubwigenge bwamafaranga nubwo twinjiza amafaranga make, usanga bigoye cyane. Noneho, kuki utakoresha umutungo wawe ukomeye - ubushobozi bwa muntu - kugirango winjize? Nibyo turimo gushakisha uyu munsi: kwinjiza amafaranga menshi. Ndashishikariza abasomyi gushakisha amahirwe menshi yo kubaka ubutunzi kuri bo. Tangira usuzuma amahitamo ahuza ubumenyi bwawe, ubuhanga, inyungu, ibidukikije, nubusabane. Dore inzira zimwe zo kurema ubutunzi:

Ubwa mbere, hariho akazi gakondo cyangwa umwuga. Uhindura umwanya wawe nubuhanga kumushahara uva muri sosiyete. Akazi karashobora gutanga inyungu ihamye, ariko ntishobora gutanga amahirwe angana yo gutera imbere nko kwihangira imirimo.

Icya kabiri, hariho kwihangira imirimo no kwihangira imirimo. Urashobora guteza imbere ibicuruzwa cyangwa serivisi byongera ubuzima bwabakiriya, nkibitabo, amasomo, blog, podcast, cyangwa gutangiza francise. Ubundi buryo ni ugushiraho imyitozo yumwuga, nko kuba umuganga, umunyamategeko, umucungamari, nibindi. Ubundi, urashobora gutanga serivisi nka frelancing, gutoza, kugisha inama, cyangwa no kwitabira ubukungu bwa gig. Kwihangira imirimo birashobora kuba inzira nziza yo kwegeranya ubutunzi, nubwo bitwara ibyago byinshi byo gutsindwa.

Izi nzira ebyiri zibanza zirashobora gukurikiranwa nta shoramari ryimbere. Byongeye kandi, inzira ya gatatu yo kubaka ubutunzi ikubiyemo ishoramari, risaba igishoro cyambere. Ishoramari rirashobora gutanga umusaruro uhamye mugihe, ariko kandi bitwara ibyago byo gutakaza amafaranga. Mu gice cya 6A, twasuzumye ubwoko bwishoramari murwego rwa ESIPL, harimo ishoramari ryamasoko ya leta, imitungo itimukanwa, imari shoramari, imigabane yigenga, gushora abamarayika, gukoresha amafaranga, ibicuruzwa, gucuruza amadovize, gukusanya, kuguriza kwa bagenzi bawe, hamwe na konti yo kubitsa inyungu. Tuzibanda cyane rero kumurimo wakazi no kwihangira imirimo, dukoraho muri make ishoramari ryisoko rusange hamwe numutungo utimukanwa kuko aribwo buryo bwiza bwo gushora imari kuri benshi.

Nakuyeho nkana gukina urusimbi, impano, inkunga, umuyaga, kwishyura ubwishingizi, gutsindira tombola, no kuzungura nkuburyo bwo kubaka ubutunzi kuko FIREDOM yibanda kuburyo butunganijwe kandi burambye bwo kubaka ubutunzi, aho kwishingikiriza kumahirwe kandi adasanzwe.

Ihitamo ntirishobora gutandukana, kandi inzira nyinshi zirashobora gukurikiranwa icyarimwe. Byongeye kandi, ingero zavuzwe hano zerekana igice gusa cyamahitamo aboneka. Urufunguzo rwo kurema ubutunzi ruri mugutanga ikintu cyagaciro abandi bifuza cyangwa bakeneye. Nkigisubizo, ntidushobora na rimwe kuba urutonde rwuzuye rwamahirwe yo kubyara ubutunzi, nkuko ibyo abantu bakeneye bikomeza kugenda bihinduka, bikingura amahirwe mashya yo guhanga umutungo burimunsi.

Achani Samon Biaou: Nibyo rwose. Nishimiye uburyo wabishyizeho. Biroroshye kubyumva kandi bifatika, cyane cyane kubatangiye cyangwa bakeneye guhanga muri iki gikorwa.

Ndashaka kongeramo urundi rwego: icyerekezo cyo kugereranya. Igihe icyo ari cyo cyose mu mwuga wawe, ugomba gushobora kwicara ukibaza uti: Ubuzima bwanjye bwo gushora imari, imbaraga, n'imico bifite agaciro kangana iki? Ni ikibazo kitoroshye gusubiza. Aho niho intambwe ikurikira iza - kumenya uburyo bwo kugereranya ibintu, bisa nibyo Olumide yavuze. Reka ntange urugero rwanjye: Igihe nakoraga muri Deutsche Telekom nkaba umujyanama wa tekiniki, nagize impamyabumenyi ihanitse mu bumenyi bwa mudasobwa n'ubuhanga bw'amashanyarazi. Nari mfite amahirwe yo guhuza imiterere ya geografiya n'amahirwe yo gutembera kubera pasiporo itagira ikibazo. Kubwibyo, nashoboraga gusuzuma uko nshobora kuba ingirakamaro muri buri cyiciro wavuze, Olumide. Ku bwanjye, nari mfite akazi mu cyiciro cya mbere.

Olumide Ogunsanwo: Yego, ni ngombwa gusuzuma umushahara ushobora kwitega hamwe nubuhanga bwawe.

Achani Samon Biaou: Nibyo. Ni ngombwa gusesengura ubushobozi bwawe no gushakisha uburyo ushobora gukoresha ubumenyi bwawe kugirango ugere ku nyungu nyinshi. Fata akanya utekereze kumafaranga menshi ushobora kugeraho muri buri cyiciro Olumide yavuzwe. Reka nguhe urugero nkurikije uburambe bwanjye. Nagize amahirwe yo gusura ibihugu byinshi no kuvuga indimi nyinshi, kandi nakuye impamyabumenyi muri kaminuza izwi cyane yo mu Burayi. Nabajije agaciro kanjye mbona ko nshobora gukora akazi kamwe mu gihugu kitagira umusoro gihuza n'urukundo rwanjye rwo gutembera. Nagereranije itandukaniro rishobora gukora.

Olumide Ogunsanwo: Wasesenguye imiterere yawe kandi ugaragaza levers ushobora gukurura kugirango winjize amafaranga menshi.

Achani Samon Biaou: Nukuri. Nijyanye no gusesengura ubushobozi bwawe bwa none no gusuzuma umutungo wubwenge ushobora kubona kugirango utegeke amahirwe menshi. Ibi nibyo nise guhinduka kwinjiza-gusoma, abantu benshi birengagiza. Kurugero, abantu bamwe barambaza uburyo bwo kubona amafaranga menshi, ariko iyo ntanze inama yo gukora ubushakashatsi mubihugu bitagira umusoro cyangwa imisoro, banyitezeho gutanga urutonde. Niba usaba urutonde, urashobora kubura disiki kugirango ikore. Amakuru arahari kumurongo-fata iyambere kugirango uyishakire wenyine.

Abantu bamwe barenze gushakisha igihugu kitagira umusoro kandi bibanda kumijyi yihariye. Basomye kubijyanye nubuzima bwo kubaho bahita birukana igitekerezo kuko bisa nkaho ari byinshi bishingiye kubushakashatsi bwibanze. Nyamara, ikiguzi cyo kubaho ntigisanzwe kandi gishobora gucungwa hafi aho ariho hose. Kurugero, nubwo Dubai izwiho ubuzima buhebuje, nashoboye kubaho ku madolari 800 ku kwezi.

Olumide Ogunsanwo: Hariho impuzandengo yo kubaho, kandi hariho ikiguzi cyawe cyo kubaho. Ni microcosm yigitekerezo cyagutse muri iki gitabo. Hariho impuzandengo y'urugendo rwamafaranga kandi hari urugendo rwawe rwo kwigenga mumafaranga, rushobora kuba mumyaka makumyabiri, mirongo itatu, mirongo ine na mirongo irindwi na mirongo inani. Ntukemere ko ibitekerezo byawe byateganijwe bigabanya ubushakashatsi bwawe bwo kwinjiza amafaranga menshi no kwinjiza umutungo. Amateka yawe no kubogama ntibishobora guhuza amahirwe meza kuriwe. Ibyahise byawe ntibisobanura ubushobozi bwawe.

Reka tuvuge, hypothetically, so yari nyiri resitora. Usanzwe ushimishwa no gutekereza gutunga resitora nkuburyo bwo kwinjiza amafaranga menshi, ariko birashoboka ko mubyukuri ufite ubushobozi bwubwenge bushobora kuba bwiza kubushoramari bukodeshwa. Urashobora mubyukuri kuba mwiza kubona akazi ka societe murwego runaka ukunda kandi ushobora kubona amafaranga menshi. Niba usanzwe mu kazi, urashobora gutekereza ko akazi aribwo buryo bwiza bwo gushaka amafaranga. Birashoboka ko atari byo. Birashoboka ko mubyukuri ufite ubuhanga buvukana, impano nuburyo bwimibanire kugirango wubake ubucuruzi butangaje. Mu buryo nk'ubwo, ba rwiyemezamirimo bashobora kuvuga ko gutangiza umushinga ari yo nzira ihebuje y'ubutunzi, ariko ibyo ntibishobora kuba kuri buri wese.

Nta buryo bwiza bwo kubona amafaranga, ariko hashobora kubaho inzira nziza <u>yo</u> kubona amafaranga ukurikije ubumenyi bwawe bwa none kandi bushoboka, ubuhanga, umubano, ibihe nibidukikije. Gutohoza uburyo bwose bwubaka ubutunzi kandi ukomeze ibitekerezo bifunguye kugirango ukomeze gusuzuma, kugerageza no guhindura.

Irinde kwanga ingamba zo kubyara abandi, cyane cyane niba utabisobanukiwe neza. Ibyo byerekana gusa kubogama kwawe. Umuntu washoye mumigabane arashobora gupfobya imitungo itimukanwa kuko adashaka gukemura ibibazo byayo, mugihe rwiyemezamirimo ashobora kwanga igitekerezo cyo gukorera undi. Twese dufite ibyo dukunda, ariko ni ngombwa kubaha no gushima amahitamo abandi bahitamo ukurikije ibihe byabo.

Mfite aho mbogamiye. Nkoresha cyane cyane umwuga wibigo no gushora imari kugirango ninjize, ariko ntakindi mfite uretse kubaha ba rwiyemezamirimo, abashoramari batimukanwa nabandi bose bakurikiza ingamba zitandukanye zo gukusanya umutungo. Twese turi abavandimwe na bashiki bacu tugerageza kumenya amahitamo yatwumva neza.

Achani Samon Biaou: Ndashaka kongeramo ingingo ebyiri kuriyo. Icyambere, ntugafatwe nubumuga bwo gusesengura. Niba ukora ubushakashatsi ku masomo kandi hari ibiciro byinshi, ntukoreshe umwanya munini wo gusesengura udafashe icyemezo. Gufata ibyago no kwigira kubitsinzwe birashobora gutanga ubumenyi bwingirakamaro kubibazo bishobora gufata. Icya kabiri, uzirikane kubogama. Abashinze gutangiza bashobora kuvuga ko aribwo buryo bwihuse bwubutunzi, ariko ikigaragara nuko benshi batangiye binanirwa. Ku rundi ruhande, kuba umufatanyabikorwa mu kigo ngishwanama nyuma yimyaka yo gukoresha amafaranga ashingiye ku ndangagaciro bishobora gutuma habaho ubutunzi bukomeye.

Olumide Ogunsanwo: [Smile] Kandi umufatanyabikorwa ntabwo yagombaga kurara ibitotsi atekereza kubakiriya, ibicuruzwa nibicuruzwabikwiranye-isoko. Twese dukeneye kurushaho gushishikarira gushaka amahirwe. Ntugahuze cyane n'inzira yawe y'ubu, cyane cyane niba ari imwe warangije ukurikije ibihe. Aho kureba hasi muburyo butandukanye bwo kubaka ubutunzi, reka dushishikarize amatsiko no gusobanukirwa impamvu abantu bahitamo inzira zindi.

Achani Samon Biaou: Ndabyemera. Reka ntange urugero rwo kubigaragaza. Muri Kamena 2022, igihe nari mu karere ka Bay, mfata Uber maze ntangiza ikiganiro n'umushofer i. Byari bimwe mubushake bwanjye bwo gusobanukirwa nubuzima butandukanye. Mugihe twaganiraga, nasanze umushoferi wari ufite umugore numwana, yakoraga amasaha 40 yicyumweru. Yibanze cyane ku kugenda ku kibuga cy'indege, yihagararaho ahantu nka Googleplex, ikigo cya Meta, cyangwa ikibuga cy'indege mu bihe by'urugendo rwo hejuru kugira ngo yinjize byinshi. Nubwo yakoraga akazi kadasanzwe, yinjizaga amadorari 12,000 ku kwezi.

Olumide Ogunsanwo: Wow, ntibishoboka.

Achani Samon Biaou: Gusa bigenda byerekana ko imirimo idasanzwe hamwe ninzitizi zuruhande, nko gutwara Uber, bishobora gutanga umusaruro mwinshi. Kurugero, niba usanzwe ufite akazi muri Google kandi ukishimira gusabana, ushobora gutekereza gutwara Uber mugihe cyawe cyakazi kugirango winjize amafaranga yinyongera. Urashobora no kwandika ibyakubayeho nkumushoferi wa Uber ukoresheje blog, podcasting, cyangwa kwandika, bityo ukongera umushahara wawe.

Olumide Ogunsanwo: Iki gitekerezo gihuza n'amahame yagutse twa-ganiriye kare. Muguteza amatsiko no kwifuza gushakisha ibirenze inzira yawe igezweho, urashobora kuvumbura ubundi buryo bwo kwinjiza ama-faranga menshi. Birakwiye ko usuzuma ubundi buryo aho gutsimbarara gusa kumurimo gakondo no kumara umwanya wo kwidagadura mubikorwa nko kureba Netflix no kuzenguruka kuri Instagram. Gukurikirana izindi nyungu zinjiza bifite ubushobozi bwo kwihutisha urugendo rwawe rwigenga rwama-faranga. Gufata ibyago no kugerageza bisaba ubutwari, ariko ntibisobanu-ra byanze bikunze kureka uruhare rwawe kugirango ushakishe izindi nzira zo kwinjiza amafaranga. Kurugero, niba ufite resitora, kuki utashiraho ibi-curuzwa byuzuzanya nka blog ya resitora? Icyangombwa ni ugukomeza am-atsiko no kugira ubutwari bwo gufata ingamba. Umuntu wese agomba ku-menya uburyo bwo kubyara umutungo azakurikirana kugirango agere ku ntego zabo zamafaranga.

Achani Samon Biaou: Urakoze. Ndashaka kongera ikindi gitekerezo. Niba utishimiye kwihesha agaciro nkubucuruzi, byibuze utekereze kwibwira ko uri umushoramari kugirango winjize amafaranga menshi. Dore inzira es-hatu: Icya mbere, ubushakashatsi no kumenya amahirwe yo kubaka ubutun-zi mubidukikije. Icya kabiri, fata umwanya wawe, imbaraga zawe hamwe na-mafaranga make yambere, nibiba bikenewe, murimwe muri ayo mahirwe. Ndetse ishoramari rito rirashobora kugutera imbaraga, kwiga, nimbaraga zo gukora neza. Icya gatatu, numara kubona ibyiringiro byizewe, ongera kuri portfolio yawe yibikorwa byinjiza inyungu, hanyuma utangire hejuru yubushobozi bushya bwo kubyara.

Urugero, igihe nageraga i Lagos, nari nzi bike cyane kubyerekeye umujyi. Ariko muminsi mike, natangiye gusuzuma amahirwe atandukanye yinjiza. Nabajije ibibazo nkibi: Nangahe ushobora kubona ukorera McKinsey? Bite se kuri banki cyangwa gutangiza? Byagenda bite se niba ufite imodoka ya Uber ugakoresha umushoferi? Bite ho gushora imari muri cryptocurrencies? Iyo umuntu yasabye imitungo itimukanwa i Lagos, nasuzumye imibare. Nkurikije ubunarariribonye bwanjye hamwe nishoramari muri Afrika yepfo, nashoboraga kugereranya no kumenya vuba ko kugura imitungo itimukanwa muri Nigeriya atari byo byiza. Ni ngombwa kwirinda kunyeganyezwa n'icy-erekezo kimwe hanyuma ugasuzuma ibyakubayeho n'ubushishozi.

Amaherezo, nasanze amahirwe yo gutanga inguzanyo yanshimishije.

Yatanze inyungu nziza muri USD. Isosiyete itanga inguzanyo yari ifite uruhu mumikino, kuburyo batashoboraga kubona inguzanyo nyinshi cyane kurubuga rwabo. Kugerageza amazi, natanze amafaranga make, 20.000 $, kubwamahirwe. Ninjiye mu magambo arambuye mbonana n'umuyobozi mukuru, nsuzuma ubukungu bw'ishami, gusuzuma abakiriya b'iki gihe, no gusuzuma uko ubukungu bwabo bwifashe ndetse n'uburyo bwo gusuzuma ingaruka. Ntugomba kuba umushoramari wumushinga kugirango ubaze ibi bibazo. Niba hari ikintu gisa nkicyiza kuba impamo, nkisezerano ryo gukuba kabiri amafaranga yawe mugihe inyungu nyayo ishoramari ari 20% gusa, biragaragara ko urimo ukora gahunda ishobora kuba piramide.

Olumide Ogunsanwo: [Urwenya]

Achani Samon Biaou: Nzanye izo ngero kugirango byorohereze abantu bitanga urwitwazo. Gutekereza nkumushoramari kugirango yinjize byinshi ntabwo bisaba imibare ihanitse cyangwa ubumenyi bwimari. Niba uzi gucunga umushahara wawe kugirango ukoreshe ubukode kandi ugifite amafaranga asigaye, noneho urashobora kumva imari shingiro. Ariko icyangombwa nukurenga ibitekerezo kandi mubyukuri ufite uruhu mumikino. Uruhu mumikino ruzagusaba kubaza ibibazo bikwiye no gusobanukirwa ubucuruzi. Kuba umushoramari mwiza ntibibaho ijoro ryose. Ugomba kunyura mukuzenguruka kandi birashoboka ko ushobora no gutsindwa. Ntushobora kwitega kuba umushoramari ako kanya mugihe ucumbitse mucyumba cyawe hamwe na Netflix kuruhande rumwe na porogaramu zidasanzwe kurundi ruhande.

Olumide Ogunsanwo: Rimwe na rimwe numva abantu bakoresha imvugo yo gutsinda-urwitwazo rwo kwirinda gushakisha amahirwe yo kubaka ubutunzi. Kurugero, umuntu arashobora gushaka gushora mumitungo ikodeshwa ariko akanga igitekerezo avuga ati: "Sinzi niba nshobora gutangira ubu. Ahari mumyaka itanu cyangwa icumi." Cyangwa barashobora gutekereza bati: "Uyu muntu watsinze ishoramari ryubukode agomba kuba umunyabwenge kandi afite amasano meza kundusha." Ndashishikariza abantu gusoma ibice byerekeranye no kwiyizera no kwigira mbere mugitabo kugirango batsinde urwitwazo.

Achani Samon Biaou: Nishimiye gutangira. Nkumwimukira, ni ngombwa kumenya imbaraga zawe nimbibi. Imbaraga zacu ziri mu kutagomba gukurikiza urwego runaka. Ntabwo twikoreye imitwaro yumuco yigihugu

twimukira, kandi tugomba kubikoresha kubwinyungu zacu. Iyo twimukiye
mu bindi bihugu, tugomba guhitamo imigenzo dushaka gukurikiza cyangwa
kujugunya. Kurugero, ahantu nka Dubai, ahari ibintu byinshi byiza, birager-
ageza kugura Lamborghini kugirango ihuze gusa. Ariko ibyo bigwa mu-
mutego wo kugura ikintu kugirango ube uwabo.

Olumide Ogunsanwo: Yego, inzitizi zikomeye mu rugendo rwawe rwo
kwigenga mu bijyanye n'amafaranga ni FOMO, kandi urwo ni urugero rwiza
rwarwo. Ntushobora no gukunda imodoka nziza, nyamara ugura imwe kuko
abandi barayifite. Ariko tuvuge iki niba intego zabo n'indangagaciro zabo zi-
tandukanye n'izawe? Urimo gutangira inzira idahuye nindangagaciro zawe
nyazo, kandi birashobora kugutera kutanyurwa.

Achani Samon Biaou: Iyo wimukiye mu gihugu gifite ubutunzi buri
hejuru kuri buri muntu, ni ngombwa gushyira imbere intego zawe n'ibyifuzo
byawe aho gukurikiza imigenzo yaho. Kurugero, muri UAE, ntushobora
kubona Emirati cab abashoferi cyangwa abategereza. Niba ugezeyo
ukirukana amahirwe nko gukora nka tagisi bitewe na status igaragara,
urashobora kwirengagiza inzira zishobora gutera imbere mubukungu. Mu
buryo nk'ubwo, muri Amerika, amakarita y'inguzanyo arashishikarizwa
cyane, ariko ntibisobanura ko ari akamenyero keza k'amafaranga gukurikiza.
Mugihe hashobora kubaho imanza zemewe nko gukoresha amakarita yin-
guzanyo kugirango ubone amanota cyangwa gushora imari mubucuruzi, ni
ngombwa gusuzuma buri kibazo ukurikije ibihe byawe bwite n'intego zawe.

Olumide Ogunsanwo: [Aseka] Bite ho niba nkoresheje ikarita yin-
guzanyo ngura TV ya santimetero ijana ntashobora kugura?

Achani Samon Biaou: [Urwenya] Nkumuntu wo hanze, abimukira
cyangwa abimukira, gutsimbataza imitekerereze ikomeye kandi yibanze ni
ngombwa. Nahuye n'inshuti z'Abanyafurika baba mu Burayi bagaragaza im-
pungenge zo kwimukira mu bihugu by'Ikigobe ndetse niba abagore bahatir-
wa kwambara igitambaro cyangwa hijab. Mu gusubiza, ndasaba inzira ebyiri.
Ubwa mbere, koresha ibitekerezo binegura kandi ucukure kurenza amakuru
yatanzwe nibitangazamakuru rusange cyangwa inkuru iyo ufata icyemezo
gikomeye. Kora ubushakashatsi bunoze, ndetse usure ahantu havugwa, ku-
girango utandukanye imyumvire itari yo nukuri. Icya kabiri, wemere ibitek-
erezo byigenga kandi usuzume ibibazo ukurikije indangagaciro zawe. Nubwo
igitekerezo cyo kwambara igitambaro cyo ku gahato gishobora kuyobya ubu-

rari, ni ngombwa kumenya ko abantu bose batagomba kwambara. Gushak-
isha byoroshye kuri interineti cyangwa gushakisha ukoresheje imbuga nko-
ranyambaga bizagaragaza abantu ku giti cyabo bagaragaza ibyo bahisemo,
harimo na moderi zambara bikini ku nkombe. Ariko, nkumunyafurika, ni
ngombwa gukemura ibibazo bijyanye n'ivanguramoko, bishobora kugira in-
garuka zikomeye kubyo wiboneye. Ntabwo nshaka kugabanya akamaro
k'ibindi bibazo, ariko nkumunyafurika ubaza igitambaro cyo mumutwe,
kumva no kurwanya ivanguramoko nabyo bigomba kwitabwaho.

Olumide Ogunsanwo: Akenshi, iyo abantu babajije ibibazo nkibi, baba
bashaka urwitwazo. Nigeze kumva umuntu avuga ko ashaka gushora imari
mumitungo itimukanwa ariko imbogamizi yabo ikomeye nuko babanje
gushiraho LLC. Abandi bavuga ko badashishikajwe no gushora isoko ryimi-
gabane kuko isoko rishobora guhanuka igihe icyo aricyo cyose. Aho gutan-
ga urwitwazo, nibyiza kwibanda mugusubiza ibibazo byibanze byambere: In-
tego zanjye zamafaranga ni izihe? Ni amafaranga angahe ushaka kubona ku-
girango uhuze intego zanjye zamafaranga? Umutungo utimukanwa uzam-
fasha kugera kuntego zanjye? Ni ubuhe bwoko bw'imitungo itimukanwa
nkwiye gushora imari kandi kuki?

Mu Gice cya 5, twashimangiye uruhare rukomeye rwiterambere ryu-
muntu no kubaka ubumenyi mugukingura amafaranga menshi. Mu kwagura
ubumenyi n'ubushobozi, urashobora kuzamura ubushobozi bwawe bwo
kwinjiza kandi ukabona indishyi zisumbuye. Ba byinshi kugirango ubone
byinshi. Emera imitekerereze yumuntu wiga ubuzima bwawe bwose kandi
witange kugirango ubone ubumenyi nubuhanga bushya burimunsi. Ku-
rugero, Nshyize imbere ibice byihariye byiterambere ryumuntu kumasaha yo
kwiga icyumweru cyose, uhereye kumubano no gucunga ibicuruzwa kuwa
gatandatu kugeza kubuzima no kugurisha ku cyumweru, ubwenge bwubuko-
rikori kuwa mbere, kubara ibicu hamwe nimodoka yigenga kuwa kabiri,
guhagarika, Web3 , na crypto kuwa gatatu, Ubushinwa / Ubuhinde Tech
kuwakane, hanyuma amaherezo Afrika Tech kuwagatanu.

Ndangije gusangira ibyifuzo bimwe. Ubwa mbere, " Millionaire Fastlane
[1]" na " Ntibyanditswe [2]" na MJ DeMarco. Ndi umufana ukomeye kandi

---

1. https://www.themillionairefastlane.com/

2. https://www.amazon.com/UNSCRIPTED-Life-Liberty-Pursuit-Entrepreneurship/dp/
    0984358161

namuvuzeho inshuro nyinshi muri iki gitabo. Ibi birashoboka ko aribitabo byiza nasomye kubyerekeye kwihangira imirimo. Barasesengura neza ibyiza ningaruka zijyane ninzira isanzwe yumwuga ugereranije n'inzira yo kwihangira imirimo. Byongeye kandi, batanga urwego rwibitekerezo nibitekerezo byo gutangiza no guteza imbere ubucuruzi, gukurura abakiriya, nibindi byinshi. Ibi bitabo byagura ibitekerezo ntibisanzwe.

Nkomeza, ndasaba kugenzura " Uburyo bwo Gukira [3]" by Naval Ravikant, iboneka nka podcast yamasaha 3 niminota 35 cyangwa inyandiko ya blog. Itanga disillation nziza yibitekerezo bisabwa kugirango uhinge ubutunzi. Ubushishozi bwa Naval buratangaje rwose.

Ubwanyuma, ndasaba gusoma " Amafaranga yinjiza, Ikiruhuko cyiza [4]". Iki gitabo kirasesengura uburyo butandukanye bwo kubaka ubutunzi kandi gitanga ingero zirambuye. Yinjira mubucuruzi buciririritse nkibikorwa bikoresha ibiceri, kumesa, kumesa imodoka, nibindi bikorwa byo kwihangira imirimo. Igitabo cyagura ibitekerezo byawe kumahirwe atandukanye yo gushaka amafaranga kurenza uruzinduko rwawe.

Ibikurikira, reka tuganire kumikoreshereze ishingiye ku ndangagaciro, twashyize hamwe hamwe no kwinjiza amafaranga menshi kuko bijyana kandi ni impande ebyiri z'igiceri kimwe cyo kurema umutungo. Harimo guhuza amafaranga yawe nindangagaciro zawe zifatika kandi ugahitamo ubwenge bwerekana ibyingenzi kuri wewe. Kugira ngo wakire indangagaciro zishingiye kumikoreshereze, fata umwanya wo kwitegereza kugirango umenye kandi ushire imbere indangagaciro zawe. Umaze kubamenya, ihatire gukoresha kugirango uhuze n'indangagaciro zawe, wumve ko gutungana bidakenewe. Nubwo wageze kuri 80% cyangwa 90% guhuza, urimo gutera imbere cyane. Ntukikomere cyane niba utandukana rimwe na rimwe ukibuka ko buri munsi mushya utanga amahirwe yo guhindura amafaranga ukoresha no guhitamo guhuza n'indangagaciro zawe.

Achani Samon Biaou: Urakoze. Ndumva rwose igitekerezo cyo kubona amafaranga nkumwanya wo kwiga aho kwikubita hasi. Abantu benshi, nanjye ubwanjye ndimo, banyura mukuzenguruka aho tumara hanyuma nyuma bakicuza, gusa bagasubiramo icyitegererezo kimwe tutabigiyeho. Muguhin-

3.   https://nav.al/rich

4.   https://www.amazon.com/Passive-Income-Aggressive-Retirement-Independence/dp/
       1706203020

dura ibitekerezo byacu no kubona gukoresha nkamahirwe yo kwiga, bi-rashoboka cyane ko twinjiza amasomo y'ingenzi muri ibyo bihe.

Ndabona amafaranga ashingiye ku ndangagaciro nko guhindura ama-faranga yawe mu ishoramari. Iyo ufite imitekerereze yo gushaka inyungu ku-bintu byose uguze, utangira gushakisha amafaranga atanga uburyo runaka bwo kugaruka, yaba amafaranga cyangwa ajyanye n'imibanire yawe cyangwa ubuzima. Irinda guta amafaranga kubintu bidatanga agaciro nyako. Ku-rugero, ni izihe nyungu ukura mu kugura ice cream? Ahari nta kugaruka gukomeye kuko ibiryo bigomba kugira uruhare mubuzima bwawe.

Olumide Ogunsanwo: Kugaruka nabi. Muganga wawe wamenyo azishimira kuzuza umwobo wawe kugirango usubize amafaranga.

Achani Samon Biaou: Uko ubaza inyungu ku nyungu, niko uhindura amafaranga ukajya mu ishoramari. Iragufasha guteza imbere ubushobozi bwindangagaciro zishingiye kumikoreshereze byihuse.

Olumide Ogunsanwo: Mugukurikirana FI, dukunze kwibanda kuma-faranga, ariko ntitugomba kwirengagiza akamaro k'igihe cyacu. Igihe nicyo kintu cyiza cyane. Ni ngombwa gusuzuma uburyo dukoresha igihe n'imbara-ga zacu, tukabihuza n'indangagaciro n'intego zacu. Kwegera ukurikije indan-gagaciro zishingiye? Turimo kwitangira icy'ingenzi kuri twe? Turimo duko-resha igihe cyacu kugirango dutere imbere kandi tubeho dukurikije indanga-gaciro zacu? Mugushira imbere ibyo twiyemeje no kugabanya igihe cyakore-shejwe mubidusamaza, dushobora kuguma munzira nziza. Mugihe tutazin-jira cyane mubuyobozi bushingiye kubihe byashizweho hano, ni ngombwa bidasanzwe. Igihe n'amafaranga nibyo bintu bibiri dufite, kandi nkuko umu-gani uzwi ubivuga, 'Nyereka uburyo umuntu akoresha amafaranga ye nigihe cye, kandi ndashobora kukubwira byose kuri uwo muntu.

Achani Samon Biaou: Ndabikunda. Usibye amafaranga nigihe, ama-rangamutima nikindi kintu cyingenzi ugomba gusuzuma mugukoresha in-dangagaciro. Nukwibaza niba amafaranga ukoresha ahuye nagaciro kawe. Reka twibande kumarangamutima kumwanya muto. Rimwe na rimwe, dukunze kwikubita hasi kubintu bito cyangwa ibintu tudashobora guhin-dura. Birakwiye rwose kumara isaha yigihe n'imbaraga zacu duhangayik-ishijwe nikintu twakoze nabi? Ntidukwiye ahubwo kwibanda kubyigiraho, kwitoza kureka, no kwibanda kuburyo twatera imbere mugihe kizaza?

Olumide Ogunsanwo: Nkunda ibyo gushiraho. Bishatse kuvuga ko

dushobora kuzamura ikiganiro kirenze indangagaciro zishingiye ku ndanga-
gaciro zishingiye ku gushyira imbere. Kandi munsi yibyo, dufite imbaraga,
igihe, namafaranga. Mugihe tugenda muri izi ngingo, dutangira kubaka im-
itsi kugirango dufate ibyemezo byiza. Binyibukije abantu bagerageza gufata
indyo yuzuye. Rimwe na rimwe, iyo ndebye amashusho yabo, aba ari mabi
kandi akomeye kuri bo. Aho kwikubita hasi, birashobora kurushaho gutanga
umusaruro kumva impamvu bahisemo bimwe nuburyo bumva bameze muri
ako kanya. Shakisha kubabarirana, kwigirira impuhwe no kwikunda, kandi
ugerageze gukora neza ubutaha. Ni nako bigenda ku mari yumuntu ku giti
cye. Reka dufate ibisubizo bibiri bitandukanye nyuma yo gukoresha ama-
faranga menshi muri club:

Imyitwarire myiza: "Ejo namaze amadorari 200 hamwe ninshuti zanjye
muri club. Twari dufite ibinyobwa bike. Byari bishimishije, ariko nasanze ko
ntishimiye gukina cyane. Nkurikije intego zanjye na bije yanjye, ngomba ku-
gabanya amafaranga nakoresheje Amadolari 20 ubutaha. "

Igisubizo kitari cyiza: "Ndi umuntu uteye ubwoba. Kuki nakoze ibi? Ndi
umuswa cyane. Sinzongera kubikora."

Mugukurikiza imitekerereze myiza nigisubizo, dushobora kwegera ubuz-
ima neza ubutaha kandi tukumva ko turi beza kuri twe no kwihesha agaciro.

Achani Samon Biaou: Nukuri. Twasuzumye indangagaciro zishingiye
ku gushyira imbere n'amahame yingenzi, twibanda ku mafaranga, igihe,
n'amarangamutima. Intego ni ugutoza ibitekerezo byacu guhora dushyira im-
bere dushingiye kumico yacu. Noneho, reka tuganire kuberako amafaranga
ashingiye ku ndangagaciro ari ngombwa.

Olumide Ogunsanwo: Gutekereza ku buzima twifuza rwose, gushyira-
ho intego ya FI, no gushyiraho intego za buri munsi ni intambwe zingenzi
zaganiriweho mbere muri iki gitabo. Amafaranga ashingiye ku gaciro akora
nk'igikoresho cy'ingirakamaro cyo guhuza ibyemezo byacu by'imari n'indan-
gagaciro zacu, amaherezo bikadutera kugera ku ntego zacu za FI. Mugihe
abantu bamwe bashyira imbere amafaranga ashingiye ku ndangagaciro ku-
bera imbogamizi zo kongera amafaranga, ndashishikarizwa gushakisha
ingamba zombi icyarimwe.

Indangagaciro zishingiye ku gukoresha ni imyitozo idahwitse, akenshi
iba ikabije kandi idashyigikiwe. Abantu bamwe bibanda cyane ku kugabanya
ibiciro batitaye ku ndangagaciro zabo, mu gihe abandi birengagiza ingaruka

ziterwa n'amafaranga make, bikabangamira imbaraga zabo zo kwinjiza ama-
faranga. Kurugero, barashobora gukoresha batabizi gukoresha $ 400 buri
kwezi kuri kawa batishimira cyangwa bagatanga amadorari 200 kukwezi kuri
tereviziyo ya kabili mugihe bareba imiyoboro mike.

Achani Samon Biaou: Reka ngaragaze akamaro ko gukoresha ama-
faranga ashingiye ku ndangagaciro yo kwigenga mu bijyanye n'imari. Ama-
faranga ashingiye ku gaciro arashobora kuba itandukaniro riri hagati yo
gukoresha $ 7,000 na 800 $ buri kwezi i Dubai. Niba nkoresheje $ 7,000
mubirori, bizagira ingaruka mbi kubuzima bwanjye kubera ibirori birenze
urugero no kunywa. Bizanansiga numva ntujujwe kuko ntazashobora gutem-
bera cyane, kandi gutembera binzanira umunezero. Nibyo, amafaranga
ashingiye ku ndangagaciro ntabwo buri gihe agomba kuba akabije, ariko
nashakaga kwerekana ko kugabanya bikabije bidasobanura byanze bikunze
kwigomwa umunezero.

Kugera kubintu biduha kwihuta kwa dopamine nimbaraga. Uyu mu-
vuduko ninyungu zihishe kuko iyo dutangiye kubona ibisubizo, turushaho
kwishima no gushishikarira kugera kuri byinshi, biganisha ku byishimo byin-
shi.

Olumide Ogunsanwo: Nishimiye urugero rufatika mwasangiye. Bi-
rasanzwe kumva abinjiza menshi birukana indangagaciro zishingiye kuma-
faranga nkuzuye. Bashobora kuvuga ko "bagomba" gukoresha $ 200ka
umwaka. Ariko, iyo dusuzumye amafaranga yinjiza murugo muri Amerika,
kuva kuri $ 50k kugeza kuri $ 78k, no kuba abantu benshi bahuza ama-
faranga yabo nurwego, biratangaje kubona umuntu ashimangira gukoresha
amadorari 200k.

Gukoresha imvugo "ugomba" kudushyira mubitekerezo bikumira.
Ndashishikariza abantu guhinduka, kugira amatsiko, no gutekereza hanze
yagasanduku. Ubwisanzure bwamafaranga burahari mugihe amafaranga
yawe yananiwe guhuza nagaciro kawe. Ntabwo ari ikibazo cyo guhitamo
gukoresha $ 100k cyangwa $ 60k kumwaka; bijyanye n'ingaruka zo guko-
resha amafaranga menshi, ashobora gutinza ikiruhuko cy'izabukuru imyaka.
Kwiyongera $ 40k yo gukoresha bishobora guhindurwa mumyaka mirongo
yakazi kiyongereye. Ndasaba abantu bose gukora imibare no gutekereza
cyane kuri izi ngaruka.

Achani Samon Biaou: Amen. Impagarara hagati yo guhazwa ako kanya no gutinda kunyurwa biri mu bigize amahitamo yacu. Dore ikibazo kubateze amatwi: Urashobora kwibuka ikintu gikomeye cyagezweho cyashinze imizi mugushaka guhaza ako kanya? Ku giti cyanjye, sinshobora kwibuka kugera ku kintu icyo ari cyo cyose gifite agaciro nyako nibanda ku kunyurwa ako kanya. Kubaka imitsi yo gutinda kunyurwa ni ngombwa. Tugomba kwibanda ku kwishimira ibintu bifata igihe cyo kubigeraho ariko bifite ibisobanuro byinshi kuruta ibinezeza byigihe gito. Sosiyete idutera ibisasu, kandi turangiza dushakisha umunezero binyuze mu kwegeranya ibintu byihuse. Ariko, umunezero nyawo uracyari ingorabahizi, udusigira umutego udahaze wo kwifuza byinshi. Uku gukurikirana ubudacogora amaherezo biganisha ku gukoresha amafaranga menshi, bikomeza kwirukana kunyurwa vuba.

Ahubwo, reka duhugure ibitekerezo byacu kugirango tubone kunyurwa no gutinda kunyurwa. Ntidukeneye kwishora mubiguzi bidatinze cyangwa imyidagaduro ako kanya; ahubwo, dukwiye kwakira ishingiro ryibanze. Ni iki kikuzanira umunezero? Wibagiwe ibyifuzo byabaturage hamwe ningaruka zo hanze. Niba ucengeye cyane muri rusange, uzasangamo ibintu bike bikuzanira umunezero nyawo. Umaze kubamenya no gushora umwanya wawe, imbaraga zawe, namafaranga.

Olumide Ogunsanwo: Uko wibanda cyane ku ndangagaciro zishingiye ku gukoresha amafaranga, niko uzarushaho kwishimira ibintu ukunda kumafaranga make kuko byanze bikunze ushakisha uburyo bwo kunoza ibiciro byayo. Kurugero, niba witaye gusa kumikino ya basketball, urashobora kubona amatike yagabanutse kumurongo. Ariko niba ukoresheje amafaranga muburyo 17 bwo kwidagadura, uzabona umwanya muto wo gukora ubushakashatsi kuri buri kimwe.

Reka twinjire cyane mumikoreshereze ashingiye ku ndangagaciro mugutandukanya ibyiciro byingenzi byo gukoresha mumatsinda abiri: Batatu nini nicyo nzita Igicucu cya gatatu. **Ibice bitatu bikubiyemo amazu, ubwikorezi, n'ibiribwa**, ubusanzwe niho hambere hasohoka abantu benshi. Nubwo bimeze bityo ariko, ni ngombwa cyane kumurikira Igicucu **cya gatatu, gikubiyemo imisoro, abana, no gutana / ibyabaye**. Ibi bice bikunze kwirengagizwa birashobora kugira ingaruka zikomeye kumibereho yawe yubukungu. Mu bice bikurikira, tuzasesengura ibi bice bitandatu kugirango dusobanukirwe ningaruka zabyo kandi tuguhe imbaraga zo gufata ibyemezo byuzuye. Reka dutangire!

1. Amazu: Samon, reka tuganire kuburyo dushobora guhindura ibiciro byamazu.

Achani Samon Biaou: Dore uko ugomba kubyegera: tekereza uburyo inzu yawe igira uruhare mubyishimo byawe muri rusange. Suzuma ibintu bike. Ni ubuhe bunini bw'amazu bujyanye n'indangagaciro zawe n'intego zawe? Ufunguye gusangira umwanya wawe nabandi cyangwa uhitamo kubaho wenyine? Kuba hafi y'akazi kawe birakureba? Niba ufite abana, ni kangahe kuba mukarere keza k'ishuri kandi ukagira urugo? Shyira imbere kandi uhitemo neza, uzirikane ko udashobora kugira byose udakoresheje amafaranga menshi. Reka dusangire urugero rworoshye. Igihe nari i Dubai, nabanje kubona ahantu hameze nka Airbnb hafi yakazi. Nyuma, natangiye gukoresha amanota ya hoteri kugirango ngumeyo ariko nkomeza kumenya neza ko nagumye hafi yakazi.

Olumide Ogunsanwo: Ikibanza gifite uruhare runini mumiturire. Ntabwo bigira ingaruka kubiciro gusa ahubwo binagira ingaruka nkimisoro no guhitamo akazi. Samon, wasize ikintu cyingenzi, wahisemo kujya muri BCG Dubai vs BCG London cyangwa BCG San Francisco. Ndashishikariza abantu guhitamo gahunda iyo bigeze aho biherereye, guhitamo akazi, nakazi ka kure.

Achani Samon Biaou: Ndemeranya n'akamaro ko gutekereza kuri sisitemu. Abantu bakunze kuvuga bati: "Ntabwo wumva ukuri kwacu. Tugomba gushyira imbere kuba mu karere runaka k'ishuri ku bana bacu. " Nubwo izo mbogamizi zifite ishingiro, ni ngombwa kongera gusuzuma no gushyira imbere icyingenzi mugihe ugamije kwigenga kumafaranga. Niba kwemeza ko abana bawe bari mukarere keza k'ishuri aricyo kintu cyambere cyambere, noneho birashobora gusaba-gushira imbere ibintu bitari bike byubukungu bwawe.

Olumide Ogunsanwo: Hugura ubwenge bwawe gushyira imbere.

Achani Samon Biaou: Bamwe bashobora kumva ko gushyira imbere bisobanura gutsindwa. Ariko nkuko Olumide yabivuze kare, gushyira imbere bigufasha kwibanda no kunguka byinshi mubyo wahisemo.

Olumide Ogunsanwo: Twaganiriye ku ihame ryo kugira amatsiko mu gice kibanza. Ndasaba abantu gutekereza ku kuzamura ibiciro by'amazu mu nzego zitandukanye. Ni ubuhe bwoko bw'amazu bwumvikana kuri wewe? Ni ubuhe bushobozi bwo kugabana buriho? Urashobora no kubijyana kure ugatekereza kugura inzu no kuyikodesha kubandi (hacking home) kugirango ubeho kubusa. Amahitamo ni menshi, ariko ugomba kuba witeguye gukora ibintu ukundi.

Urwego rwa mbere, Fungura ibitekerezo byawe, uhinduke, kandi utekereze wigenga kubijyanye namahitamo atandukanye. Amazu, amazu yubatswe, hamwe na romoruki byose birashoboka. Ntukavuge ngo: "Nakuriye mu nzu, ngomba rero kuba muri imwe." Ongeraho imbogamizi kuringaniza biragoye kubona ibisubizo. Ntabwo nshaka kuvuga ko ugomba kuba muri trailer, ariko kubera iki? Niba igushoboza kugera ku bwigenge bwamafaranga, ni amahitamo meza. Umuntu wese afite amahitamo atandukanye. Ku giti cyanjye, ntabwo nigeze ntura muri romoruki, ariko iyo nza kuba mfite imyaka 21 nkaba ntuye ahantu amazu yimodoka yaguraga $ 2000 / mwaka ugereranije nubukode bwamazu ya $ 40,000 / mwaka, ntabwo nabyemera.

Urwego rwa kabiri, Nyuma yo kumenya ubwoko bwamazu, ni ngombwa gutekereza kubisaranganya ubushobozi. Urashobora gutekereza uti: "Mfite imyaka 26 kandi sinshaka ko tubana, bityo nzatura mu cyumba kimwe." Ndagutera inkunga yo gutekereza cyane. Mbere muri iki gice, navuze Igicucu Ibice bitatu byigiciro: imisoro, umubare wabana, nubutane. Ibiciro byihishe byijimye munsi yibicucu byose ni FOMO no kugendana na Joneses. Itandukaniro riri hagati yo kwibana wenyine mu nzu yicyumba kimwe i San Francisco ku $ 4000- $ 5,000 ugereranije no kugabana nabantu babiri ku $ 2000- $ 3.000 birashobora kumenya niba ugera ku bwigenge bwamafaranga kuri 38 cyangwa 58.

Achani Samon Biaou: Urakoze Olumide kudusunikira gucukumbura hano. Urwego rwa gatatu ni ukugura no gukodesha hamwe nakarere hamwe no kutumva kwinshi. Hariho imyumvire yuko nkimyaka 30, ugomba kugura inzu. Nibyiza, nkumushoramari utimukanwa, reka nkubwire ko inzu ubamo itagomba byanze bikunze kuba inzu ugura kugirango wubake ubutunzi. Ahantu nka San Francisco, urashobora gukodesha inzu kumadorari 8000 kumwezi yatwara miliyoni 4 kugeza kuri miliyoni 5 uramutse uyiguze. Niba ufashe inguzanyo kuri iyo nzu, warangiza ukishyura amadolari arenga 20.000 / ukwezi. Noneho, tekereza. Hamwe na miliyoni 4 z'amadolari, urashobora kugura ibyumba 20 muri Jeworujiya kandi ugakoresha amafaranga yubukode kugirango wishyure ubukode bwawe muri San Francisco. Ku giti cyanjye, mpitamo gukodesha hano kuko itanga byinshi byoroshye. Hamwe no gukodesha, urashobora kwimuka ukoresheje amezi abiri gusa, mugihe inguzanyo isaba igihe kinini nimbaraga zo gushaka umukode cyangwa kugurisha.

Olumide Ogunsanwo: Abantu benshi bagomba gusesengura neza icyemezo cyabo mbere yo kugura inzu. Gufata icyemezo kimwe cyo kugura inzu mugihe ukodesha byashoboraga kuba amahitamo meza birashobora kugabanya inzozi zawe zo kwigenga kumafaranga. Ntukemere gusa igitekerezo kivuga ko gukodesha ari "guta amafaranga yawe" cyangwa kwakira anecdote yumuryango cyangwa abo mukorana. Nyoko, nubwo abigambiriye neza, ntashobora kuba inzobere mu mutungo utimukanwa. Umuyobozi wawe, nawe ashobora kuba yagize amahirwe mugihe yinjije amafaranga mugurisha inzu ye, cyangwa yashoboraga kubona amafaranga menshi mugushora mumigabane. Ahubwo, koresha ubukode kumurongo va kugura calculatrice kugirango ugenzure neza uko umeze. Shyiramo ibipimo bikenewe hanyuma ureke calculatrice ikuyobore muburyo bwiza. . Ntugatekereze utabanje gusuzuma neza. Urashobora gutangazwa no kubona ko gukodesha ari amahitamo meza mubice byinshi byisi.

Reka dufate urugero rwihariye. Dufate ko uri umusore umwe urengeje imyaka 20 uba muri New Jersey. Ufite amahitamo atandukanye: studio, inzu yicyumba kimwe, icyumba cyibyumba bibiri hamwe nicyumba cyinyongera kubashyitsi, cyangwa inzu yibyumba bitatu ifite ibyumba byinyongera bya siporo cyangwa abashyitsi. Iki cyemezo kimwe cyamazu - guhitamo muri ubu buryo bune - bishobora guhindura cyane ejo hazaza h'amafaranga kandi bikagufasha mu bucakara bw'akazi mu myaka mirongo. Fata umwanya wo gusesengura neza iki cyemezo. Byongeye kandi, menya ko imico imwe n'imwe ishyigikira cyane nyir'urugo, bityo rero ni ngombwa gutsinda kubogama kwose mugihe ukora isesengura rigereranya. Ntukizere buhumyi ibyo wasomye byose, harimo n'iki gitabo, keretse niba ushobora kubyemeza wigenga ukoresheje ibitekerezo bikomeye. Mugihe Samon yageze ku bwigenge bwamafaranga cyane cyane binyuze mumitungo itimukanwa nishoramari ryubukode, ni ngombwa kuri wewe kugenzura amakuru yawe wenyine.

2. Ubwikorezi: Hariho uburyo butandukanye, uhereye kugenda n'amagare kugeza bisi n'imodoka, ndetse n'indege zigenga. Mugihe utekereza ubwikorezi, nibyingenzi gutekereza kuburyo bihuye nibitekerezo bishingiye kuri sisitemu y'akazi kawe n'inzu yawe. Reka tubyumve neza, niba utuye kure muri Porutugali, amafaranga yawe yo gutwara yaba make kuko udakeneye kujya mubiro.

Noneho, hypothetically, reka tuvuge ko wisanze mubihe utari kure kandi ukeneye kujya mubiro buri munsi. Aho guhita ugura imodoka, tekereza kubindi bisobanuro. Kugenda n'amagare, kurugero, bitanga inyungu zingenzi mubuzima. Nubwo iki gitabo kiterekeye cyane cyane ubuzima, ni ngombwa kumenya ko kugenda n'amagare ari inzira nziza zo gutuma umubiri wawe umeze. Simvuze gusa ibyuka bihumanya ikirere; Ndavuga ibikorwa byumubiri bigira uruhare mubuzima bwawe muri rusange. Nibyo, buri kintu kiratandukanye, ndagutera inkunga yo gutekereza guhanga no gucukumbura amahitamo adasanzwe. Ntugahagarike kugura imodoka, cyane cyane urebye itandukaniro rinini riri hagati yo kugenda, gutwara, no gusiganwa ku magare. Imodoka, niyo yakoreshejwe neza, irashobora kugura amadorari 10,000, mugihe ushobora kubona amagare meza kumadorari 300- 700.

Achani Samon Biaou: Birakwiye ko tuvuga ko tutigeze dukora no ku gusana, gaze, n'ubwishingizi bujyanye no gutunga imodoka. Abantu bamwe bavuga ko bakeneye imodoka kubera umuryango wabo. Ntabwo mpakana akamaro k'imodoka, ariko ndabasaba kubitekerezaho cyane. Niba impamvu nyamukuru igura imodoka nugutwara umwana wawe kwitoza rimwe mubyumweru kuwa gatandatu, ushobora kuba ukoresha amafaranga menshi.

Olumide Ogunsanwo: Mugihe Uber kugendera kumyitozo yumwana wawe bishobora kugura amadorari 14, ukoresha 15,000 $ mumodoka. Ni ngombwa gutekereza cyane no gusuzuma ubwinshi bwamahitamo aboneka. Nkuko twabivuze kare, hariho kugenda, gutwara amagare, kugendana, kandi reka nongereho ko igiciro navuze ku magare kivuga ku bishya. Ariko, urashobora kubona amagare yizewe yakoreshejwe kumadorari 200- $ 400. Ntabwo ari uguhitamo gusa hagati yimodoka nigare, cyangwa imodoka na bisi, cyangwa imodoka no kugenda. Nicyemezo gishobora guhindura igihe cyizabukuru mugihe cyimyaka myinshi niba uhisemo imodoka, cyangwa biganisha kubuzima bwiza nindi myaka myinshi yo kubaho neza niba ushyira imbere kugenda cyangwa gutwara amagare.

3. Ibiryo: Mbere na mbere, uburyo buhendutse cyane ni ugutegura amafunguro murugo. Guteka amafunguro yawe bwite birenze amafaranga yo kurya. Urashobora kugenzura ibiyigize hanyuma ugahitamo uburyo bwiza bwibiryo, bihenze cyane. Icya kabiri, urashobora guteka kubwinshi hanyuma ukabika ibisigisigi nyuma. Icya kabiri, iyo bigeze ku biryo ukoresha, hitamo utekereje. Ibiryo bimwe mubisanzwe bifite ubuzima bwiza kuruta ibindi. Muguha umwanya wo guteka murugo, ntushobora kwishimira gusa ibibanza byawe bwite, ahubwo ufite amahirwe yo gukora amafunguro yintungamubiri kandi yingengo yimari. Kubwamahirwe, imboga n'imbuto nziza nka broccoli, kale, n'imbuto bikunda kuba bihendutse ugereranije nibyokurya bitunganijwe nka bombo cyangwa soda. Imbuto n'imboga bifite intungamubiri nyinshi na karori nke. Ku rundi ruhande, ibiryo bitunganijwe, usanga akenshi bifite amavuta atari meza, isukari, n'umunyu. Ntutinye kugerageza. Abantu bagomba gusuzuma uburinganire bakunda hagati yo guteka murugo no kurya hanze, akamaro ko kurya neza, nigihe bashaka kumara muguteka.

Achani Samon Biaou: Reka dusubire inyuma kugirango duhindure amafaranga mubushoramari. Ubwiza bwibiryo muri resitora, ndetse nibirangirira hejuru, birashobora kuba munsi yibyo ushobora guteka murugo.

Olumide Ogunsanwo: Rwose. Bagura ibikoresho byinshi kandi bategura ibiryo utitayeho kandi witayeho mugihe utetse wenyine.

Achani Samon Biaou: Ibiryo nisoko nyamukuru ya lisansi kumubiri wawe, kandi ubwiza bwayo burashobora kugira ingaruka zikomeye kubuzima bwawe. Tekereza ku guhitamo ibiryo nk'ishoramari mu mibereho yawe myiza. Ubushakashatsi bwerekanye ko kunywa inyama zitukura birenze urugero bifitanye isano n'indwara nyinshi zifata umutima ndetse na kanseri. Ni ngombwa kwibaza: Ndashaka kongera amahirwe yo kubona ubwigenge bwamafaranga neza kugeza muri mirongo irindwi? Uku gutekereza kurashobora kugutera kugira akamenyero keza ko kurya. Ubundi, urashobora gushyira imbere izindi ngingo kandi ukemera igihe gito. Ku giti cyanjye, ibiryo nigiciro cya kabiri kinini mu ngengo yimari yanjye, nshimangira akamaro nshyira muguhitamo ubwenge kandi bushingiye kubuzima. Poroteyine zanjye zose zitumizwa muri Afrika yuburengerazuba aho nizeye cyane ko ari organic kandi ifite ubuzima bwiza.

Olumide Ogunsanwo: Mugihe inshuti zawe zihita zitanga igitekerezo cyo kujya muri resitora igihe cyose ushaka gutemberana, kuki utasaba kujya muri parike cyangwa ku mucanga? Hariho ubundi buryo bwinshi. Birasa nkabantu benshi badashaka kujya kurya, ariko ntibigomba kumera gutya. Tekereza mu buryo bwa gihanga. Urashobora gukenera gusa guhindura igipimo cyigihe umara murugo murugo no gusohoka, bishobora kugira ingaruka zikomeye. Ntukemere ko FOMO ikuyobora. Niba inshuti zawe zose zigiye muri resitora aho ifunguro risanzwe rigura amadolari 120, urashobora kubabwira uti: "Basore, nzabonana nawe nyuma yo kunywa." Ubu buryo, ushobora gukoresha $ 20 cyangwa $ 30. Ndimo gusangira izi nama zihariye kuko numva ko abantu benshi badaha agaciro ingaruka. Niba ukunda kurya cyane ugakoresha amadorari 120 buri gihe, ibyo bingana n'amafaranga mpuzandengo ya buri kwezi angana n'amadorari 500, ahwanye n'ubukode. Ni ngombwa kuzirikana.

Achani Samon Biaou: Tuvuze ibiryo, reka ntitwirengagize ingaruka zibinyobwa kuri bije yacu. Birashobora kuba byiza kuruta ibiryo ubwabyo. Nakundaga kunywa inzoga nyinshi, nubwo ntigeze mbona ko ndi umusinzi. Ariko, uko nakiriye amafaranga ashingiye ku ndangagaciro, intego yanjye yibanze ku gushyira imbere ubuzima bwanjye. Nabonye ko inzoga zitagabanije amafaranga yanjye gusa ahubwo zanagize ingaruka mbi kumibereho yanjye. Kubera iyo mpamvu, nafashe icyemezo cyo kugabanya cyane kunywa inzoga. Muri iki gihe, mbibitse mu bihe bidasanzwe, nk'iminsi y'amavuko cyangwa ibirori bidasanzwe, ndetse no muri icyo gihe, nywa mu rugero. Ndasangiye uru rugero rwihariye kugirango ngaragaze uburyo impinduka nkizo zishobora kuzana impinduka nziza mubuzima bwawe. Nubwo ndacyishimira gusohokana ninshuti mukabari, guhitamo kwanjye kwirinda kunywa ntibimbuza imibereho yanjye.

Olumide Ogunsanwo: Nahagaritse kunywa mfite imyaka 17 cyangwa 18, nkuko wabyize mugice cyanjye cya kaminuza. Ariko, ndacyasura utubari na clubs kumuziki, uburambe nabantu. Ntabwo ntanze inzoga. Inzoga ntabwo ari inshuti yawe kandi izaguswera. Reba ubwoko bwibiryo ukoresha, ushimangira ubuziranenge aho kwibanda gusa kubiciro. Fata umwanya wo kunoza ubuhanga bwawe bwo guteka, bujyanye nihame ryiterambere ryumuntu. Irinde kugwa mu mutego wa FOMO n'ibishuko byo kugendana nabandi mu gusangira, kuko akenshi biganisha ku gukoresha amafaranga atari ngombwa.

Ibyo bisoza ikiganiro kuri Big Bitatu. Noneho, reka tujye mu gicucu cya gatatu: imisoro, abana, no gutana / ibyabaye.

4. Imisoro: Ubwoko butandukanye bwimisoro, harimo leta, leta, umujyi, amafaranga yinjira, n'imisoro yo kugurisha, birashobora kugira ingaruka zikomeye mubukungu bwawe. Ni ngombwa kudasuzugura akamaro ko kunoza imisoro. Mubyukuri, kubantu benshi, imisoro irashobora kugira ingaruka zamafaranga kuruta ibiciro byamazu. Shakisha ahantu hose ku isi hamwe n'imisoro yinjira cyangwa n'amahitamo adasoreshwa, kandi urebe igipimo cy'imisoro ku mutungo. Gisesengura ibi bintu hanyuma usuzume witonze ibicuruzwa biva mu mijyi itandukanye kugirango wongere inyungu zumusoro. Guma hejuru yinshingano zawe zumusoro, upime ingaruka zazo, kandi urebe ko ukoresha byinshi byagabanijwe hamwe ninguzanyo. Ntabwo ndagusaba ko wimuka gusa kugirango usone imisoro mike, ahubwo ushimangire kubitekerezo byumusoro muguhitamo aho uba. Kurugero, gutura ahantu nka Dubai hamwe numusoro muto winjiza birashobora kuba byiza gushakisha. Niba gutura muri Kanada bihuye nagaciro kawe, jya kubyo, ariko umenye ko guhuza imisoro yinjira n'umusoro ku bicuruzwa bishobora gufata igice kinini, kuva kuri 20% kugeza kuri 60%, byinjiza byose.

Achani Samon Biaou: Nkunda ubu bushishozi. Abantu bakunze kwibwira ko bahujwe numujyi cyangwa igihugu cyubu, bigatuma bumva ko imisoro byanze bikunze.

Olumide Ogunsanwo: Icyorezo cya COVID-19 cyahinduye byose, bituma abantu bahinduka mu mijyi ifite imisoro itandukanye cyane.

Achani Samon Biaou: Hano muri Californiya, imisoro yanjye ikubye gatatu ubukode bwanjye.

Olumide Ogunsanwo: Yikes. Kandi ibyo ntibishobora no gutekereza ku musoro ku mutungo no kugurisha, bishobora kongera umutwaro. Umusoro ku mutungo ukwiye kuvugwa, cyane cyane kubatekereza kugura inzu. Nibice bigize sisitemu ishingiye ku gusuzuma amafaranga yakoreshejwe.

Achani Samon Biaou: Iyo wishyuye inguzanyo kuri 5% cyangwa 6% ukongeraho umusoro ku mutungo (ushobora kuba mwinshi muri Californiya), ingaruka ziterwa nuko gutunga inzu bidashobora guhuza n'intego z'ubwigenge bwamafaranga. Ihinduka ikibazo cyubusa, akaba umwanzi wubwigenge bwamafaranga.

Olumide Ogunsanwo: Ubusa nuburyo bwiyubashye bwo kuvuga FOMO. Abantu bamwe bashyira imbere kwigana inshuti zabo kuruta kugera kubwigenge bwamafaranga.

Achani Samon Biaou: Imisoro ningirakamaro bidasanzwe, kandi ndashobora kuvuga nkurikije uburambe bwanjye. Ntabwo nari gushobora gukurikira inzira yanjye no kugera kubwigenge bwamafaranga hakiri kare iyo nza kubaho mubuzima busoreshwa cyane. Mu myaka 20 namaze nkora, namaze igihe kitageze ku myaka ibiri nishyura imisoro.

Olumide Ogunsanwo: Ibyo ntibishoboka.

Achani Samon Biaou: Kubatekereza, "Ariko se imihanda na serivisi rusange bizaterwa inkunga gute niba tutishyuye imisoro?" Niba udasobanukiwe na politiki yimari nogukoresha leta, reka nkwizeze ko wishyura ibintu muburyo bumwe cyangwa ubundi.

Olumide Ogunsanwo: Imisoro yawe uyumunsi ni ukubera ibyemezo byawe ejo. Umusoro ku nyungu ukomoka ku kazi wahisemo, umusoro ku mutungo uva mu nzu waguze, n'umusoro ku byaguzwe mu bintu waguze. Wafashe ibyo byemezo, kandi niwowe ushobora kubihindura. Irinde gusohora amakosa no kwinubira imisoro ihanitse. Ibuka ibiganiro byacu kubyerekeye kwigira, kwigirira icyizere, no kwishingikiriza wenyine kugirango ufate ibyemezo biganisha ku bwigenge bukomeye bwamafaranga. Ntugatakaze umwanya winubira ko leta zunzubumwe zamerika zikeneye kugabanya imisoro ya reta. Ntabwo aricyo kibazo cyawe. Ntugahangayikishijwe no gushaka uburyo bwo guharanira New Jersey kugabanya imisoro yo mumujyi. Kandi, ntabwo ari ikibazo cyawe. Ahubwo, ibaze uti: "Ndashaka kuba hano?" Niba udashaka kwishyura imisoro, noneho tekereza kwimukira ahandi.

Achani Samon Biaou: Mu bihugu bimwe na bimwe, kugura imitungo hagamijwe gukodesha birashobora kuzana izindi nyungu z'imisoro, bikarenga kugabanywa bisanzwe by'inyungu z'inguzanyo. Ninkaho kuzigama no kwishimira igipimo gito cyimisoro mumyaka yawe yakazi. Mugihe winjiye muri pansiyo, amafaranga yubukode avuye muriyi mitungo ahinduka umutungo wagaciro mugihe ufunguye agaciro kegeranijwe kwishoramari ryawe.

Olumide Ogunsanwo: Ibuka ihame ryacu ryamatsiko. Shakisha kuri interineti "uburyo bwo kugabanya imisoro mu gace kawe." Inshingano zishingiye ku bitugu byawe, biguha imbaraga zo gushakisha uburyo bwo kunoza imiterere yimisoro yawe. Mugihe ubushishozi bwa Samon bufite akamaro, intego nini ni ugukongeza amatsiko, kongera umunezero wawe, no gukora ubushakashatsi bujyanye nibihe bidasanzwe. Ntuzimire muburyo bwihariye bwatanzwe hano. Ntabwo ari ibijyanye gusa; ni ugukongeza icyifuzo cyawe cyo gushaka, gushyira mubikorwa, gufata ingamba, no guhuza inzira.

Achani Samon Biaou: Kandi, witondere gahunda zatewe inkunga nabakoresha zitanga ijanisha ryamafaranga winjiza muri pansiyo cyangwa kuzigama nta musoro. Ibintu muri izi nyungu mugihe muganira kumasezerano yakazi.

Olumide Ogunsanwo: Ibi bihuza nibitekerezo bishingiye kuri sisitemu yo kwinjiza amafaranga menshi, sibyo? Ntukibande gusa kumishahara mbisi (urugero, Isosiyete A itanga $ 40k, Isosiyete B itanga $ 50k). Ahubwo, wagura ibitekerezo byawe kugirango usuzume indishyi zose hamwe na perks hamwe. Isosiyete A irashobora gutanga igiteranyo cyindishyi zingana na $ 78k mugihe utanze muri 401K, akazi ka kure, imisoro mike, nibindi byinshi. Tekereza ibirenze umushahara fatizo; gusesengura indishyi zose n'ingaruka zabyo, amafaranga, amazu, ubwikorezi, n'imisoro, urebye konti zikoresha imisoro nka 401K, IRA, na HSA

Achani Samon Biaou: Niba ukorera murugo ugakoresha inzu yawe nkibiro kugirango ucunge umutungo wawe, urashobora kwishyuza cyangwa kugabanya igice cyubukode bwawe. Ku giti cyanjye, iyo ngurutse muri Afrika yepfo kwitabira imitungo yanjye, gusinya amasezerano mashya, cyangwa gukora imirimo itandukanye, ayo mafaranga arashobora kugabanywa kurwego runaka. Reba inyungu zose sisitemu itanga. Hariho inzira nyinshi zo kugabanya umutwaro wawe.

Olumide Ogunsanwo: Noneho, reka dukemure igicucu gikurikira, amafaranga ajyanye nabana.

5. Abana: Ni ngombwa gusuzuma witonze umubare w'abana uteganya kubyara no kumva ingaruka bizagira ku rugendo rwawe rwo kwigenga. Kurera abana bizana ibiciro bikunze kugorana kubigereranya, kandi birashobora no kurenga imisoro nigiciro cyamazu, bitewe nurwego rwababyeyi rutangwa.

Reka tuvuge ko watanyaguwe hagati yo kubyara abana babiri cyangwa batatu. Nubwo itandukaniro rishobora gusa nkaho ridafite agaciro ubanza, rirashobora kugira ingaruka zikomeye munzira yawe yo kujya mu kiruhuko cyiza. Ntabwo ndi hano gutegeka umubare mwiza wabana kuri wewe, kuko bikomeza guhitamo kugiti cyawe. Ahubwo, ndashaka kwerekana ibicuruzwa birimo - gusezera kuri 42 hamwe nabana babiri naho gusezera kuri 49 hamwe na batatu. Reba imyaka yinyongera yakazi isabwa kubera kubyara abana benshi.

Urashobora gukomeza kwizera udashidikanya ko kubyara bifite agaciro, kandi ibyo ni ibintu byiza. Ariko ni ngombwa gufata icyemezo kiboneye no gusuzuma ibi bintu mbere yo gushinga urugo. Iyo umaze kubyara, bahinduka impano zikunzwe mubuzima bwawe, zikwiye urukundo rwawe rwose no kukwitaho.

Achani Samon Biaou: Reka ntange ibitekerezo bitatu kuriyi. Icya mbere, igihe cyo kubyara kigira ingaruka ku rugendo rwawe rwo kwigenga mu bijyanye n'amafaranga ukurikije igihe ubafite. Niba ufite umwana ukiri muto, birashobora kugorana kwibanda kumyigire yawe. Ariko, niba ufite umwana ukiri muto, birashobora kugabanya amahirwe yumwuga kandi bikagutera kwicara cyane. Abantu bafite abana ntibakunze guhinduka no kwimuka. Kubyara nyuma yubuzima birashobora gutanga byinshi byoroshye.

Icya kabiri, nubwo mubijyanye no kurera abana, niba ukiri muto mumirimo yawe, urashobora kuba ufite amafaranga make yo gutanga uburere wifuza. Niba amafaranga afite uruhare runini mukurera abana bawe, birashobora kuba byiza utekereje kubyara nyuma mugihe ufite ibikoresho bikenewe.

Icya gatatu, mugihe utekereza kubyara, tekereza nanone ingaruka bishobora kugira kumyuga yawe. Inganda zimwe zisaba akazi gakomeye ko kuzamurwa mu ntera, bishobora kugorana kuringaniza no kurera neza abana. Izi ni ingingo zitavuzwe kubera gukosora politiki.

Olumide Ogunsanwo: Tugomba kubiganiraho. Ni ngombwa cyane.

Achani Samon Biaou: Reka tuvuge ko uri mu kazi gahangayikishije cyane, ugamije kuva mu mugenzi wawe ukajya ku mwanya w'ubuyobozi. Kuri iki cyiciro, kubyara byongera imihangayiko, bigira ingaruka kubuzima bwawe. Iragabanya kandi ubushobozi bwawe bwo guhuza numwana wawe kuva ushobora gukenera kwishingikiriza kuri serivisi zita kubana. Hariho ibintu byinshi tugomba gusuzuma.

Olumide Ogunsanwo: Kandi ntitukibagirwe, Samon, ko hari impinduka zifatika nazo. Umuyobozi wawe ashobora kumva ati: "Yoo, ufite umwana, bityo uzakora bike kandi ntiwibande." Urashobora gutekereza ko ari bibi ko umuyobozi wawe atekereza atyo, ariko ubuzima nubuzima.

Achani Samon Biaou: Niba udatekereza cyane igihe nuburyo bwo kubyara, birashobora kumvikana kubisubika kugeza igihe uzaba utuye mumirimo yawe yumwuga. Ubu buryo bugirira akamaro ubwigenge bwamafaranga nubushobozi bwo kumarana umwanya nabana bawe. Byongeye kandi, ibigo byinshi ubu bitanga amahitamo nko gukonjesha amagi nigihe cyo guhuza abana.

Olumide Ogunsanwo: Kubyara birashobora kugira ingaruka zikomeye kumyitwarire yawe yo gukoresha, cyane cyane nko mumiturire, ubwikorezi, nibiryo. Urashobora gushaka gutura hafi yishuri ryabo, rishobora gusobanura ubukode burenze cyangwa kwishyura inguzanyo. Urashobora gukenera kugura imodoka kugirango uyigendere hafi, ishobora kongera gaze yawe nigiciro cyo kuyitaho. Urashobora kandi guhindura ingengo yimari yawe kugirango uhuze ibyo bakeneye hamwe nimirire. Ntabwo turi hano kugirango ducire urubanza imibereho yawe cyangwa ngo tubabwire umubare w'abana ugomba kubyara. Turashaka kugufasha kumva uburyo ingano yumuryango wawe igira ingaruka kumigambi yawe yubukungu nuburyo ushobora gutegura ukurikije.

6. Gutandukana nibintu biteye ubwoba: Igicucu cyanyuma cyigicucu Ibice bitatu bisohora amafaranga ni ubutane nibintu byago. Mu bihugu bimwe na bimwe, gutandukana bishobora gutera igihombo gitangaje kigera kuri 50% by'umutungo wawe, ibyo bikaba bishobora kugira ingaruka mbi ku rugendo rwawe rwo kwigenga mu bijyanye n'amafaranga. Urashobora gutakaza ubwigenge bwamafaranga na nyuma yo kugera muri FI utakaza kimwe cya kabiri cyumutungo wawe. Ntabwo ari ingaruka zamafaranga gusa; amarangamutima arashobora kuba menshi. Kubura umukunzi wawe, uwo ukunda, nyuma yo kumarana imyaka hamwe birashobora kukubabaza mumarangamutima mugihe uhungabanya ejo hazaza hawe. Ndashishikariza abantu bose gushora igihe mugushakisha umufasha mwiza. Reba niba musangiye indangagaciro zimwe kandi zihuza. Fata umwanya wo gusobanukirwa n'ingaruka zo gutandukana ahantu runaka. Ntabwo dushaka kwirinda kwirinda gushyingiranwa cyangwa umubano ahubwo twumva ingaruka zo gutandukana mugihe ufata ibyemezo.

Achani Samon Biaou: Noneho, reka twerekeze ibitekerezo byibiza, cyane cyane bijyanye nubuzima. Benshi muritwe dukunda kwizera ko tudatsindwa kugeza ibitero bitunguranye. Ariko, ni ngombwa kumenya ko nta numwe muri twe usonewe ibibazo byubuzima. Niyo mpamvu ari ngombwa gutegura no gutegura. Gutegura ingamba zikomeye zubwishingizi bwubuzima bigomba kuba hejuru yurutonde rwawe. Reba ubwishingizi bwihariye ukeneye kandi urebe ko bukoreshwa mubihugu ukunze. Kwirinda nabyo ni ingenzi. Kwipimisha buri gihe hamwe ningamba zifatika zirashobora kunoza cyane ubushobozi bwawe bwo gukemura ibibazo byubuzima neza. Byongeye kandi, ntukirengagize akamaro ko kwishingira umutungo wawe ukomeye. Kureka ibintu byingenzi bidafite ubwishingizi birashobora kugutera imitwaro ikomeye yubukungu. Wibuke, gushora amafaranga make yubwishingizi uyumunsi birashobora kugukiza amafaranga menshi mugihe kirekire.

Olumide Ogunsanwo: Ndashishikariza cyane buriwese gushyira imbere uburinzi bwe mubihe bijyanye no gutandukana nibindi bintu bibi. Hariho ibikoresho bitandukanye bihari, harimo ubwishingizi bwumutungo nubwishingizi bwubuzima. Mugihe ugendeye kuri ibi bihe, ni ngombwa gushakisha uburyo wakwirinda. Reba amahitamo nkamasezerano yo gutwita mbere yo gushyingirwa, gahunda yubwishingizi bwubuzima, hamwe na nyirubwite cyangwa ubwishingizi bwumutungo. Ubwishingizi buhagije ni ngombwa, kuko kubura bishobora gutera ibibazo bitoroshye nkumuriro winzu. Mugihe tutazatanga ibyifuzo byihariye kuri buri cyago gishoboka, turashaka gushimangira ingaruka zishobora kuba mbi murugendo rwawe rwamafaranga. Fata ingamba zifatika zo kwikingira! "

Ibyo bikubiyemo Ibice bitatu byacu na Igicucu Ibice bitatu byo gukoresha. Kugirango tuvuge muri make indangagaciro zishingiye kumikoreshereze: Menya kandi ushire imbere indangagaciro zawe. Huza amafaranga yawe ukurikije kandi witondere kugwa muri FOMO. **FOMO nikibazo kandi amafaranga ashingiye kumikoreshereze ni antidote** . Noneho, reka tujye mubyifuzo no kubisobanura.

Achani Samon Biaou: Ndasaba " Amafaranga Yawe Cyangwa Ubuzima Bwawe [5]", na Vicki Robin. Nubwo itibanda cyane cyane ku bwigenge bw'amafaranga, itanga ubuyobozi bwingirakamaro kuri gahunda yimari yizabukuru. Irimo ingingo nko guhunga imitego yimyenda, gutsimbataza ingeso zo kuzigama no koroshya ubuzima bwawe ukuraho ibintu bitari ngombwa.

Olumide Ogunsanwo: Birashimishije kuba uvuze ntabwo bijyanye n'ubwigenge bwamafaranga. Bamwe batekereza ko igitabo cyo mu 1992 ari cyo nkomoko y'ubwigenge bw'amafaranga, ndetse na mbere y'ijambo FI /

RE (Ubwigenge bw'amafaranga / Ikiruhuko cyambere). Ibyo birashobora gusobanura impamvu udakora ihuza. Nigitabo cyingenzi kidasanzwe cyatumye abantu bamenya ko bashobora kuva mubuzima bwabo mumyaka mirongo itatu. Ubu, mfite ibyifuzo bitatu:

" Ikiruhuko cy'izabukuru hakiri kare [6]" cyanditswe na Jacob Fisker. Umugabo ni umuhanga. Iki gitabo nigitabo cyiza kandi gisabwa cyane gusoma. Fisker, rimwe mu majwi ya mbere mu bijyanye n'imari bwite n'ubwigenge bw'imari, asangira amahame ye nuburyo bushingiye kuri sisitemu yo gukoresha neza amafaranga n'ibiciro.

" Umuherwe uturanye [7]" na Thomas Stanley. Iki gitabo gitanga ubumenyi bwubuzima bwabaherwe bo muri Amerika. Binyuze mu bushakashatsi bwabo, abanditsi bavumbuye ko abaherwe bafite disipulini kandi batitonda, birinda ubuzima budasanzwe. Bacengera mumitekerereze, uburyo bwo gukoresha, hamwe nindangagaciro zishingiye kumikoreshereze yabantu. Igitabo gikubiyemo imyirondoro irambuye yabatunzi babarirwa mu magana.

" Reka gukora abakire [8]" by Thomas Stanley. Iki gitabo gisobanura ko umushahara wonyine utagena agaciro keza; biterwa ningeso yo gukoresha. Irerekana ubushakashatsi butangaje kubona imyuga nko kwigisha, nubwo umushahara muto, usanga ufite umutungo mwinshi bitewe nubushake buke bwa FOMO. Ku rundi ruhande, abanyamategeko, nubwo bahembwa menshi, akenshi usanga bafite umutungo muto ugereranije n'uko byari byitezwe kuko baguye muri FOMO bagakoresha ibintu byiza kugira ngo bakomeze urungano.

Achani Samon Biaou: Nkuko twanzuye, ndashaka kongera kuvuga ko FOMO ari umwanzi wawe.

Olumide Ogunsanwo: Emera guhuza imbaraga zikoreshwa mu ndangagaciro no kwinjiza amafaranga menshi kugira ngo urugendo rwawe rugana ku bwigenge bw'amafaranga. Suzuma kubogama kwawe kandi utere uburimbane hagati yabyo bombi, urebye amahirwe yawe yihariye, ibihe, ubumenyi, amasano, nibidukikije. Mu gice cya nyuma kiri imbere, tuzacengera mubuz-

---

6.   https://www.amazon.com/Early-Retirement-Extreme-philosophical-independence-ebook/dp/
      B0046LU7H0

7.   https://www.amazon.com/Millionaire-Next-Door-Surprising-Americas-ebook/dp/
      B0BX7G7PZN

8.   https://www.amazon.com/Stop-Acting-Rich-Living-Millionaire/dp/0470482559

ima bwa FIREDOM kandi dutange ubumenyi bwingirakamaro muburyo tubaho nyuma yo kubona ubwigenge bwamafaranga. Komeza ukurikirane!

7: inkuru za FIREDOM, Ubwigenge bwamafaranga, Ubwisanzure & Ubuzima bwawe bwose

Olumide Ogunsanwo: Twabikoze! Igice cyacu cyanyuma. Mbega urugendo! Tugiye kubirangiza byose muganira uburyo ubuzima bwacu bwateye imbere tumaze kwigenga mubukungu.

Achani Samon Biaou: Kunda! Nubwo twaganiriye ku nzira iganisha ku bwigenge bw'amafaranga, ni ngombwa nanone gutekereza ibizaza nyuma yo kubigeraho.

Olumide Ogunsanwo: Nshimishijwe no kugira iki kiganiro.

Achani Samon Biaou: Nkurikije ibyambayeho kandi nkamenya uburambe bwa Olumide, ndashobora kuvuga ntashidikanya ko numva ari byiza kwigenga mubukungu.

Olumide Ogunsanwo: Niba wasanze ibice byabanje bikurura, noneho uzarushaho gushimishwa niki gice. Bitandukanye n'ibice byabanjirije aho twacukumbuye kwibuka kuva kera, iyi nkuru ni shyashya mumitekerereze yacu. Iki gice kivuga ku buzima bwacu bwa none nicyo dukora uyu munsi.

Achani Samon Biaou: [Kuririmba] Ubwisanzure. Umudendezo. Umudendezo

Olumide Ogunsanwo: [Urwenya] Urimo uririmba mucyongereza. Ibyo ni byiza kurushaho. Ntabwo ari Igifaransa. Igitangaje.

Achani Samon Biaou: [Urwenya] Ntushobora gutegereza gutangira iki gice.

Olumide Ogunsanwo: Samon, kuki utadwirukanye? Byagenze bite umaze kubona ubwigenge bwamafaranga?

Achani Samon Biaou: Reka ntangire na contexte. Intangiriro y'ubwigenge bw'amafaranga kuri njye muri 2018, mfite imyaka 35. Nari maze gusubira i Dubai mvuye muri gahunda ya Ambasaderi wa BCG, aho namaze umwaka muri Afurika y'Epfo. Aha niho ishoramari ryanjye ryatangiye kwinjiza buri kwezi amafaranga arenze umubare w'ubwigenge bw'amafaranga.

Ubu bwisanzure bushya bwamafaranga bwamfashije kugenzura ubuzima bwanjye bwakazi no gukurikirana inyungu zanjye uko nshaka. Nanjye numvaga merewe neza kuganira ku ngingo za kirazira. Nari niteguye kuzamurwa mu ntera, uhwanye na McKinsey Associate Partner, icyo gihe. Nakiriye kuzamurwa nyuma y'amezi umunani ntangira inzira yinzibacyuho mvuye muri BCG.

Olumide Ogunsanwo: Iyo wigenga mubukungu, biracyumvikana gukora igihe gito kubwimpamvu ebyiri.

Ubwa mbere, burigihe nibyiza kugira buffer ahantu. Nka injeniyeri, ndashima agaciro ka buffers, kandi ihame rimwe rireba igenamigambi ryimari. Ntushaka kuba mubyukuri mugereranya ibyifuzo byawe nibikenewe. Mugukora igihe kirekire, urashobora gukora buffer yimari kugirango ubaze impinduka zose zizaza mubyifuzo cyangwa ibikenewe.

Icya kabiri, bisaba igihe cyo gushakisha no kwiga kubyerekeye amahitamo ahari nicyo ushaka gukora. Mugihe abantu bamwe bashobora kuba barabonye umuhamagaro wabo hakiri kare, abantu benshi bakeneye igihe cyo kumenya inyungu zabo nyazo. Kureka akazi kawe kureba Netflix umunsi wose ntabwo aribwo buryo bwiza bwo kubona ibyuzuye.

Nyamara, ni ngombwa gushyira mu gaciro no kutagwa mu mutego wa "syndrome de year year" (OMY), aho ukomeje gukora imyaka myinshi nyuma yo kubona ubwigenge bwamafaranga. Keretse niba byanze bikunze, intego yawe nugukomeza gukora kuko urabyishimiye. Kimwe nibintu byose mubuzima, nibijyanye no gupima ibicuruzwa no kubona impirimbanyi ikwiye.

Achani Samon Biaou: Ndabyemera. Nagumye muri BCG imyaka igera kuri 1.5 nyuma yuko nari maze kwigenga mubukungu. Nari ntandukanye cyane nabandi kandi nakinnye namategeko yanjye. Icyo cyari igihe gisobanura kuri njye.

Olumide Ogunsanwo: Reka dusuzume ako kanya gato. Ni ayahe magambo wakoresha kugirango usobanure uko wumvaga ugeze mugihe cyo kwigenga kumafaranga?

Achani Samon Biaou: Numvaga nkuze.

Olumide Ogunsanwo: [Biratangaje] Wow!

Achani Samon Biaou: Numvise ko narangije isiganwa ryimbeba. Nari nkiri mubice byimashini ariko ntabwo nabishingikirije. Nari narigeze kugirana ibiganiro nabayobozi babiri bayobora ikigo nizeraga kumpanuro niba nkwiye gukomeza kuhakorera cyangwa ntabikora. Kuba narimo kugira ibyo biganiro ubwabyo byari ikimenyetso cyuko nakuze. Ibi biganiro birashobora guhungabanya umwuga kuko niba utekereza kugenda, Umuyobozi wungirije ntashobora kukurwanirira cyangwa gukomeza gushora imari. Ariko, nari mfite amahoro kandi sinitaye kubitekerezo byabo.

Olumide Ogunsanwo: Wumvise ukuze kandi ufite amahoro nyuma yo kugera ku bwigenge bw'amafaranga birumvikana kuko ni intambwe ikomeye. Mu rwego rwa FI / RE, hari ibintu bibiri byingenzi: kugera ku bwigenge bw'amafaranga (FI) no gusezera hakiri kare (RE) bigenda biva mu mirimo ugomba gukora mu bindi bikorwa byawe bwite. Iki gitabo cyibanze cyane cyane kuri FI, akaba aribwo umuntu yakusanyije umutungo uhagije kugirango yishyure amafaranga yabo ubuzima bwabo bwose. Wageze kuri FI niyo ntambwe itangaje twagerageje gushimisha abantu. Andi magambo yose ushaka gukoresha kugirango usobanure uko ubyumva?

Achani Samon Biaou: Ibyiyumvo bya - mu gifaransa byitwa apesanteur (pesanteur ni gravit, apesanteur ni ukubura imbaraga)

Olumide Ogunsanwo: [Amwenyura] Biratangaje!

Achani Samon Biaou: Nari nderemba. Nunvise iyi myumvire ko hano hari isi yose kandi amaherezo nidegembya kubishakisha uko mbyumva. Numvaga ntafunzwe, ariko icyarimwe, natekerezaga icyo gukora. Ni ihuriro ryubwisanzure, guhangayika no kugerageza kubyumva byose.

Olumide Ogunsanwo: Nubwo numvise, ndumva nshimishijwe no kugerageza kubishushanya. Ndashobora kwiyumvisha ko mbere wari warateguye kuguma muri BCG imyaka ibiri, ariko warangije kumara hafi imyaka itandatu. Amaherezo, wageze ku bwigenge bwamafaranga, kandi ndashobora gutekereza inzugi zamahirwe yakugururiye hamwe nubushobozi ugomba kuba warumvise kubikurikirana.

Achani Samon Biaou: Nanjye numvise nishimye gato kandi byemewe. Numvaga ndi umukinnyi wa olempike. Mu myiteguro, bamwe bagaragaje gushidikanya bavuga ibintu nka "Wibagirwe, utekereza iki?" Ariko, nakomeje gutekereza kwigenga, nshishikajwe no kugera kuntego zanjye, amaherezo ndabigeraho.

Ibi byagezweho nibyo byambere nari ntunze byuzuye, nishyiriyeho intego kandi ntabwo nakurikije amahame mbonezamubano. Ibinyuranye, ibin-

di byagezweho mubuzima bwanjye akenshi byaterwaga nibyifuzo byabat-
urage kandi byabaye inzira yo kurangiza. Kurugero, nakurikiranye kwinjira
mwishuri rikuru ryubucuruzi kugirango nkure neza kandi mbone akazi ga-
hembwa menshi hamwe nimbaraga zo gufata ibyemezo. Mu buryo nk'ubwo,
mu kazi kanjye ko kugisha inama, nakoze amasaha menshi kandi ngera ku
ntsinzi, ariko sinakundaga ijoro ryakeye - byari bimwe mu bigize akazi.

Kubijyanye n'ubwigenge bwamafaranga, nakundaga intambwe zose.
Nakurikiranaga ubwigenge bwamafaranga cyane cyane kuko nashakaga ko
amaherezo aba njye kandi njyenyine. Igihe nigenga mubukungu, numvaga
hari ibyo nagezeho, apesanteur, na nyirubwite.

Hamwe n'icyizere natewe n'ubunararibonye bwanjye muri BCG no mu
ishuri ry'ubucuruzi, nahisemo kwimukira i Paris no gukora ubushakashatsi
mu ntangiriro za 2020 ubwo nari mvuye muri BCG. Nari narasinyiye
ubukode umwaka ushize kuko kubona umwanya i Paris birashobora kugo-
rana. Nubwo nari nkiri gukora umushinga wa BCG muri Arabiya Sawu-
dite, natangiye kwimukira mubuzima bwanjye bushya i Paris, aho nari maze
kubona inzu. Hanyuma COVID-19 yakubise, nsanga narumiwe i Paris. Uru-
gendo rwanjye rwo kwihangira imirimo rwahagaritswe mbere yuko rutangi-
ra, kuko twari twemerewe kuva mu nzu kugura cyangwa gukora urugendo
rugufi. Muri icyo gihe, umuntu mukuru waturutse muri UAE yangezeho ngo
amfashe. Aya yari amwe mumahirwe yambere nagize yo gukoresha umuden-
dezo nabonye binyuze mubwigenge bwamafaranga.

Olumide Ogunsanwo: Nibihe bidasanzwe. Wagize umwanya wub-
wigenge bwamafaranga muri 2018, ariko wakomeje gukorera BCG muri
2020. Nyuma yo kuva muri BCG, uwahoze ari umubonano wari uzi ko
ukurikije uburambe bwakazi bwawe bwaguhaye amahirwe yo gukora
umushinga. Urashobora kubikora ukurikije amagambo yawe kandi
ukayagereranya muburyo wifuzaga kandi ukamarana igihe kinini mubikor-
wa. Byashoboraga kuba amahirwe akomeye bitewe nabakiriya.

Achani Samon Biaou: Nishimiye gukorana nabantu, kandi nabonaga
ko aribwo buryo bwanjye bwa mbere nyabwo bwo kugira ingaruka no gushi-
raho ikintu nta mbogamizi zo kugisha inama.

Olumide Ogunsanwo: Wari ufite icyo kigo, ntiwabujijwe n'imashini ya
BCG, nziza kandi nziza muburyo bumwe, ariko ntabwo ari nziza mubundi
buryo.

Achani Samon Biaou: Nukuri. Mugihe cyanjye muri BCG, nari mfite itsinda ryabasesenguzi nabafatanyabikorwa bashinzwe gukora analyse no gukora amashusho. Ariko, nyuma yo kuva muri BCG no gufata umushinga mushya, nasanze mfata inshingano zinyuranye zitandukanye, uhereye kubisesengura kugeza umuyobozi mukuru. Ibi byari bikubiyemo imirimo nko kwandika amashusho, gufata ibyemezo, no gushyira mu bikorwa umushinga. Kugira uburenganzira bwuzuye bwicyerekezo cyumushinga byari ibintu bidasanzwe kandi bishimishije. Nakunze ibyambayeho. Muri icyo gihe niho nahisemo no kumenya ubushake bwanjye bwo gukora ingendo zo hagati (gutura ahantu hatandukanye amezi icyo gihe), mbere byari bigoye kubera akazi.

Nize ibintu bibiri muriyi rugendo. Ubwa mbere, ubwigenge bwamafaranga burakwiye, inshuro icumi.

Olumide Ogunsanwo: Ntabwo nashoboraga kubyemera byinshi. FI biratangaje.

Achani Samon Biaou: Icya kabiri, ugomba kumenya neza ko ubitegura. Nagize ibihe byinshi abantu bagerageza kunshaka. Ubwa mbere, mu mezi yanjye ya nyuma muri BCG, bampaye inzira yihuse y'ubufatanye muri kimwe mu biro byacu bishya. Noneho, abahoze ari abakiriya nabandi bantu nabo baranyegereye. Nibyiza byo kugisha inama: uri isoko cyane. Abantu bampaye amafaranga menshi, kandi igice cyanjye nibajije niba nshobora kubikora umwaka umwe nkarushaho kwigenga. Ibi bigeragezo nuburyo usuzuma niba icyifuzo cyawe cyo kwigenga cyamafaranga gikomeye. Niba aribyo, ntuzasubira mubikorwa byawe bya kera cyangwa imirimo isa nayo kuko baguha amafaranga.

Olumide Ogunsanwo: Iyi ni ingingo nziza. Reka tubitekerezeho gato. Mbere muri iki gitabo, twagiriye inama ko ari ngombwa kugira icyerekezo gisobanutse kandi gikomeye cyerekana aho ushaka kuba mu rugendo rwawe rwo kwigenga mu bijyanye n'amafaranga. Iyo ukundanye nicyo cyerekezo cyawe kizaza kandi ufite isano ikomeye mumarangamutima nicyerekezo cyawe, birashoboka cyane ko uzakomeza kubyiyemeza. Udafite iyo sano, urashobora kwifuza gufata akazi gashya kuberako bigaragara neza kurenza iyubu. Ni ngombwa gufata umwanya wo kumenya icyo ushaka mubuzima. Niba uhisemo ko guhindura akazi gashya cyangwa inzira yumwuga nyuma yo kugera kubwigenge bwamafaranga bihuye nintego zawe, nta kibi kirimo.

Ariko, ni ngombwa kwishora mu bitekerezo no kunguka ubumenyi kugirango ufate ibyemezo byiza by'ejo hazaza.

Achani Samon Biaou: Ntabwo nashoboraga kubyemera byinshi. Niba urimo kwibaza niba ubwigenge bwamafaranga bukubereye, hari ikizamini cyihuse ushobora gukora. Ntugomba byanze bikunze kumenya neza icyo ushaka gukora ubutaha, ariko ugomba kumenya ko udashaka gukomeza gukora ibyo ukora ubu. Ubwigenge bwamafaranga bukwiye gukurikiranwa niba wemera ko uzishimira inzira ninzira igana kuri yo kuruta ibisubizo ubwabyo.

Olumide Ogunsanwo: Kwakira intege nke nubushakashatsi nibyingenzi mugihe ukurikirana ubwigenge bwamafaranga. Niba ushyize imbere urwego rwo hejuru rwukuri, imiterere yisosiyete irashobora gutanga ibyo kandi ikagumayo kugeza ushaje. Kurundi ruhande, ubwigenge bwamafaranga burimo amatsiko nibitekerezo byubushakashatsi bishobora kugukingurira ubuzima bushya kuri wewe.

Achani Samon Biaou: Icy'ingenzi mu kugera ku bwigenge bw'amafaranga ni ubwisanzure buzana. Ntabwo ari ugushaka akazi keza. Ntabwo ari no gushaka icyerekezo gikomeye nubwo iyo ari intambwe yingenzi. Ahubwo, ni ukugira umudendezo wo gushakisha icyo ushaka cyose no gukora icyo ushaka cyose, igihe cyose ubishakiye. Ugomba kwishimira iyo mitekerereze kandi ukumva uyikunda. Iyo ufite ubwigenge bwamafaranga, uba ufite ubushobozi bwo gucukumbura inyungu zawe nishyaka, cyangwa ugahitamo kudashakisha na gato. Ufite umudendezo wo kwifatira ibyemezo no gukora ibyo ushaka gukora. Kuri njye, kugera ku bwigenge bw'amafaranga byasobanuraga guhindura imbaraga nari mfite ku kazi kanjye muri BCG ku kintu nahisemo.

Intego yanjye yari iyo kwiha umwanya n'umwanya wo gushakisha no kuyobora imbaraga zanjye mubindi bice. Sinifuzaga kubaho ubuzima bwa Netflix aho nahoraga niziritse ku myidagaduro. Nashakaga kugira ubushobozi bwo guhitamo ibyo nashakaga gukora, no gukomeza gushakisha ibintu bishya.

Olumide Ogunsanwo: Nibyiza. Nzongeraho ingingo nke. Ibice byinshi byingenzi byubuzima biragoye kubikemura byuzuye. Kurugero, mubucuti, haribiganiro bihoraho hamwe numukunzi wawe mukundana, umuryango, nabaturage, kandi uhora uharanira kubateza imbere. Izi ntego ntizigera zikemurwa cyangwa ngo zigerweho, ahubwo ni inzira ikomeza yo gukura no gutera imbere. Ni nako bigenda kubuzima - burigihe hariho ikintu gishya cyo kwiga kuburyo bwiza bwo kurya, gukora siporo, gucunga imihangayiko, no kwita kubuzima bwo mumutwe. Nyamara, ubwigenge bwamafaranga burihariye kuko nikimwe mubintu bike mubuzima bishobora gukemurwa byuzuye. Niba wigenga mubukungu, urashobora kugira umudendezo wo kwibanda kubindi bice byubuzima, nkumubano nubuzima, bisaba imbaraga zihoraho. Ubwigenge bwamafaranga nigushoboza kuguha umwanya, imbaraga, namafaranga yo gushora mubindi bice byingenzi byubuzima bitarangira ingendo ziterambere.

Utitaye ku kazi kawe, waba uri amarangi, umunyamabanki w'ishoramari, umujyanama mu micungire, cyangwa umukozi w'ikoranabuhanga, birashoboka ko ufite izindi nyungu n'ishyaka hanze y'akazi. Birashoboka ko ukunda koga, gukina volley ball, gusiganwa ku maguru, cyangwa gutembera. Birashobora kugorana kubona umwanya n'imbaraga zo gukurikirana izo nyungu niba umara umwanya wawe wose kukazi cyangwa mubucuruzi bwawe ugerageza gushaka amafaranga. Ubwigenge bwamafaranga burashobora kuguha umudendezo wo kumara umwanya munini kubintu ukunda cyangwa utekereza ko ukunda.

Nkabantu, turi benshi kandi dufite inyungu nyinshi. Tekereza niba ushobora kumara umwanya munini ukurikirana irari ryawe, ryaba ritangiye ubucuruzi, kuzenguruka isi, cyangwa ikindi kintu. FIREDOM nubwisanzure bwo guhitamo icyo ushaka gukora nigihe cyawe n'imbaraga zawe. Niyo mpamvu nkunda ubwigenge bwamafaranga, kuki twanditse iki gitabo tukacyita FIREDOM (Ubwigenge bwamafaranga + Retire Early + Freedom).

Achani Samon Biaou: Niba wari ugikora muri Google, hari impamvu nyinshi zishobora kuba utaranditse igitabo. Ikintu kimwe gishoboka nuko ushobora kuba utaragize umwanya wo kubyandika. Byongeye kandi, ushobora kuba wagombaga gukundana numuntu murwego rwamategeko kugirango ubone icyemezo. (Urwenya) Ndasetsa hano.

Olumide Ogunsanwo: [Aseka] Birasekeje kuba uzanye ibi, ariko mubyukuri nari nkeneye clearance kugirango ntangire Afrobility muri 2020. Ntabwo ndasetsa.

Achani Samon Biaou: Nabyishimira niba abantu bashobora kwibanda kubintu byingenzi bigize inkuru. Kugira ngo mbisobanure, dore incamake yukuntu numvaga: Icya mbere, numvise nkuze. Icya kabiri, numvise ndushijeho kugeraho ugereranije no kubona MBA mumashuri yubucuruzi akomeye, aho nashakaga kwemezwa kurwego runaka.

Olumide Ogunsanwo: Rwose. Kugera ku bwigenge bwamafaranga kumyaka 35 nigikorwa kidasanzwe, nubwo birenze kwemerwa muri Stanford GSB (Graduate School of Business). Ibi ni ukuri cyane urebye ko wavukiye kandi ukurira muri Bénin. Iyo urebye umubare wabantu bakuriye muri Bénin mugihe kimwe nawe kandi washoboye kugera kubwigenge bwamafaranga kumyaka 35, natungurwa niba yarenze 0.01%. Nibintu bitangaje.

Achani Samon Biaou: Benshi mu nshuti zanjye baravugaga bati: "Iki gitekerezo uvuga ni ikihe? Ushaka kuvuga iki ko utazakomeza gukora? "

Olumide Ogunsanwo: Mugenzi wanjye yabwiye umukozi dukorana ko nandika igitabo kivuga ku bwigenge bw'amafaranga. Kuri uwo, mugenzi we yarashubije ati: "Nzi ubwigenge bw'amafaranga, bivuze ko ndi akazi kandi nshobora kubona akazi nifuza." (Aseka)

Achani Samon Biaou: [Urwenya] Byinjijwe cyane mumitekerereze yacu. Nabwiye abantu bamwe ibijyanye n'ubwigenge bw'amafaranga baransubiza bati: "Nibyo, ubu ni akahe kazi uzakora?"

Olumide Ogunsanwo: [Urwenya rwa Hysterical]

Achani Samon Biaou: Ugomba gukora akazi. Ntushobora rwose na rimwe kujya gukora ibyawe. Nongeye gusubiramo ibyambayeho vuba aha, numvise nkuze kandi nishimira ibyo nagezeho. Bitandukanye na kera, ntabwo nabikoraga kugirango nshimishe abandi. Numvaga nasubiye mu byiyumvo byubwisanzure nagize nkiri umwana. Wibuke, mu nkuru yo mu bwana bwanjye, navuze ko kimwe mubyo nibutse kera kwari ukumva mfite umudendezo. Nkuze, numvaga ko umudendezo wavanyweho buhoro buhoro mugihe nagerageje guhuza ibyifuzo byabaturage kandi ubwigenge bwamafaranga nicyo gikoresho nagombaga kugarura umudendezo wanjye. Byongeye kandi, nahuye nuburemere cyangwa "apesanteur", nijambo ryigifaransa rivuga kubura imbaraga. Birumva ko ureremba mumwanya wo hanze kandi byose biragutse. Urashobora kujya mubyerekezo byombi, birabohora ariko nanone bitesha umutwe. Ibyo ni ibyiyumvo nagize.

Nimukiye i Paris mpitamo gushakisha kwihangira imirimo, ariko nyuma COVID-19 irakubita byose birahagarara. Ariko, nashyikirijwe amahirwe atunguranye yo guhindura icyerekezo cyikigo cyo muri UAE cyahujwe nicyifuzo cyanjye cyo kugira icyo nkora. Naba nyobora umushinga nkanagenzura ishyirwa mubikorwa ryayo, ibyo bikaba bitandukanye ninshingano zanjye zabanje muri BCG aho nayobora umushinga hanyuma ngashyikiriza sosiyete ibyifuzo byose nibishyirwa mubikorwa.

Olumide Ogunsanwo: Yego, utanga umushinga wose utanga kubakiriya kandi ubifuriza amahirwe masa. (Aseka)

Achani Samon Biaou: Rimwe na rimwe, nubwo waba ushishikajwe nigitekerezo, urashobora gukomeza gushidikanya kubishobora gutsinda, uzi ko ibintu bike byonyine bizashyirwa mubikorwa mugihe ibindi bizibagirana. Ntakibazo, iyi yari igerageza ryanjye rya mbere. Ubushakashatsi bwanjye bwa kabiri bwarimo ingendo. Nahoraga nishimira kwiga imico mishya, nuko njye na mugenzi wanjye twatangiye urugendo rwumwaka, tumara amezi menshi muri buri mujyi twasuye. Mugihe bamwe mubo twakoranye bashobora kuba barabonye ingendo ndende zidasanzwe, twashoboye gukora ubushakashatsi mubihugu bitandatu bitandukanye, twishora mumico yabo n'indimi zabo.

Ikintu cya gatatu nibanzeho ni kwiga ururimi. Mumaze kuvuga indimi ndwi, nahisemo kwiga izindi nke. Kugeza ubu, niga Igishinwa kandi nkanonosora ubuhanga bwanjye bw'icyarabu. Ntabwo ngerageza kubona akazi mu Bushinwa. Ntabwo ngerageza kuba umunyapolitiki mu gihugu icyo ari cyo cyose cy'Abarabu. Nkunda indimi kandi ndashaka gushobora kwigaragaza no gusoma ibinyamakuru byo hirya no hino ku isi ntashingiye gusa ku bitangazamakuru.

Ariko, ntabwo ibintu byose byoroshye kugenda. Nyuma yumushinga wanjye muri UAE, natekereje gushinga uruganda rwanjye maze mbona ko umutekano muke wongeye kugaragara. Nkumunyeshuri urangije Stanford, hakunze kubaho igitutu cyo gutangiza unicorn, ariko ubwigenge bwanjye bwamafaranga bwatumye nshira imbere ibyo nsohoza kandi nkurikirana imishinga inshimishije. Aho kumva igitutu, ndihatira guhabwa imbaraga zo kubaho mubuzima bwanjye.

Olumide Ogunsanwo: Yego. Impamvu yawe igomba kuva imbere.

Achani Samon Biaou: Nahanganye nibi hafi amezi atandatu. Muri kiriya gihe, nasubiraga mu kibaya cya Silicon ibyumweru bike kugira ngo nkundane n'inshuti kandi ngerageza gutunganya ibitekerezo byanjye. Amaherezo, naje kubona ko ndi hafi yo kwinuma inuma mu rundi rugero (kwihangira imirimo uko byagenda kose), byari kuba ari uguta agaciro umudendezo nabonye. Ibyo byari ibyahise. Uyu munsi, ndibanda ku ndimi kuko ari ingenzi kuri njye. Hamwe na FIREDOM, mfite ubushobozi bwo guhitamo aho ntuye nuwo nkikije. Kuba muri Amerika ni ingenzi kuri njye kuko bitanga ibitekerezo byinshi nubwisanzure bitabonetse ahandi kwisi. Ubu buryo, nshobora kumara igihe cyanjye muburyo bw'ingenzi kuri njye.

Olumide Ogunsanwo: Birumvikana ko Abanyamerika bakunda umudendezo. Nibice bigize imyitwarire yigihugu.

Achani Samon Biaou: FIREDOM n'Umudendezo bihuza neza n'indangagaciro zanjye, ariko ntabwo nteganya kuguma muri Amerika ubuzima bwanjye bwose. Ndashaka gutembera kandi wenda nkimukira ahandi hantu mugihe kizaza. Ikintu cyingenzi kuri njye nuko mfite ubushobozi bwo guhitamo aho ntuye. Kugera ku bwigenge bwamafaranga byampaye kumva nkuze kandi nshinzwe. Ndagerageza kugerageza ibintu bishya buri gihe, nko kwandika iki gitabo cya FIREDOM, gukora kuri startup, no gufata imishinga mishya.

Imwe mumushinga uheruka harimo kwigisha siyanse ya mudasobwa kubanyeshuri bo muri Afrika. Muguhuza ururimi rwicyongereza muri gahunda, turizera ko tuzaha aba banyeshuri amahirwe yo gusabana nabantu baturutse kwisi yose kandi birashoboka ko biga mubihugu bivuga icyongereza. Ahari bazashobora kubona akazi mubikorwa byikoranabuhanga mbere yuko bajya muri kaminuza cyangwa biga muburyo bwo kwitoza. Hano hari amahirwe atagira ingano yo gushakisha, ariko ikibabaje, ntabwo abantu benshi bafite umudendezo cyangwa inyungu zo kubikurikirana.

Olumide Ogunsanwo: Ubwigenge bwamafaranga buguha umwanya wibitekerezo, umurongo mugari, umwanya, no kwitondera kwibanda kukintu cyose kigushimishije. Nibyo ubwiza bwa byose. Ubwigenge bwamafaranga buguha umudendezo wo gukurikirana icyo ushaka cyose. Birashoboka ko inkuru ya Samon itagushimishije kuko udashishikajwe n'uburere cyangwa ururimi. Nibyiza. Ingingo ni uko ubwigenge bwamafaranga buguha ubushobozi bwo gukora icyo ushaka cyose, cyaba gikurikirana irari ryawe cyangwa gushakisha amahirwe mashya.

Achani Samon Biaou: Nkunda ubwigenge bwamafaranga kubwimpamvu nyinshi. Ubwa mbere, ndaha agaciro imiterere yimiterere. Sinshaka kumara indi mbeho guhangana na shelegi hamwe ningorane zizana nayo,

kuko bitanzanira umunezero. Icya kabiri, nkunda guhuza no kuba hafi ya-
bantu bashobora kuntera ubwenge. Niyo mpamvu nahisemo gutura i San
Francisco, mu karere ka Bay. Ubwanyuma, nkunda umudendezo wo gushak-
isha no gutobora.

Dore uburyo bwo guhinduranya ubwigenge bwamafaranga. Ubuzima
bwacu bushobora kugabanywamo ibice bitatu mugihe cyubwisanzure. Mu
ntangiriro, twavutse twisanzuye. Nyuma mubuzima, iyo dusezeye, tugarura
umudendezo kuko tutakibuzwa nakazi. Ariko, mugice cyo hagati yimyaka
yacu yakazi, akenshi duhura ninshingano zitandukanye nimbogamizi zi-
tubuza umudendezo.

Ngiyo ishingiro rya FIREDOM - ubushobozi bwo kugabanya igihe cyo
hagati no kubaho ubuzima muburyo bwacu, dukurikirana irari ryacu kandi
twishimira umunezero n'intego mumyaka yacu itanga umusaruro. Muri
make, ubwigenge bwamafaranga butuma dushobora kubona ubushobozi
bwo gukora ibyo dushishikariye cyane no gutanga umusanzu wubwenge
muri societe muburyo bufite intego.

Olumide Ogunsanwo: Kugera ku bwigenge bwamafaranga ufite imyaka
20 na mirongo itatu birashobora gushimisha bidasanzwe. Kuri iki cyiciro
cyubuzima bwawe, uracyari muto, wuzuye imbaraga kandi ushishikajwe no
kuzenguruka isi. Ubona gute ufashe ingamba zo gushikira ubwigenge bwa-
mafaranga hakiri kare, kugirango ubeho ubuzima bufite intego, bushimishije
bushingiye kubisobanuro byawe bwite? Nyuma ya byose, ntabwo ari uguhuza
ibyifuzo byabandi, yaba umuryango wawe, umutware, cyangwa umuyobozi.
Nibyerekeye kubaho mubuzima bwawe bwite no gusobanura inzira yawe.

Iyi niyo mpamvu rwose twashizeho iki gitabo - kugirango tugufashe ku-
genzura ejo hazaza hawe kumafaranga no kurema ubuzima uzakunda. Ubu-
tumwa twakugezaho nukwishimira ubuzima hanyuma ugatangira gufata
gahunda yo gufata ingamba mubuzima wifuza. Ntutegereze kugeza ufite
imyaka 80 kugirango utangire kubaho ubuzima wifuza - tangira gutera in-
tambwe igana ku bwigenge bwamafaranga none kugirango ubeho ubuzima
bwiza.

Achani Samon Biaou: Mfite ingero ebyiri zerekana uburyo abandi ban-
tu baha agaciro FIREDOM. Urugero rwa mbere ni igitekerezo cya 20% yigi-
he cyumushinga, ibigo nka Google biha abakozi babo. Mu byingenzi, ba-
subiza abakozi babo 20% yigihe cyabo cyo gukora imishinga bashishikariye.

Niba isosiyete itekereza ko umushinga ufite ubushobozi, bifuza ko byakorwa muri sosiyete kugirango bashobore gusaba bike mubisohoka. Uru nurugero rumwe gusa rwukuntu ibigo byemera agaciro ko guha abantu umudendezo wo gukurikirana irari ryabo.

Urugero rwa kabiri ni igitekerezo cyo kwinjiza isi yose (UBI), byaganiriweho nabantu benshi. UBI ivuga ko guha abantu urwego runaka rwinjiza kugirango batagomba guhangayikishwa nibyifuzo nkibanze nkibiryo ndetse nuburaro bishobora kugira ingaruka nziza kubumuntu, kuko birekura abantu gukurikirana icyo bashaka. Ibi birerekana ko arc yubumuntu idusunikira kugana umudendezo mwinshi wo guhindura ubuzima bwacu, aho kugira undi muntu udushiraho (urugero leta ifite UBI, cyangwa ibigo bifite umwanya wa 20%).

Kurangiza, agaciro kifuzo cyiki gitabo nuburyo bwo kwihutisha inzira yawe kuri FIREDOM. Inzira yacu yarimo kunyura mumarushanwa yimbeba kurwego runaka, ariko kubikora tubigambiriye. Twahinduye ibiciro byacu kandi twinjiza amafaranga menshi dukurikiza inzira zimwe na zimwe, nka serivisi zumwuga. Urashobora gukora kimwe no kwisubiraho (kuruta kuruhuka) hakiri kare mumarushanwa yimbeba, hanyuma ugaha umuriro wawe isi.

Olumide Ogunsanwo: Inkuru yawe ya FIREDOM yari nziza. Nzagerageza kuvuga muri make amasomo yo mu nkuru yawe. Turizera ko nkuko wasomye inkuru yacu, wakusanyije amahame yingirakamaro twize munzira. Ibi birimo akamaro ko kwiyizera, gutekereza kwigenga no kunegura, kwirinda kwigana abandi, gufata ibyago bikaze mugihe bibaye ngombwa, kudatinya ingaruka zishobora kubaho, no guteza imbere izo ngeso. Byongeye kandi, ni ngombwa gushimishwa n'ejo hazaza no gushyira mu bikorwa ubugome gahunda yo kugera ku bwigenge bw'amafaranga.

Umaze kurangiza ibi bintu, ubuzima buhebuje kandi bwubumaji bwa FIREDOM (FI + RE + Ubwisanzure) buragutegereje kurundi ruhande, aho ushobora kubaho ubuzima muburyo bwawe.

Achani Samon Biaou: Olumide, nigihe cyawe. Nejejwe no kubona ibitekerezo byanyu mubuzima kuva FIREDOM. Ntushobora kubwira abumva gato kubijyanye n'imiterere yawe n'aho wari uherereye igihe watangiraga ubuzima bwawe bwa FIREDOM?

Olumide Ogunsanwo: Nigenga mu bijyanye n'amafaranga mfite imyaka

35 muri 2020. Numvaga bidashoboka. Numvise bitangaje! Nashimishijwe cyane. Birashoboka ko wari umwe mu minsi yishimye mu buzima bwanjye. Mumyaka, nari narashyizeho intego kandi ndayikoraho uko mbishaka, kandi amaherezo, nari narayigezeho. Byari bimeze nkigihe nakiriye ibaruwa yanjye yo kwinjira ya Oxford ubwo nabyinaga mucyumba cyanjye nishimye. Nari nzi ko ubuzima bwanjye butazongera kubaho ukundi.

Numvaga nishimye kuko nari nzi ko kugera ku bwigenge bwamafaranga atari ibintu byoroshye. Nibutse icyi cyo muri 2014 ubwo nakundaga igitekerezo cya FI mbona ko bishoboka. Byihuse muri 2020, kandi narabikoze. Byari ibyiyumvo bidasanzwe byibyishimo bidasanzwe, kandi numvaga ko nakoze ikintu kidasanzwe. Nanyuzwe ubwanjye n'inzira nanyuzemo.

Achani Samon Biaou: Ndahuza rwose nibyo byiyumvo, kandi kumva gusa kubivuga biranshimisha. Mubyukuri, hari inama watanze mugice kibanziriza iki rwose. Wavuze ko na nyuma yo kugera ku bwigenge bw'amafaranga, birashobora kuba byiza gukomeza gukora igihe gito mbere yo gufata ibyemezo bikomeye. Mfite amatsiko yo kumva byinshi kubyakubayeho wenyine. Urashobora kuvuga kubyo wakoze?

Olumide Ogunsanwo: Dore ibyo nakoze nibyo nakora muburyo butandukanye niba ngomba kongera kubikora. Mu ntangiriro za 2020, natangije podcast ya Afrobility hamwe na Bankole kuko nkunda inganda zikoranabuhanga, nkasesengura ubucuruzi, kandi natekereje ko byaba bishimishije gufatanya nawe umushinga. Nubwo icyo gihe ntari nageze muri FI, gutangira podcast byahinduye umwirondoro wanjye kandi bintera koroherwa no gushakisha amahirwe yo kwihangira imirimo hanze yinshingano zanjye. Natangiye gutekereza kuri njye nka Googler na podcaster.

Ntabwo naretse akazi muri Google kuko nakundaga kuhakorera kandi ibintu byose byagenze neza. Ariko, muri 2021, podcast ya Afrobility yariyongereye cyane kandi nari natangiye ikigega cya Adamantium. Kubera iyo mpamvu, umwirondoro wanjye wongeye guhinduka, maze ntangira kwibona nka Googler, Podcaster, numushoramari.

Kugeza 2021, podcast n'ikigega byariyongereye, kandi byari bigoye kuringaniza uruhare rwanjye mumishinga yanjye. Noneho, nafashe isabato yamezi atatu muri 2021 Q4 kugirango ngerageze uko ubuzima bwaba bumeze ndamutse nibanze ku kigega na podcast. Byari bishimishije kandi biratangaje. Ntabwo nabuze uruhare rwanjye kuburyo nagarutse muri 2022, nari mfite gahunda isobanutse yo gusohoka amaherezo mva Google mu mpera za 2022.

Niba nshobora kongera kubikora, natangira gushakisha amahirwe menshi yo kwihangira imirimo n'imishinga yihariye mbere. Nagize amahirwe kuba natangiye gukurikirana indi mishinga mugihe kimwe nabonye ubwigenge bwamafaranga. Nkunda gufata amajwi Afrobility no gushyigikira abanyafurika batangiye binyuze mu kigega cya Adamantium.

Inama nagira ku rubyiruko ni ugutangira kugerageza ibibazo hamwe nubucuruzi bwuruhande rwimyaka 20, hamwe nakazi kabo. Abantu benshi bamara amasaha ane kumunsi bareba TV, bishobora gukoreshwa neza mugukurikirana umushinga ushishikaye cyangwa amahirwe yo kwihangira imirimo. Ibi ntibigufasha gusa kwigenga mubukungu byihuse, ariko kandi bikomeza ibitekerezo byawe kubintu bishimishije. Nubwo waba umuhanga mubukungu bwawe kandi ufite akazi gahamye, ntabwo bigeze kare cyangwa bitinze gutangira gushakisha izindi nyungu. Mubyukuri, gutangira kare nibyiza cyane kuko bigufasha kwishimira no kumara umwanya mubintu ukunda igihe kirekire. Ntugashakishe shortcuts hanyuma ubone gahunda zikize, witegure gushyira mubikorwa.

Ntutegereze kugeza igihe uzaba wigenga mubukungu cyangwa ikiruhuko cyiza kugirango ukurikirane irari ryawe; tangira nonaha wishimire urugendo. Gutinda gusohoka mukazi ka societe nyuma yo kubona ubwigenge bwamafaranga nicyemezo cyubwenge cyo gukora buffer yimari. Kugereranya ibyo uzakenera hamwe nibisohoka ntabwo ari siyansi yukuri, bityo kugira buffer bizaguha amahitamo menshi kandi yoroheje yo gukurikirana imishinga mishya kandi ishobora kubahenze cyane utigeze utekereza mugihe uteganya kwigenga kumafaranga.

Kureka akazi kawe nibyiza mugihe ufite indi mishinga yo kwibanda kumwanya wawe n'imbaraga zawe. Ku bwanjye, cyari igihe cyiza cyo kuva muri Google kuko nari maze kugira ikigega cya Adamantium na Afrobility podcast yo gukora. Ariko, iyo nza kugenda ntateganya icyo gukora gikurikiraho, nshobora kuba nariboneye "blues blues." Ibi ni ibyiyumvo byo kurambirwa cyangwa ubusa bishobora kubaho mugihe uhise uhinduka ukava kumurimo wigihe cyose ukagira umwanya wubusa wo kureba TV kumasaha umunani kumunsi [Urwenya]. Kugira ngo wirinde ibi, ni ngombwa kugira ibindi bikorwa cyangwa imishinga kugirango ukomeze gusezerana no gushishikara. Kubwanjye, ntabwo nigeze mbona ubururu bwizabukuru kuko nahamagaye hamwe nabashinze bane mu kigega cya Adamantium kandi niteguye igice gikurikira cya Afrobility bukeye bwaho mvuye muri Google. Nabyinnye kandi hafi y'icyumba cyanjye hagati yo guhamagara. Byari byiza cyane.

Hanyuma, tekereza gufata ikiruhuko cyamasabato cyangwa mini mumezi make mbere yo kureka kugerageza icyo wumva udashaka. Ibi nabikoze ubwanjye mfata amezi atatu y'ikiruhuko mbere yo kuva ku kazi muri Google. Ibi byanyemereye kureba niba nashimishwa no gukora ku kigega cyanjye, podcast, n'indi mishinga yanjye igihe cyose, kandi binampa amahirwe yo gutekereza ku buryo nashakaga gutunganya iminsi yanjye no gukoresha igihe cyanjye. Byari uburambe bw'agaciro bwamfashije kwitegura inzibacyuho no gukoresha neza igihe cyanjye namaze kuva ku kazi.

Achani Samon Biaou: Ibi ni ubushishozi. Iyo nshubije amaso inyuma nkareba inzira zanjye bwite, nasanze ko ntigeze noroherwa no kwimuka mubuzima nifuzaga nkuko wabishakaga. Mugihe nagiye i Paris mfite igitekerezo kidasobanutse cyo gutangiza intangiriro ya EdTech, ntabwo nakoze imyiteguro ihagije mbere. Ntabwo nibanze cyane kugerageza ubuzima nifuzaga kugira, butuma inzibacyuho igorana kuruta uko byari bikwiye. Niyo mpamvu nshaka gushimangira abumva akamaro ko gukama-gahunda zawe. Nagize amahirwe ko icyorezo cya COVID-19 cyampatiye gukora introspection. Bitabaye ibyo, inzibacyuho zaba zigoye cyane. Niba ufite imyaka 21, shakisha inyungu zawe hamwe nibyo ukunda. Tangira gukora ibintu urebe niba koko bigushimishije. Mugihe ugeze kubwigenge bwamafaranga, fata irindi sabato mumezi make kugirango umare umwanya mubikorwa wifuza gukora nyuma yo kuva mubuzima bwawe cyangwa mubucuruzi. Reba uko bagutera kumva no gusubiramo kugeza ubonye icyakubera cyiza.

Olumide Ogunsanwo: Yego. Ndashishikariza abantu bose kugerageza imishinga yabo hamwe nibibazo byuruhande kuko bishobora kubafasha kwiga ubumenyi bushya, guteza imbere inyungu nshya, guhura nabantu bashya, no kubona ishyaka nintego mubuzima. Muguha umwanya ibyo ukunda hamwe nimishinga hanze yubuzima bwawe bwumwuga, urashobora kunguka ubumenyi nuburambe mubice bishya bizagutera kuba umuntu ushimishije kuganira. Aho kwibanda gusa kubuzima bwawe, uzagira ingingo zitandukanye zo kuganira no gusangira nabandi.

Niba turi inyangamugayo ubwacu, benshi muritwe mubyukuri dufite umwanya munini mumaboko, ariko akenshi tunanirwa kubikoresha neza. Igihe nari mu kigero cy'imyaka 20, nakinnye imikino yo kuri videwo na televiziyo mu masaha make ku minsi myinshi, ku buryo nshobora guhuza no gukurura kwishora mu myidagaduro. Ariko, nsubije amaso inyuma, mbona ko hari ibindi bintu byinshi nashoboraga gukora ubushakashatsi no kubigerageza, ariko sinigeze mbitekereza.

Mugihe iyi mishinga yumuntu ku giti cye ishobora guhinduka mubucuruzi bwinjiza amafaranga, intego nyamukuru yo kubishakisha ntabwo ari amafaranga, ahubwo ni ukunva neza wowe ubwawe ugerageza gushaka icyo ukunda gukoresha igihe n'imbaraga mugihe ukiri muto . Mugihe ugeze kuri mirongo itatu na mirongo ine, uzaba ufite imyaka yubushakashatsi kandi urashobora kugerageza ikintu cyose kigushimishije, cyaba ari ugukora amashusho ya YouTube, podcasting, kwandika, blog, gukina poker, cyangwa ikindi kintu cyose umutima wawe wifuza. Amaherezo uzasanga ibyo bikorwa cyangwa imishinga ushaka gukoresha umwanya wawe n'imbaraga zawe.

Nyuma yo kugerageza niyi mishinga kumyaka, ushobora no kuvumbura uburyo bwo kubikoresha. Ibi bizoroha kugera kubwigenge bwamafaranga byihuse, bitera ingaruka zifatika. Mugihe wegereje ubwigenge bwamafaranga, urashobora gufata isabato kugirango ugerageze icyo wumva ushaka kumara umwanya munini mumishinga ukunda.

Kurangiza, kugerageza imishinga itandukanye irashobora kuganisha mubuzima bwuzuye. Igihe natangiraga podcast ya Afrobility, numvise nishimye cyane. Ntutegereze ubwigenge bwamafaranga kugirango ugerageze ibintu bishya kandi ubeho ubuzima bwawe. Gerageza ibintu bishya nonaha!

Achani Samon Biaou: Ndemeranya nawe rwose. Reka nongereho urundi rwego. Hariho inyungu nyinshi zo gutangira igeragezwa mumyaka makumyabiri. Ubwa mbere, ni igihe mubuzima bwawe aho igeragezwa rifite igiciro gito. Ikiguzi cyawe cyo kubaho ni gito, kandi amafaranga winjiza nayo ni make. Icya kabiri, ni igihe ibiciro byimibereho cyangwa umuco byo kugerageza biri hasi. Niba unaniwe kuri podcast yawe, urashobora gukora byoroshye iyindi. Icya gatatu, kubera ko utaragira umuryango cyangwa abana kugeza ubu, urashobora kugira umwanya munini kurenza uko uzabona nyuma.

Noneho ko tumaze kuganira ku mahame n'inzira yo kugera ku bwigenge bw'amafaranga, ndashaka kumenya uko ubuzima bwawe bwahindutse kuva wigenga mu bijyanye n'amafaranga. By'umwihariko, ushobora gutanga ingero zifatika z'uburyo gahunda zawe za buri munsi cyangwa gahunda byahindutse? Kurugero, urasanga ubyutse nyuma cyangwa ukora amasaha make? Ni irihe tandukaniro rigaragara wabonye mubuzima bwawe bwa buri munsi?

Olumide Ogunsanwo: Buhoro buhoro impinduka zabaye mubintu bitandukanye mubuzima bwanjye. Intambwe yambere yageze ku bwigenge bwamafaranga kuri 35, ariko icyo gihe, ntakintu cyahindutse cyane. Nakomeje gukora akazi kanjye kambere muri Google mugihe nagura podcast.

Ariko, hagati ya 35 na 37, ibintu byinshi byarahindutse. Numvaga merewe neza kubera ko nigenga mu bijyanye n'amafaranga, kandi nashoboraga gukora ku bushake bwanjye. Impinduka zikomeye zabaye igihe natangiraga gutekereza kureka akazi. Podcast n'ikigega byariyongereye, kandi byari inzibacyuho karemano kuko umwirondoro wanjye wahindutse kugirango ntashimangira Google n'ubuzima bwanjye. Indangamuntu yanjye yahindutse buhoro buhoro muburyo bukurikira:

Googler (2014-2020) -> Googler & Podcaster (2020-2021) -> Podcaster, Umushoramari & Googler (2021-2022) -> Umushoramari & Podcaster (2022-Uyu munsi)

Nari narateguye inzibacyuho kure ya Google nitonze, nuko bigenda neza. Nyuma yo kuva muri Google, nateguye igihe cyanjye mu bundi buryo, ariko muri rusange, ubuzima bwanjye bwari busa. Itandukaniro nuko numvaga merewe neza kandi nkagira ibigo byinshi byo kugerageza imishinga yihariye. Mugihe cyimperuka yigihe cyanjye muri Google, igihe nabonaga ndi Podcaster, Umushoramari & Googler, ntabwo nari mfite umurongo mugari wo gukurikirana ikindi kintu cyose. Ariko nyuma yo kuva muri Google, nabonye umwanya munini wo kwibanda kumishinga yanjye bwite, harimo kwandika iki gitabo cya FIREDOM.

Kugira ngo nsubize ikibazo cyawe kijyanye nuko gahunda yanjye yahindutse, muburyo butaziguye, nahinduye gahunda yanjye nubuzima bwanjye murugendo rwanjye rwose, ubuzima bwanjye rero ntabwo bwahindutse cyane nyuma yo kuva Google. Sinategereje kuva muri Google kugirango ndeme ubuzima nashakaga. Ubuzima ni bugufi cyane kugirango utegereze kubona icyo ushaka.

Mfite imyaka 35, nabaye kure cyane, binyemerera kwimukira mu mujyi mwiza wa Miami. Muri icyo gihe nibwo natangiye Afrobility podcast. Umwaka umwe, ubwo nari mfite imyaka 36, natangiye ikigega cya Adamantium. Noneho mfite imyaka 37, naretse akazi kanjye muri Google. Nkunda impinduka buhoro buhoro binyuze mubigeragezo kuruta gutungurana, guhinduka gukomeye.

Nagaruka mubuzima bwibigo kumafaranga menshi? Oya. Sinshobora gutekereza gukorera undi muntu nkabwirwa icyo gukora. Igitekerezo kiranga. Nubwo hashize imyaka ibiri n'igice nigenga mu bijyanye n'amafaranga (muri 2020), kandi mvuye muri Google gusa umwaka ushize (muri 2022), nsanzwe namenyereye imibereho yanjye ubu. Ndabona bigoye kwiyumvisha kutigenga mubukungu. Nkunda ubuzima bwanjye!

Achani Samon Biaou: [Smile] Ubushishozi bwinshi muri iki gihe. Ndashaka kubaza ibyo wize kuri wewe binyuze mugukurikirana ubwigenge bwamafaranga. Wakoze ubushakashatsi butandukanye kandi mfite amatsiko niba wumva ko ugenda wegera kwiyumvisha intego zawe, cyangwa niba ubushakashatsi bwawe bwakinguye imiryango mishya. Urashobora gusangira uburyo ukura kandi urabya muri iki gice gishya cyubwigenge bwamafaranga?

Olumide Ogunsanwo: Igihe nari mfite imyaka 32 kandi hafi ya kimwe cya kabiri kigana ku bwigenge bw'amafaranga, nafashe umwanya wo kwiyumvisha ejo hazaza hanjye mbona ko ubwigenge bw'akarere ari ingenzi ku byishimo byanjye muri rusange. Mu ntangiriro, nizeraga ko ubwigenge bw'akarere bushobora kugerwaho gusa n'ubwigenge bw'amafaranga, kuko natekerezaga ko nzakenera kuva mu isi kugira ngo nture aho nshaka. Mu kumenya agaciro k'ubwigenge bw'akarere hakiri kare, nashoboye gutangira kubigana, ndetse na mbere yuko mbona ubwigenge busesuye bw'amafaranga. Ibi byanyemereye kubona inyungu nyinshi zubwigenge bwa geografiya nkiri mu rugendo rwanjye rugana ubwisanzure bwamafaranga.

Amaherezo, hamwe na COVID-19 itangiye, nabaye kure rwose mbona ibyiza byo kwigenga. Nubwo ntari narigenga rwose mubukungu, kuba nshobora gukorera kure aho ariho hose byampaye 50 kugeza 70% byinyungu zubwigenge bwamafaranga. Urakoze COVID-19.

Ndasaba cyane ko niba ufite amahirwe yo gukorera kure kandi ukigenga wigenga, fata vuba bishoboka. Ifite ibyiza byinshi ushobora kuba utarigeze utekereza, nubwo waba utigenga mubukungu.

Reka ntange urugero hamwe nurugero rwihariye: nubwo ntigeze mbiko-ra, namenye ko nashoboraga kujya muri Guatemala ibyumweru bine nkorera Google kuva aho. Nanjye nashoboraga kujya muri Espagne ukwezi nkabiko-ra. Ibi byari ibintu ntigeze ntekereza ko bishoboka mu myaka ya za mirongo itatu, ariko hamwe n'ubwigenge bw'akarere hamwe n'akazi ka kure, byabaye impamo. Ndashishikariza abantu bose gushakisha uburyo bwo kubona bimwe mubyiza byubwigenge bwamafaranga mbere yo kubigeraho. Ub-wigenge bwa geografiya hamwe nakazi ka kure ni ingero ebyiri gusa. Ntute-gereze. Iperereza urebe icyakugirira akamaro!

Ubwanyuma, namenye ko kwigenga kubutaka byatumye ngira urugendo rwo kwishakamo ibisubizo bikomeza kugeza na nubu. Nubwo maze imyaka itari mike nigenga mu bijyanye n'amafaranga, kuva muri Google ntabwo byahinduye imibereho ikaze kuko nari maze imyaka mpindura ibintu byiy-ongera.

Achani Samon Biaou: Ndabona. Wigeze uhura n'amahame mashya cyangwa wasobanukiwe neza nibiriho kuva ubuzima bwigenga?

Olumide Ogunsanwo: Nizera ko buri wese agomba guharanira kwigen-ga mu bijyanye n'amafaranga vuba bishoboka. Ifungura ibishoboka bitagira iherezo, bikwemerera gukora ibintu bisa nkaho bidashoboka. Ubuzima bwanjye burashimishije cyane. Mfite umudendezo wo gukora icyo nshaka cyose. Nshobora kugura itike uyumunsi (kuwagatatu) yo kujya muri Espagne nkagaruka kuwa kabiri. Ibishoboka ntibigira iherezo. Buri gihe natekerezaga ko ubuzima bwigenga bwamafaranga bwaba butangaje, ariko byarenze ibyo nari niteze.

Ndifuriza byimazeyo buriwese, niyo mpamvu nshishikajwe cyane no gukangurira no gushishikariza abandi guharanira ubwigenge bwamafaranga. Intego yanjye ni ugushishikariza abantu kugira amatsiko no kwishimira ub-wisanzure bwamafaranga no gufata ingamba zikenewe kugirango babigere-ho. Ubwigenge bw'amafaranga ntabwo ari ugukusanya amamiriyoni y' amadorari muri banki; ni ukubaho ubuzima bujyanye n'indangagaciro zawe n'ibyifuzo byawe. Bisobanura kugira amikoro ahagije yo gukurikirana ibyi-fuzo byawe utitaye kumafaranga cyangwa imyenda. Bisobanura kugira umu-dendezo wo guhitamo inzira yawe utiriwe uhambirwa akazi cyangwa ahantu. Byampaye umudendezo wo gutembera, kugira ubumenyi bushya, gutangiza imishinga ishimishije, no kumarana igihe n'umuryango wanjye n'inshuti. Byampaye kandi amahirwe yo kuvuga inkuru yanjye no gufasha abandi kugera kubwisanzure bwabo bwamafaranga.

Nakuriye i Lagos, muri Nijeriya, mu muryango uciriritse. Natsinze imbogamizi nyinshi, zirimo kugira umwenda w'ishuri ry'ubucuruzi mfite imyaka 27. Ariko, nakomeje kwihangana no kugera ku bwigenge bw'amafaranga mfite imyaka 35 mbaho ubuzima bushingiye ku ndangagaciro. Nakunze urugendo, kandi nishimiye umudendezo ubwigenge bwamafaranga bwanzaniye. Ndifuza ko abantu bose bashobora guhura nabyo.

Ufite ubushobozi bwo kubigeraho nabyo. FOMO nimbogamizi nini yumwijima ishobora gusenya inzozi zawe. Kurarikira ibyo abandi bafite bigutandukanya nibyifuzo byawe byukuri, bikubuza kwishakisha no gushakisha. Irashobora kuganisha kumafaranga menshi mugihe ugerageza kugendana numuntu ufite ibibazo byamafaranga nintego ushobora kutumva neza. Kurugero, inshuti yawe irashobora kugura BMW, ariko barashobora kuba umuherwe cyangwa kurohama mumadeni. Biragoye kwigana ingamba zo gukoresha undi utumva indangagaciro, amafaranga yinjiza, ibyo akoresha, n'ibyifuzo bye. Gukoresha FOMO mubusanzwe bitera ikibazo kuko bishingiye kumakuru atuzuye.

Achani Samon Biaou: Igitekerezo cy'umwenda cyubahirijwe muri Amerika, bituma abantu bizera ko bashobora kandi bagomba gukoresha umwenda kugura ibintu badashaka byanze bikunze cyangwa bakeneye ariko bihabwa agaciro na societe cyangwa abaturanyi babo. Ninkaho kugura igiti kinini cyo gushushanya mugihe utanizihiza Noheri. Urashobora kutunyura mucyumweru gisanzwe, kugirango abantu bashobore kwiyumvisha uko ubuzima bumeze kumuntu wigenga mubukungu?

Olumide Ogunsanwo: Birashimishije. Ntabwo nzi neza niba gusubiza ikibazo byaba bikwiye kuko bishobora kubogama kubasomyi. Ahubwo, reka nsangire filozofiya yanjye ku micungire yigihe cyanjye. Nizera ko igihe cyanjye ari icyanjye, kandi mfite umudendezo wo gukora icyo nahisemo cyose. Abantu benshi bigenga mubukungu ntibamara umunsi wabo wose mubikorwa byo kwidagadura. Ni ukubera ko abantu bakeneye kumva intego, kunyurwa, n'ibyishimo, imyidagaduro yonyine ntishobora gutanga. Kurugero, Nshobora guhitamo kureba firime 12 yi Star Star ejo, ariko bitandukanye nibyo abantu benshi, umunsi wanjye ntabwo wuzuye ibikorwa byo kwida-

gadura kandi ntabwo mara igihe kinini ndeba ibitaramo cyangwa ku mucan-
ga [Smile].

Nyuma yo gusoma ibitabo byinshi bivuga kubyishimo, kunyurwa, no
kunyurwa mubuzima mumyaka mike ishize, nasanze mubigize ubuzima
bwiza harimo umuryango, inshuti, ubuzima bwiza, ubwigenge no gukura
kwumuntu. Umunsi wanjye uzenguruka kuri ibyo bintu. Nubwo nkunda
cyane, ndashyiraho umwete wo gusabana nabandi. Buri kwezi cyangwa uk-
wezi, ndategura ibirori byo guhuza abantu. Nabonye Samon mu cyumweru
gishize (muri 2023-Mutarama) kuko nateguye ibirori i San Francisco. Nan-
ditse podcast ya Afrobility hamwe ninshuti yanjye Bankole kugirango menye
byinshi kandi ntange umusanzu mubidukikije bya Afrika Tech. Nshyigikiye
abashinze gufasha guteza imbere ibigo byabo no gukora ibicuruzwa
kubakiriya nkigice cyikigega cya Adamantium.

Umunsi wanjye ugizwe nuruvange rwimishinga kugamije kugera kubin-
tu byavuzwe haruguru bishoboka cyane kunshimisha. Mfite ibihe byiza byo
gukurikirana ibintu byingirakamaro kandi bifite akamaro kuri njye.
Nishimiye cyane gahunda yanjye ya buri munsi kuko birashimishije kandi
burimunsi ni adventure.

Ngiyo incamake yubuzima bwanjye bwa FIREDOM. Ni iki kindi navu-
ga? Biratangaje kandi ndabikunda!

Iki nigice cyanyuma, reka dutange incamake kubasomyi bacu. Samon,
hari igice cyinkuru yawe - kuva mu bwana bwawe, ishuri ryubucuruzi,
amashuri, umwuga, nurugendo rugana ku bwigenge bwamafaranga - wifuza
kwerekana kubatwumva?

Achani Samon Biaou: Yego. Twaganiriye ku mahame yongerera
amahirwe yo kugera ku bwigenge bw'amafaranga. Jye na Olumide ntabwo
twese twabonye ayo mahame icyarimwe. Aya mahame nicyo abantu bageze
ku bwigenge bwamafaranga bize, bashushanya, kandi bagashyira mubikorwa
mugihe runaka mubuzima bwabo.

Hariho ibintu byinshi ugomba gusuzuma, guhera mu bwana. Kuri njye,
guhura nakazi ka comptabilite ya papa kandi ngomba gucunga imari yanjye
mumujyi utandukanye byanyigishije kwiyizera no kwigira. Ubunararibonye
bwashoboye ubushobozi bwo gutekereza kubwanjye, kwishingikiriza kuri
njye, no kwizera ko nshobora gukora ibintu. Icyo cyari igihe cya mbere
gikomeye.

Imyaka yanjye ya kaminuza yarushijeho gushimangira kwigira no kwiyi-zera ko nakoraga imyitozo nkiri kure y'ababyeyi banjye i Cotonou. Kuba mu Bufaransa, ku bilometero ibihumbi n'ibihumbi uvuye ku babyeyi banjye, byiyongereye ku kamaro ko kwigira no kwiyizera. Muri kiriya gihe, naringa-niza amatsiko no kwiga kubandi nkomeza ibitekerezo byigenga. Nari nzi neza umwirondoro wanjye kandi nari niteguye guhanga ibisubizo kubisubi-zo mugihe mfata inshingano zuzuye kandi nkabibazwa.

Mu kazi kanjye ka mbere, nagize amahirwe yo kubona akazi kajyanye n'ishyaka ryanjye ryo gutembera, ibyo bikaba byaratumye nshakisha indi mi-co kandi bintera ubutwari. Icyifuzo cyanjye cyarushijeho kuba kinini haba mu mwuga no mu bijyanye n'amafaranga kubera imikoranire yanjye n'abantu bo mu bigo bikomeye bya serivisi z'umwuga kandi kubera ko ninjizaga umushahara munini nk'umusesenguzi wo ku rwego rwo hejuru. Iyo nza gu-fata akandi kazi i Paris, nk'urugero, icyifuzo cyanjye gishobora kuba kitari hejuru, kandi sinashoboraga kwiga ishuri ry'ubucuruzi.

Olumide Ogunsanwo: Yego. Na none, ukurikije ibyo wavuze.

Achani Samon Biaou: Nukuri. Igihe nageraga kuri iyo ngingo, nari maze kuzenguruka ibihugu bigera kuri 20 mugihe ninjije inshuro eshatu kugeza kuri eshanu ibyo nashoboraga gukora mubudage. Ntabwo rero, sini-banze ku kongera umushahara wiyongera cyangwa gusura ibindi bihugu bike buri mwaka. Ariko, guhura nabantu mubujyanama mubuyobozi, uburinganire bwigenga, hamwe ninkunga ya hedge byamfashije kwishyirira-ho intego.

Olumide Ogunsanwo: Niyo mpamvu ugomba kwigaragariza ibitekere-zo bishya, ibitekerezo, n'abantu. Bitabaye ibyo, urwego rwawe rwo kwifuza ruzagarukira ku kigereranyo cyibisanzwe bihari mubidukikije.

Achani Samon Biaou: Benshi mu nshuti zanjye mu Bufaransa ntibigeze bamenya ibyiza byo gukurikirana MBA cyangwa ubuzima bwo hanze kugeza nyuma yo kubikora. Mu nshuti zanjye magara, batanu bagiye gukora MBAs nyobozi muri INSEAD barambwira bati: "Wanteye inkunga yo kubona MBA." Abandi benshi ubu barabaza amahirwe yakazi muri UAE cyangwa Amerika. Muri make, kwerekanwa bigira uruhare runini muguhindura iby-ifuzo byawe. Nubwo waba utarigeze ugira amahirwe menshi mubidukikije bigezweho, gerageza uzenguruke uruziga runini ruzagufasha kwishyiriraho intego zo hejuru. Kubwamahirwe, nahuye nibintu byinshi, kandi icyifuzo cyanjye cyari hejuru cyane. Nasabye gusa amashuri 10 ya mbere ya MBA.

Olumide Ogunsanwo: Yego birumvikana. Wari usanzwe muri Deutsche Telekom.

Achani Samon Biaou: Nukuri. Igihe nahisemo gukurikirana MBA, ntabwo byari ukongera umushahara gusa. Nari nsanzwe ninjiza byinshi nka expat, nkora hafi $ 10,000 buri kwezi. Post-MBA, Nari ngiye kuyitera kugeza $ 12,000 buri kwezi muri BCG. Kongera umushahara ntabwo byari moteri ikomeye kuri njye. Nakomeje icyifuzo cyanjye mwishuri ryubucuruzi nishyiriraho intego nshya. Nashakaga kurenga tekinoloji cyangwa kugisha inama kugirango ntangire ikintu gifite ingaruka zifite ubushobozi bwo guhindura isi. Kera ubwo nakoraga muri Deutsche Telekom, ntabwo nari nkuze kugirango nshyireho kandi nkurikirane intego nkizo. Ariko nyuma yo kubona isi, kubona amashuri, no kubaka umuyoboro, nari nzi ko ngomba kurota binini.

Ubwa mbere, natekereje ku gipimo cy'ingaruka nshobora gukora, ariko amaherezo, natangiye gutekereza ku ngaruka ku isi. Byari umwanya mwiza kuri njye kurenga mubintu binini. Nari nzi ko ngomba kwishyiriraho intego yo kwigenga kumafaranga mugihe nkurikirana ibyifuzo byanjye binini.

Olumide Ogunsanwo: Ni uruhe ruhare kubaga ubwonko butunguranye byagize mu nkuru yawe?

Achani Samon Biaou: Nubwo byari ibihe bibabaje kandi biteye ubwoba, kubaga ubwonko byampaye ibisobanuro byinshi. Nkiri ku meza yo kubaga, nasanze nshobora kuba narapfuye cyangwa nkava mubumuga. Iyo uhuye nibintu nkibi, ibitekerezo byawe birasobanuka. Gusa ibintu byari mu bwenge bwanjye muri kiriya gihe ni ingaruka nifuzaga kugira ku isi no ku muryango wanjye. Agaciro k'igihe karushijeho kugira agaciro.

Olumide Ogunsanwo: Ibi byabaye hagati yimyaka mirongo itatu, mugihe wibwiraga ko ugifite imyaka 50 kugeza 60 yo kubaho. Biteye ubwoba cyane no kubitekerezaho.

Achani Samon Biaou: Urashobora gutekereza? Nkiri ku meza yo kubaga, ibitekerezo byanjye byari bisobanutse ku buryo ntigeze ntekereza no ku kazi kanjye muri BCG cyangwa ibyo abakiriya banjye batanze. Ahubwo, nari mfite ibibazo bibiri mubitekerezo byanjye: Nigute nshobora kubona umunezero mwinshi mubintu byoroshye nko gusura ababyeyi, kumarana umwanya n'inshuti, no guseka? Nigute nshobora kwibanda ku ntego zanjye zikomeye ntarangaye kubera urusaku rw'isi?

Nkangutse mvuye kubagwa, ibintu byose byaragaragaye. Kugisha inama byari uburyo bwo kurangiza. Nifuzaga gukora ubushakashatsi ku ngingo z'ububabare numvise cyane, kandi umudendezo w'amafaranga niwo watumye mbigeraho. Nubwo mbere nari mfite umudendezo w'amafaranga mubitekerezo, ntabwo byari bikomeye nkuko byagenze nyuma yo kubagwa. Noneho, moderi yanjye ya Excel yagombaga kuva kuri "nshobora kubona amafaranga angahe? "kugeza" nshobora gukoresha igihe kingana iki kugira ngo mbone amafaranga nkeneye? "

Olumide Ogunsanwo: Gukoresha igihe, ni amafaranga afite agaciro kuruta amafaranga.

Achani Samon Biaou: Nongeye guhindura moderi yubukungu, nongeraho uburyo bwo kumanuka bwanyemereye kwimura umunsi wanjye wanyuma muri BCG inyuma. Ibi byamfashije kumenya ibipimo nkamafaranga yo kuzigama n'amafaranga menshi yari akeneye kuba menshi, anyobora ku nshingano zanjye zo kugera ku bwigenge bw'amafaranga. Gusaba gahunda ikomeye ya Ambasaderi wa BCG ntabwo byari amahirwe akomeye gusa ahubwo byari n'umwanya wo gukuba kabiri ibyo ninjije, bityo byihutisha inzira yanjye yo kwigenga. Igihe cyo kubaga ubwonko cyabaye umusemburo kuri byinshi natsinze. Kubasomyi bacu, sinshobora gushimangira bihagije akamaro ko gushakisha FTE ihungabanya igufasha gusobanuka, nibiba ngombwa, ubwubatsi wenyine. Umaze kuba muri zone, komeza kuri yo hanyuma ukore. Ibishuko n'ibisamaza bizagutera ubwoba.

Ubwanyuma, niba ufite abana, ubereke uburambe bwubaka kwiyizera no kwigira. Shyira imbere hanyuma umenye ko igihe kiri kure yawe cyihutisha imikurire yabo. Bahe amahirwe yo kwiga no gukora amakosa vuba. Mubajyane mubindi bihugu mubereke uko isi ikora.

Olumide Ogunsanwo: Noneho barashobora kwiga uburyo bwo gutsinda mubidukikije bishya?

Achani Samon Biaou: Nukuri. Gira amatsiko. Mu rugendo mperutse gukorera i Dublin, muri Irilande, nagiranye ikiganiro n'umushoferi wanjye Uber ku buryo abantu batsinze i Dublin. Twaganiriye ku misoro ihanitse hamwe nakazi kinjiza amafaranga yikoranabuhanga arahari. Ni ngombwa kuvugana n'abantu benshi bashoboka, ariko ntukoporore gusa ibyo bakora. Ahubwo, vuga ubunararibonye bwabo imbaraga zawe nubuhanga bwawe.

Mubyiciro byambere byumwuga wawe, ntukemure akazi keza. Ba umuntu ukomeye cyane kandi ugamije hejuru. Ibaze uti: "Nigute nshobora kuva mubisesengura nkajya kumwanya wubuyobozi?" cyangwa "Bisaba iki kugira ngo ube umuyobozi mukuru?" cyangwa ndetse "Bisaba iki kugira ngo utangire uruganda rungana iki?"

Uzamure icyifuzo cyawe, gira ubutwari, kandi ntunyuzwe no guhabwa kuzamurwa mu ntera cyangwa ibihembo buri mezi atandatu nkigihembo kubikorwa byawe byiza.

Olumide Ogunsanwo: Ibigo bizakugaburira ibisambo uramutse ubiretse. Reba kurenza urungano rwawe niba imbaraga zabo zigabanya icyifuzo cyawe. Urungano rwawe rushobora kuba ikintu kinini kigusubiza inyuma nonaha. Mugusoma inkuru zacu, twizeye kugutera imbaraga zo gutekereza kurenza imipaka ushobora kumva, kandi ugamije ikintu kinini. Ntukanyuzwe n'aho uri, kubera ko inshuti zawe zanyuzwe n'ubuzima bwabo. Wibuke, buriwese afite intego n'ibyifuzo bitandukanye.

Shyira imipaka y'ibyo wemera ko bishoboka kandi ntukemure ubuzima bwa mediocrite. Kumva utanyuzwe birashobora kugutera imbaraga zo kugera kuri byinshi. Iyi niyo mpamvu twanditse iki gitabo. Ntabwo dukeneye amafaranga, dusanzwe twigenga mubukungu. Ariko turashaka gufasha abandi no gukomeza kwiteza imbere. Turakomeza kugira amatsiko kandi twiyemeje gutera imbere, nubwo twageze ku bwigenge bwamafaranga. Abantu bumva urwego rwuzuye mugihe bakura.

Achani Samon Biaou: Nibyiza. Emera rwose. Akazi kawe gakondo 9 kugeza kuri 5 kashyizweho kugirango ugukore kugeza umubiri wawe ufite intege nke hanyuma ugasezera kuri 70. Ariko, hamwe nubwigenge bwamafaranga, urashobora guhagarika iyo ngengabihe hanyuma ukava mumarushanwa yimbeba mugihe kitarenze imyaka 10-20 . Ubu buryo, urashobora kwishimira imyaka yawe myiza mugihe ufite umutekano. Ubwigenge bwamafaranga ni ikigereranyo cyoroshye - kubona amafaranga menshi muburyo bushyize mu gaciro kandi ntugakoreshe amafaranga menshi. Amafaranga asigaye aziyongera kandi amaherezo azagutera kwigenga mubukungu. Ibyingenzi ni ngombwa. Wibande kubyo ubona ko ari ngombwa kugabanya ikiguzi cyawe mugihe wongera amafaranga. Ibi bizasaba indero no kubahiriza, ariko bizaba byiza amaherezo.

Uyu munsi, nkunda ubuzima bwanjye. Nkunda gushobora gukora ibintu nkunda, nko gutembera, kwiga indimi nshya, gushakisha imishinga mishya, no gutobora.

Olumide Ogunsanwo: Rangurura umuryango wa FIREDOM!

Achani Samon Biaou: Guhura na Olumide byari ikintu cyiza kuri njye. Twunguranye inyandiko kandi dusangira inkuru zerekeye ubuzima bwacu. Byari byiza cyane kuko nibyiza kuvugana nabantu bagura imitekerereze yawe. Nkunda uburambe bwo gukorana niki gitabo nawe. (Smile)

Olumide Ogunsanwo: Nakunze gukorana nawe. [Smile] Twari abadafite imbaraga kandi twarakoze. Ntibisanzwe! Dore amateka yubuzima bwanjye kugeza ubu.

Nakuriye i Lagos, muri Nijeriya kandi nakuriye mfite umudendezo mwinshi. Natsimbataje kwiyizera no kwigirira icyizere ko nshobora kumenya ibintu njyenyine kuko natsinze amasomo. Kubera iyo mpamvu, nagize amahirwe yo kugira amahirwe yo kwimukira muri Amerika kuko nahoraga mfite amanota menshi mumashuri yisumbuye. Mugihe amahirwe yagize uruhare mubushobozi bwababyeyi banjye kubigura, byaragaragaye ko amanota yanjye yerekanaga ubushobozi kubintu bikomeye

Nimukiye muri Amerika mfite imyaka 17 kandi nahise niga kwishingikirizaho kuko nari nzi ko ntawundi uzanyitaho. Nkumwimukira, ntabwo nari mfite umuyoboro wo gushyigikira, bityo nagombaga kwigira. Nubwo amahirwe yagize uruhare mu gutsinda kwanjye, nagerageje uko nshoboye kose kugira ngo nkemure ibibazo byanjye. Mu kumenya no kwiyizera, gukora cyane kubintu byiza, kugerageza ibintu bishya, no kuzenguruka hamwe nabantu beza, wongera amahirwe yo kugira amahirwe. Ntugapfobye imbaraga zamahirwe mubuzima, ariko kandi ntukishingikirize nkisoko yawe yonyine yo gutsinda. Ahubwo, wibande kwiteza imbere hamwe nubuhanga bwawe kugirango wongere amahirwe yo gutsinda kandi witegure amahirwe mugihe bivutse.

Icyakurikiyeho ni iterambere ryumuntu. Nibanze ku iterambere ryanjye kuva nkiri muto kuko nari nzi ko ari ngombwa kongera ubushobozi bwanjye bwo kwinjiza. Niyo mpamvu nize Chemical Engineering nkurikirana impamyabumenyi ihanitse muri Oxford na MIT. Nkomeje gushyira imbere iterambere ryanjye bwite, nshiraho umwanya buri munsi wo kwiga ibintu bishya. Kuva muri Gicurasi 2023, ibyo nibandaho buri munsi harimo: Umubano nogucunga ibicuruzwa kuwagatandatu, Ubuzima n'igurisha ku cyumweru, AI ku wa mbere, Igicu n'imodoka yigenga ku wa kabiri, Blockchain, Web3, na Crypto ku wa gatatu, hamwe n'Ubushinwa Tech & Ubuhinde Tekinike kuwakane, na Afrika Tech kuwa gatanu.

Iterambere ryumuntu ni urwego shingiro rwo guteza imbere umurwa mukuru wabantu. Niyo mpamvu waguze iki gitabo. Iki gitabo kivuga ku bwigenge bw'amafaranga, ariko kivuga cyane ku iterambere ry'umuntu.

Nari mfite icyerekezo gisobanutse cyo kwigenga mubukungu kuko ntashakaga kugirirwa imbabazi n'umukoresha. Gutakaza akazi kanjye ka mbere kuri 21 byari impinduka. Nahise menya ko nta sosiyete yampaye akantu. Ibi birori, MJ DeMarco yita "FTE" cyangwa "guswera iki gikorwa," byampamagaye kubyuka. Byatumye numva ko nkeneye kuyobora ubuzima bwanjye. Niba urimo usoma iki gitabo, ugomba gushiraho ibihe cyangwa ibihe wumva wihebye bihagije kugirango wumve akamaro k'ubwigenge bwamafaranga. Ugomba gutegura ibirori byawe bwite bya FTE, nkibyo nahuye nabyo nkiri muto, kugirango nkubwire neza ko ubwigenge bwamafaranga ari ngombwa.

Achani Samon Biaou: Ibyo wavuze ubu nubundi buryo bwo gushishoza kuri njye. Iyo FTE nikiraro gitandukanya abantu bashaka nabantu babikora. FTE nikintu gisozwa no kumenya ko ukeneye guhindura ubuzima bwawe. FTE yanjye yabaye mugihe cyanjye cyo kugisha inama igihe nabazaga. Nabonye ko nubwo nize amasomo yanjye nu mwuga, nari nkiri umunyantege nke kandi ntoroshye. Naje gusobanukirwa ko ibyo nagezeho ari ibintu byo hanze bitansobanuye nkumuntu. Kubwamahirwe, ntabwo abantu bose bafite amahirwe yo kugira FTE.

Olumide Ogunsanwo: MJ DeMarco yemera ko niba utazi neza niba warabonye ibyabaye FTE, birashoboka ko utigeze ubikora. Mugihe uhuye nubunararibonye, bizaba umwanya usobanutse kandi uhinduka uzahindura inzira y'ubuzima bwawe kandi uhindure indangagaciro n'intego zawe z'ejo hazaza. Muyandi magambo, ibyabaye FTE nikintu gisiga ingaruka zikomeye mubuzima bwawe, kandi ntagushidikanya ko wabibonye.

Achani Samon Biaou: Ibitekerezo bike kumatsinda atandukanye:

Kubana bawe: Niba ushaka gutegura umwana wawe kubwigenge bwamafaranga, tangira ubashyire mubikorwa byimari yurugo rwawe uyumunsi. Nibareke gucunga ingengo yurugo, nubwo utekereza ko ari bato cyane. Abantu barashoboye bitagira akagero. Nakemuye ibirenze ingengo yumuryango mfite imyaka 7; Nakoraga P&L yikigo giciriritse. Fata abana bawe nkabantu bakuru kandi ubizere ufite inshingano. Bashobora gutsinda cyangwa gutsindwa, ariko bazigira kuburambe.

Kubanyeshuri: Vuga igihugu cyawe kugirango umare umwaka wiga cyangwa wiga mumahanga, winjire mumico yaho kandi wige ururimi. Kurugero, niba uri umunyeshuri wigaga muri MIT, fata umwaka hanyuma wige muri Koreya cyangwa Afrika yepfo. Ubunararibonye buzagura ibitekerezo byawe kandi biguhe gusobanukirwa byimbitse kwisi.

Kubantu bakuru: Fata isabato kugirango utekereze kandi umenye neza, cyangwa ugerageze igikorwa gishya kigukura mukarere kawe keza. Kureka gahunda zawe birashobora kugufasha kuvumbura inyungu nubuhanga bushya.

Olumide Ogunsanwo: Tekereza gutembera mu bihugu nka Guatemala cyangwa Uganda kugira ngo urusheho gusobanukirwa ubuzima n'imico y'abantu. Kwishora mumico itandukanye birashobora gufungura ibitekerezo bishya no gukurura ibitekerezo bishya.

Achani Samon Biaou: Mubidukikije bishya, shiraho intego yo kudasaba ubufasha kuva murugo. Witoze kwigira kandi ufate akazi kaho kugirango ubone amaramuko niba ubikeneye. Guteza icyo kibazo bizagutera intambwe munzira. Uzabyigiraho ibintu. Iyo usubiye mu gihugu cyawe, niba uhisemo gusubira inyuma, ubuzima bwawe buzaba bwiza kuri bwo. Ndasaba gukora FTEs mubuzima bwawe kugirango wihute gukura kugufasha kugufasha kumenya ukuri kwawe. Uru nirwo rufunguzo rwo kugera kubwigenge bwamafaranga.

Olumide Ogunsanwo: Nyuma yo guhura na FTE kubura akazi mfite imyaka 21, naje kubona ko ntawundi muntu wishingikirizaho uretse njye ubwanjye. Kubera iyo mpamvu, natangiye urugendo rugana ku bwigenge bwamafaranga kugirango mpindure ubuzima bwanjye. Kuva icyo gihe, byari ikibazo cyo gushyira mu bikorwa gahunda yanjye. Nari nzi icyo nkeneye gukora kandi nshimishijwe nuko nafashe ingamba. Nkwifurije kimwe kubantu bose kwisi. Samon yavuze ikintu gifite ubushishozi rwose ubwo yavugaga ko dushaka ko ugira ubwigenge bwamafaranga kugirango ubashe guha umuriro wawe isi. Ndashaka ko kuri bose. Niyo mpamvu twanditse iki gitabo, twizeye ko inkuru zacu zishobora gutera imbaraga no kuyobora abandi kugera kubwigenge bwamafaranga no kubaho neza.

Nizere ko wafashe amahame amwe ushobora gukoresha mubuzima bwawe: kwiyizera, kwigirira icyizere, amatsiko, ibitekerezo byigenga, kwifuza, ubutwari, kwishyiriraho intego, iterambere ryumuntu no kubaho ufite ubushake bwo kwinjiza amafaranga menshi no gukoresha neza indangagaciro. Aya mahame twaganiriyeho ni rusange, ariko gushyira mubikorwa ubuzima bwawe bizaba byihariye. Shakisha inzira zawe kugirango amahame agukorere.

Gerageza uko ushoboye. Ubwoko bubi bwo kwicuza nukumenya ko utagerageje kubaho ubuzima bwiza. Nzi ko nagerageje uko nshoboye. Nagerageje kwiteza imbere no kwiga ibyo nshoboye byose nkurikije uko ibintu bimeze. Niyo mpamvu waguze iki gitabo kuko uzi ko ushaka kugerageza. Urashobora kubaho ubuzima bwiza, ariko ugomba kugerageza kureba ibirenze ihumure kugirango wihatire. Urashobora gukora ibintu byinshi bitandukanye bitangaje niba ugerageza uko ushoboye. Ntushobora kugera kubisobanuro byawe bwite byo gukomera no kubaho ubuzima bwawe bwiza ureba TV umunsi wose. Niyo mpamvu twanditse iki gitabo, atari kubwigenge bwamafaranga gusa, ahubwo ni uko dushaka ko ubaho ubuzima ushobora kwishimira.

Iki cyabaye kimwe mubice nkunda kwandika kuko bihuza insanganyamatsiko nyinshi kandi bigahuza byose kubasomyi. Biratangaje!

Achani Samon Biaou: Ndabikunda. Igitangaje. Urakoze kandi nishimiye kuba muri uru rugendo.

Olumide Ogunsanwo: Mbega urugendo rutangaje twabanye! Biragoye kwizera ko igitabo cyarangiye. Turizera ko inkuru zacu zaguteye inkunga yo guhindura ibintu byiza mubuzima bwawe kugirango ugere kubwigenge bwamafaranga.

Ndashaka kuboneraho umwanya wo gushimira abantu babiri. Mbere na mbere, ndashimira cyane Samon. Nakunze gukorana na Samon. Byabaye umunezero rwose kujya muri uyu mushinga hamwe. Gukora igitabo ntabwo ari ibintu byoroshye, ariko Samon yabaye umufatanyabikorwa uteye ubwoba murugendo rwose. Nishimiye amahirwe yo gukorana nawe.

Ndashaka kandi kubashimira mbikuye ku mutima, musomyi w'iki gitabo. Urakoze gufata umwanya wo kwifatanya natwe mururwo rugendo, mugihe twasangiye ubunarariribonye nubushishozi bwubwigenge bwamafaranga. Wifatanije natwe kugirango twibutse amateka yacu, kandi ndagushimira kumwanya wawe. Turizera ko twakoze igitabo gikurura, gishimishije, kandi gifasha mugukurikirana ubwigenge bwamafaranga. Urakoze ku nkunga yawe!

Twegere kuri hello@myfiredom.com hanyuma winjire mu kanyamakuru kacu ka substack kuri fireom.substack.com [1]aho tuzajya twohereza kugirango dukomeze ikiganiro kijyanye na FI. Ntegerezanyije amatsiko kuzakubona umunsi umwe ugera ku bwigenge bwamafaranga no kubaho ubuzima bwinzozi zawe. Ndabashimira mwese kuba muri uru rugendo natwe!

Achani Samon Biaou: Ndemeranya rwose nibyo wavuze byose, Olumide. Urakoze kubwibyiza byiza. Igihe cyose twateganyaga gufata amajwi, nategerezaga amatsiko ntegerezanyije amatsiko menshi kuko nari nzi ko kizaba ikiganiro cyiza. Turizera rwose ko igitabo cyacu kizafasha abasomyi bacu bose mugihe batangiye urugendo rwabo. Ikindi kintu kimwe, nkuko nabivuze mbere, nkunda impundu nziza...

Olumide Ogunsanwo: [Urwenya rwa Hysterical] Wabivuze mu gice cya mbere. Noneho, urongeye kubivuga mugice cya karindwi.

Achani Samon Biaou: Nzarushaho kwishima niba abantu benshi babonye ubwigenge bwamafaranga. Wibuke ko ubwigenge bwamafaranga yundi muntu butagabanya ubushobozi bwawe bwo kubigeraho.

Olumide Ogunsanwo: Yemeranijwe. Mubyukuri, birashoboka cyane ko wizera ko ubwigenge bwamafaranga bushoboka kuri wewe niba ubona ingero ntangarugero.

Achani Samon Biaou: Filozofiya yanjye bwite mubuzima nugufasha abandi gukora neza kuruta ibyo nagezeho. Urashobora gukoresha ibyo nakoze nk'urufatiro rwo gukora ikintu gishya? Nshimishijwe cyane nabamwe muri mwe bashishikajwe niyi ngingo gucengera cyane no gucukumbura inkuru zacu, gusangira inama, kandi cyane cyane, amahame ushobora gukurikiza kugirango ugere ku bwigenge bwamafaranga. Byanzanira umunezero mwinshi kumenya ko amagambo yacu yaguteye inkunga, ndetse no mu tuntu duto, kandi agufasha kugera ku bwigenge bw'amafaranga. Kandi nkuko Olumide yabivuze, niba ushaka kugeraho, urashobora kutwohereza imeri cyangwa ugakomeza ikiganiro cya FIREDOM winjiye mubinyamakuru byacu. Umuganda ukora ibintu neza rero komeza utezimbere umuryango wawe wigenga wamafaranga!

Olumide Ogunsanwo: Mbega urugendo rutangaje! Urakoze Samon. Murakoze mwese! **Wibabarire hamwe nabandi bakubabaza, wizere wowe ubwawe, ube nyamwigendaho, ushireho icyerekezo gikomeye cyubuzima bwawe, shiraho intego zikomeye zishingiye ku ndangagaciro kandi witezimbere buri munsi kugirango ugere kuntego zawe.** Genda werekeza kuri FIREDOM yawe kandi utsinde!